நாடகவியல் நோக்கில் தமிழ் – இந்தி நாடகங்கள்

முனைவர் ந. ஆறுமுகம்

இந்நூல் தமிழக அரசு தமிழ் வளர்ச்சித் துறை
நிதியுதவி பெற்று வெளியிடப்பெற்றது

பாரதி புத்தகாலயம்

Nadgagaviyal Nokkil Tamil - Hindi Nadagangal (In Tamil)
Dr. N. ARUMUGAM
First Published : December, 2022

Published by

BHARATHI PUTHAKALAYAM
7, Elango Salai, Teynampet, Chennai - 600 018
Email: bharathiputhakalayam@gmail.com | www.thamizhbooks.com

நாடகவியல் நோக்கில் தமிழ் – இந்தி நாடகங்கள்

முனைவர் ந. ஆறுமுகம்

முதல் பதிப்பு: டிசம்பர், 2022

வெளியீடு

பாரதி புத்தகாலயம்

7, இளங்கோ சாலை, தேனாம்பேட்டை, சென்னை-600 018
தொலைபேசி : 044- 24332424, 24330024 | விற்பனை: 24332924

விற்பனை நிலையங்கள்

அருப்புக்கோட்டை: கதவுஎண் 49 A/4 மெயின் ரோடு, தெற்கு தெரு - 9994173551
ஈரோடு: 39: 39 ஸ்டேட் பாங்க் சாலை - 9245448353
கரூர்: நாரத கானசபா அருகில் (TNGEA OFFICE)- 9442706676
காரைக்குடி : 12, 2 வது தெரு, கம்பன் மணிமண்டபம் பின்புறம் - 9443406150
கும்பகோணம்: 352, ரயில் நிலையம் எதிரில் - 9443995061
கோவை: 77, மசக்காளிபாளையம் ரோடு, பீளமேடு - 8903707294
சிதம்பரம்: 22A / 18B தேரடி கடைத் தெரு, கீழவீதி அருகில் - 9994399347
செங்கல்பட்டு: 1 D ஜி.எஸ்.டி சாலை - 044 27426964
சேலம்: 15, வித்யாலயா சாலை சாலை
தஞ்சாவூர்: காந்திஜி வணிக வளாகம் காந்திஜி சாலை - 9655542400
திண்டுக்கல்: பேருந்து நிலையம் - 9942331105, 9976053719
திருச்சி: வெண்மணி இல்லம், கரூர் புறவழிச்சாலை - 9994289492
திருநெல்வேலி: 25A, ராஜேந்திரநகர் - 9442149981
திருப்பூர்: 447, அவினாசி சாலை - 9486105018
திருவண்ணாமலை: முத்தம்மாள் நகர்
திருவல்லிக்கேணி: 48, தேரடி தெரு - 9444428358
திருவாரூர்: 35, நேதாஜி சாலை - 9442540543
நாகர்கோவில்: 699 கே.பி.ரோடு R.V.புரம் - 9443450111
நெய்வேலி: பேருந்து நிலையம் அருகில், - 9443659147
பழனி: பேருந்து நிலையம் அருகில் - 7010760693
பாண்டிச்சேரி : கிழக்கு கடற்கரைச்சாலை, இலாசுப்பேட்டை, 9486102777
பெரம்பூர்: 52, கூக்ஸ் ரோடு - 9444373716
மதுரை: 37A, பெரியார் பேருந்து நிலையம் - 045 22324674 & சர்வோதயா மெயின்ரோடு
வடபழனி: பேருந்து நிலையம் எதிரில் அடையார் ஆனந்தபவன் மாடியில் - 9444476967
விருதுநகர்: 131, கச்சேரி சாலை - 0456 2245300
வேலூர்: பேஸ் III, சத்துவாச்சாரி - 9442553893

அச்சு : மோகனா பிரிண்டர்ஸ், சென்னை - 600 014.

சமர்ப்பணம்

குரவர்கள்

சூ.நடேசன் - முருவம்மாள்

முருகேசன் - சுகுணா

பதிப்புரை

நாடகவியல் நோக்கில் 'தமிழ்-இந்தி நாடகங்கள்' என்ற இந்நூல் முனைவர் ஆறுமுகம் அவர்களின் ஆய்வு நூலாகும். ஆய்வு நூல்கள் பொதுவாக வாசகர்கள் வாசிப்பதற்கு ஏதுவாக இருப்பதில்லை என்ற வழமையை உடைத்து, அனைவருக்குமான நூலாக வெளிவந்துள்ளது. மக்களின் வாழ்க்கையைப் பிரதிபலிக்கும் வகையில் இருமொழி நாடகங்களும் எவ்வகை பங்கு வகிக்கிறது என்பதை தெளிவுபடுத்துகிறார். மேலும் ஒரு புதிய மொழியை கற்றுக்கொண்டு அதன் பண்பாடு, காலம் ஆகியவற்றையும் கணக்கில் எடுத்து ஆய்வை முடிப்பது சிறப்பானது. அவர் தடம் பதித்த பேராசிரியர்கள் வீ.அரசு, கிருஷ்ணசாமி நாச்சிமுத்து ஆகியோரின் மாணவர் என்பதை நிரூபிக்கிறார். இந்நூலை வெளியிடுவதில் பெருமையடைகிறோம்.

வாழ்த்துகளுடன்

பாரதி புத்தகாலயம்

இந்தி, தமிழ் இலக்கியத்தின் உறவுப் பாலம்

நாடகவியல் நோக்கில் தமிழ் இந்தி நாடகங்கள் என்ற தலைப்பில் திரு ந. ஆறுமுகம் வெளியிடுகிற இந்த நூல் அவருடைய இரண்டாவது ஆராய்ச்சி நூலாகும். இதன் முன்னர் இந்தி நாடக மரபும் தமிழ் மொழி பெயர்ப்பும் என்ற ஆராய்ச்சி நூலை 2016 இல் வெளியிட்டார். அதில் அவர் இந்தியில் புகழ் பெற்ற நாடக ஆசிரியரான மோகன்ராகேஷ் அவர்களின் ஆடி மாதத்தில் ஒரு நாள் (ஆஷாட்கா ஏக் தின்) என்ற நாடகத்தையும் அதைக் காமாட்சி தரணி சங்கர் தமிழில் மொழி பெயர்த்துள்ள மொழி பெயர்ப்பைபும் அடிப்படையாக வைத்து நாடகவியல், மொழியியல், மொழி பெயர்ப்பில் நோக்கில் தன் ஆராய்ச்சியை மேற்கொண்டிருந்தார்.

நாடகவியல் நோக்கில் தமிழ் இந்தி நாடகங்கள் என்ற இந்த நூல் தமிழில் மொழி பெயர்ப்பாகியுள்ள மோகன்ராகேஷின் நாடகங்களை அரசியல், சமயம், பொருளாதாரம் முதலான பொருண்மைகளில் திறனாய்வு செய்வதோடு மோகன்ராகேஷின் அண்டே கே சில்கே என்ற இந்தி நாடகத்தை முட்டை ஓடுகள் என்ற தலைப்பில் மொழி பெயர்த்து

மொழியியல் மொழி பெயர்ப்பியல் நோக்கிலும் ஆய்வு செய்திருப்பது பாராட்டத்தக்கது. முனைவர் ஆறுமுகத்தின் இவ்விரு ஆய்வுகளும் பல நிலைகளில் சிறப்புடையவையாகும். ஒன்று இவ்வாய்வுகள் இந்தி தமிழ் ஒப்பாய்வுக் களங்களை விரிவுபடுத்துவது முதலாவது. இந்தி தமிழ் நாடக இலக்கிய வளர்ச்சி இதுவரை ஆராய்ந்திராத களங்களை ஆயும் ஒப்பாய்வுகளாக அமைவது இரண்டாவது சிறப்பு. மூன்றாவதாக இந்தி தமிழ்மொழி பெயர்ப்புச் சிக்கல்களை இரு மொழி இலக்கண ஒப்பீடு வழியாக உற்று நோக்கியிருக்கிற நிலையில் இவை தனித்தநிற்கும் புத் தாய்வுக்களங்களை உருவாக்கியுள்ளன.

மேலும் நான்காவதாக இவ்வாய்வுகள் வழியாகத்தற்கால இந்தி தமிழ் அகராதியை உருவாக்க ஒரு அடித்தளத்தை உருவாக்கியிருக்கிறார் ஆறுமுகம். மொத்தத்தில் இந்திதமிழ் இலக்கிய உறவுப்பாலத்தை உருவாக்குகிற பெரும்பணியை இவ்வாய்வுகளின் மூலம் ஆற்றியிருக்கிறார் ஆறுமுகம்.

மரபு வழி நாடகக் கலையில் ஈடுபாடுள்ள சூழலில் இருந்து வந்திருந்த ஆறுமுகம் தான் கற்ற உயர் தமிழ்க் கல்வியில் நாடகக் கலையோடு தனக்குள்ள ஆர்வத்தையும் இணைத்துத்தன் உயர் கல்வியைத் தொடர விரும்பினார். தமிழில் முதுகலையை முடித்திருந்த அவர் தில்லியிலுள்ள ஜவகர்லால் நேரு பல்கலைக்கழகத்தில் உள்ள இந்திய மொழிகள் மையத்தில் அப்போது புதிதாகத் தொடங்கியிருந்த தமிழ் ஆய்வு இருக்கையில் முன்முனைவர் மாணவனாக வந்து சேர்ந்தபோது அங்கே தமிழ்ப்பிரிவு முன்னெடுத்திருந்த பன்மொழி ஒப்பாய்வுச் சூழலில்தன் ஆய்வை இந்தி நாடக மரபையும் இணைத்துக் கொண்டு விரிவுபடுத்திக் கொள்ள வேண்டும் என்று நான் கூறிய அறிவுரையை ஏற்றுப் புதிதாக விரைவில் இந்தி மொழியையும் கற்றுக் கொண்டு இந்தியிலுள்ள நூல்களைப் படிக்கும் திறனும் ஆராய்ச்சி செய்யும் திறனையும் பெற்றுத்தன் ஆர்வத்தையும் திறமையும் காட்டி இத்தகைய ஆய்வுகளை அவர் தொடர்ந்து செய்து வருவதும் அவற்றை நூல் வடிவில் வெளியிடுவதும் மகிழ்ச்சி அளிக்கிறது.

பல்வேறு நெருக்கடிகளை எதிர் கொண்டிருக்கும் தமிழ் மொழியும் தமிழ்க் கல்வியும் பல்வேறு நிலைகளில் வளம் பெற்றுத் தமிழர் அறிவுத் திறத்தை மேம்படுத்தித் தமிழர்களை ஆற்றல் மிக்கவர்களாக ஆக்கும் பெரும் பணியை மேற்கொண்டிருக்கும் புதிய எழுத்தறிவு பெற்ற இளைய தலைமுறையைச் சேர்ந்த ஆறுமுகம் போன்றவர்கள் தமிழ் இலக்கியத்தை மட்டுமே கற்பதோடு நின்றுவிடாது தமிழ் மொழியை மொழியியல் நோக்கில் கற்று மொழி கற்பித்தல் கற்றல் அகராதி முதலிய கருவி நூல்கள் படைத்தல் மொழி பெயர்ப்புத்திறன் வளர்த்தல் கணினி மொழிப்பயன் பாட்டுக்குரிய பயன்பாட்டு மொழித் திறன் துறைகளில் தேர்ச்சி கொளல் போன்றவற்றில் ஈடுபடுவது இன்றைய தமிழ்மொழி வளர்ச்சிக்குத் துணை செய்வதாகும். இதனால் பிற நாட்டு நல்லறிஞர் நூல்கள் தமிழுக்கு வருகின்றன. மேலும் பிறநாட்டு அறிஞர்களுடன் தமிழ் பற்றிய கருத்துக்களைத் தெரிவிக்கிற திறனுடைய தமிழ்க் கல்வியாளர்களும் உருவாகிறார்கள்.

இவ்வாறு உருவாகித் தமிழ்ப்பணிக்கு அணியமாகிக் கொண்டிருக்கும் இளைய தமிழ்க் கல்வியாளராக நான் திரு ஆறுமுகத்தைக் காண்கிறேன். முதன்முதல் எழுத்தறிவு பெற்ற

தலைமுறையைச் சார்ந்த அவரைப் போன்றவர்கள் தம்பணியைத் தொடர்ந்து தொய்வின்றி ஆற்றக் கல்வி நிறுவனங்கள் இவர் போன்றவர் திறமைகளை அறிந்து நல்ல சம்பளத்தில் தக்க பதவிகள் தந்து போற்ற வேண்டும் என்று கேட்டுக் கொள்கிறேன்.

இந்த நூலில் அவர் இந்தியில் புகழ்பெற்ற நாடக ஆசிரியரான மோகன் ராகேஷ் அவர்களின் அண்டே கேசில் கே என்ற இந்தி நாடகத்தை முட்டை ஓடுகள் என்ற பெயரில் மொழி பெயர்த்து அதை மையமாக வைத்துத்தன் ஆராய்ச்சியை மேற்கொண்டுள்ளார். அவர் தன் ஆய்வைக் கீழ்க்கண்ட இயல்களில் அமைத்துள்ளார்.

இயல்: 1. நாடகவியல் அமைப்பு முறையில் தமிழ், இந்தி நவீன நாடகங்கள் ஒரு திறனாய்வு

இயல்: 2. இந்தி, தமிழ் ஓரங்க நாடகங்கள் ஓர் ஒப்பீட்டுப் பார்வை

இயல்: 3. மோகன் ராகேஷ் நாடகங்களில் பாத்திர வார்ப்பும் வளர்த்தெடுத்த முறைமையும்

இயல்: 4. தமிழில் மோகன் ராகேஷின் நாடகங்கள்: ஒரு திறனாய்வு

இயல்: 5. அண்டே கே சில்கே (முட்டை ஓடுகள்) இந்தி நாடகமும் அதன்தமிழ் மொழிபெயர்ப்புச் சிக்கலும்

பின்னிணைப்பில் இவ்வாய்வு முழுமை பெறுவதற்கு உதவியாகவும் இவ்வாய்வினை விளங்கிக் கொள்வதற்குத் துணை புரியும் வகையிலும் அமைகின்ற கீழ்க்கண்ட தரவுகளைப் இணைத்துள்ளது அவருடைய உழைப்பைக் காட்டுவதோடு பிற ஆராய்ச்சியாளர்களுக்கும் ஆராய்ச்சிகளுக்கும் உதவுவதாகும்.

1. இந்தி எழுத்துப் பெயர்ப்புகள்.
2. இந்தி, தமிழ்நாடகச் சுருக்கம்.
3. அண்டே கேசில் கே (முட்டை ஓடுகள்) இந்தி மூலமும் தமிழ் மொழி பெயர்ப்பும்.
4. இந்தி, தமிழ்நாடகக் கலைச் சொல் சொல்லடைவு.

இவ்வாராய்ச்சியில் புகுமுன் தமிழ் மட்டுமே அறிந்திருந்த ஆறுமுகம் இந்தி மொழியை விரைந்து கற்றார். கற்றபின் தன் முதல் நூலான இந்தி நாடக மரபும் தமிழ் மொழி பெயர்ப்பும்

என்பதை ஆய்வேடாக உருவாக்கும்போது மோகன் ராகேஷின் ஆடிமாதத்தில் ஒரு நாள் (ஆஷாட்கா ஏக்தின்) நாடகத்தின் காமாட்சி தரணிசங்கர் மொழி பெயர்ப்பையும் மூலத்தையும் ஒப்பிட்டு நோக்கினார். பின் தாமே ஒரு அங்கத்தை நேரடியாக மொழி பெயர்த்துதன் மொழி பெயர்ப்பையும் காமாட்சி தரணிசங்கர் மொழி பெயர்ப்பையும் ஒத்து நோக்கினார். பின் தன்மொழி பெயர்ப்பு அடிப்படையில் இந்தி முதல் அங்கத்தைச் சொல்லடைவு தயாரித்துத் இலக்கணக் குறிப்புகளும் தமிழ்ப் பொருளும் எழுதினார்.

பின் இவற்றை எல்லாம் அடிப்படையாகக் கொண்டு பகுப்பாய்வு செய்து இந்தி தமிழ் நாடக மொழி பெயர்ப்புச் சிக்கல் களைவரையறுக்க முயன்றார். அத்துடன் தான் தயாரித்த சொல்லடைவு அகராதி எவ்வாறு நம்பகமான இந்தி தமிழ் அகராதி தயாரிப்புக்கு உதவும் என்பதை விரித்து எழுதினார். இவற்றிற்குத் துணை செய்யும் விதத்தில் இந்தி இலக்கண அமைப்பைக் குறிதத விளக்கம் ஒன்றையும் தமிழில் தயார் செய்தார். மேலும் தாம் மேற்கொண்ட ஆய்வு நாடக நூலில் என்பதால் இந்தி தமிழ் நாடக இலக்கிய வரலாறு பற்றிய ஒரு வரலாற்றுச் சுருக்கத்தையும் எழுதினார். மேலும் தாம் மேற்கொண்ட நாடக நூலாசிரியரான மோகன்ராகேஷ் வாழ்வையும் இலக்கியப் பணிகளையும் அறிமுகப்படுத்தும் கட்டுரை ஒன்றையும் எழுதிச் சேர்த்தார்.

இதே முறையில் மோகன் ராகேஷ் அவர்களின் அண்டே கேசில் கே என்ற இந்தி நாடகத்தை முட்டை ஓடுகள் என்ற பெயரில் மொழிபெயர்த்து அதை மையமாக வைத்து இவ்வாய் வேட்டை முன்சொன்ன நெறியிலும் சமுகவியல் திறனாய்வு நோக்கிலும் ஆராய்ந்து அரும்பாடுபட்டு உருவாக்கி இப்போது நூலாக வெளியிடுகிறார்.

இந்தி பற்றிய இத்தனை ஒப்பாய்வுகளையும் செய்திகளையும் திரட்டுவதற்கும் கற்பதற்கும் ஆய்வதற்கும் தொல்காப்பியத்தை இந்தியில் மொழிபெயர்த்துள்ள இந்திப் பேராசிரியர் ஹ. பாலசுப்பிரமணியன் அவர்கள் பலவகையிலும் செய்த உதவியையும் ஆதரவையும் இந்த இடத்தில் பதிவு செய்ய வேண்டும். பழுத்த அனுபவமும் அறிவும் உடைய அவர் என்னோடு இணைந்து இடையறாது ஆய்வாளர்க்குச் செய்த உதவி கல்மேல் எழுத்துப்போல் பொறிக்கத்தக்கது. திரு.பாலசுப்பிரமணியம் அவர்கள் (1932-2021) இன்று நம் நினைவில் வாழ்பவராக இவ்வுலகைவிட்டு அகன்றது

ஆறாத்துன்பமாக வருத்துகிறது. ஏனெனில் நானும் அவரும் இணைந்து செய்த தொல்காப்பியம் இந்தி மொழி பெயர்ப்பு (2021) செம்மொழி நிறுவனம் வழியாக அச்சில் வந்து உலவும் இவ்வேளையில் அவர் அதைப்பார்க்காமல் சென்றது என் ஆற்றாமையை மேலும் மிகுவிக்கிறது. ஆறுமுகத்தின் இந்த ஆராய்ச்சி நூலாக வருவதையும் அவர் இருந்திருந்தால் பார்த்துப் பெருமகிழ் வெய்தியிருப்பார். அவருக்கு இங்கு என் சார்பில் நன்றி தெரிவிப்பது என் கடமை. இந்த நூலை அவருக்குக் காணிக்கையாக்குவதே நாம் அவருக்குச் செய்யும் கைம்மாறு. திருமுனைவர் ஆறுமுகம் அவர்களின்

1. இந்தி நாடக மரபும் தமிழ்மொழி பெயர்ப்பும்

2. நாடகவியல் நோக்கில் தமிழ் இந்தி நாடகங்கள் என்ற இரண்டு நூல்களும் இந்தி தமிழ்நாடக இலக்கிய ஆய்வாகவும் மொழிபெயர்ப்பு ஆய்வாகவும் இந்தி தமிழ்மொழியியல் அகராதியியல் ஆய்வாகவும் அமைந்து சிறக்கின்றன. முனைவர் ந.ஆறுமுகம் பின்பற்றியுள்ள ஆராய்ச்சி முறை களைப்பின் பற்றி இனிவரும் ஆய்வாளர்கள் மேலாராய்ச்சி செய்வதற்குரிய வழிகாட்டியாக இவ்வாய்வு நூல்கள் சிறந்து விளங்குகின்றன. முதல் நூலைத் தொடர்ந்து இரண்டாவதாக இந்நூலை முனைந்து எல்லோரும் கற்கும்படி வெளியிடுவது போற்றத்தக்க செயல். ஆறுமுகத்தைப் பாராட்டி அவர் மேன்மேலும் இத்துறையில் தொடர்ந்து ஈடுபட்டுப் பல பணிகளையும் செய்ய வேண்டும் என்று வாழ்த்துகிறேன். அவர் விரைவில் தன் திறமையை வெளிப்படுத்த உதவும் நல்ல பணியில் அமர வேண்டும் என்பது என் விழைவும் வாழ்த்தும். இதை வெளியிடும் பாரதி புத்தகாலயம் தாம் தமிழுக்கு ஆற்றி வரும் பணிகளுக்கு மேலும் பேரும் பெருமையும் சேர்க்கும் என்பதில் ஐயமில்லை.

பேரா. கிருஷ்ணசாமி நாச்சிமுத்து

முதுநிலை ஆய்வாளர், பிரெஞ்சு கீழ்த்திசைப் பள்ளி, புதுச்சேரி
மேனாள் தமிழ்த்துறைத் தலைவர் இந்தியமொழிகள் பள்ளி,
புதுதில்லி ஜவகர்லால் நேரு பல்கலைக்கழகம்,
திருவாரூர் நடுவண் பல்கலைக்கழகம்.

01.12.2022
கோயம்புத்தூர்

தமிழ் – இந்தி ஒப்பாய்வு மரபில் புதியகொடை

இருபதாம் நூற்றாண்டில், இந்திய மொழிகளில் உருவான புனைகதைகள், நாடகங்கள் ஆகிய பிற தொடர்பாகத் தமிழில் உள்ள பதிவுகள் குறித்துப் பேசவேண்டும். அதன் மூலம் செம்மொழி மரபை சேர்ந்த தமிழ், நவீன கால ஆக்கங்களை எவ்வகையில், உள்வாங்கியது? என்பது குறித்த புரிதல் உருவாக வாய்ப்புண்டு. வங்காளம், மராட்டி, மலையாளம் ஆகிய மொழிகளில் உருவான, இருபதாம் நூற்றாண்டு ஆக்கங்கள் தமிழில் கணிசமாக அறிமுகமாகியுள்ளன. அந்த அளவிற்கு இந்தி மொழி ஆக்கங்கள், குறிப்பாக நாடகம் எந்த அளவில் தமிழில் அறிமுகப்படுத்தப்பட்டுள்ளது? என்ற கேள்வியை எழுப்பும் போது, ஆய்வாளர் ஆறுமுகம் உருவாக்கியுள்ள தமிழ் – இந்தி நாடகங்கள் குறித்த இந்த நூல் கவனத்தில் கொள்ளப்படும் வகையில் அமைந்துள்ளது. இந்த நூலில் உரையாடலுகுட்படுத்தப் பட்டிருக்கும் பொருண்மைகளைக் கீழ்க்கண்டவாறு தொகுத்துக் கொள்ளலாம். நவீன காலச் சிக்கல்கள், ஆக்கங்களில் பேசப்படுவது என்பது அடிப்படையலான பண்பாகும். மோகன் ராகேஷ் மற்றும் இந்திரா பார்த்தசாரதி ஆகிய இருவரின் நாடகப் பிரதிகள் நவீன கால நிகழ்வுகளை எவ்வாறு பேசுகிறது? பேசப்படும் பொருண்மைகள் எவையெவை? நிகழ்த்து வடிவம் நோக்கிய அமைப்பு என்பது, பேசப்படும் பொருண்மையை எவ்வாறு வெளிப்படுத்துகிறது? ஆகிய பல உரையாடல்களை இந்நூல் முன்வைக்கிறது. நாடகம் என்றாலே, அடிப்படையில் அவ்வடிவம், நிகழ்த்தும் மரபை நோக்கியே அமையும். அவ்வகையில் மோகன் ராகேஷ், இந்திரா பார்த்தசாரதி ஆகிய இருவரின் பிரதிகளின் வடிவம் எவ்வாறு உருப்பெற்றுள்ளது? குறிப்பாக ஓரங்க நாடக மரபை அவை உள்வாங்கியுள்ள பாங்கு எத்தகையது? என்ற புள்ளிகள் இந்நூலில் முன்னுவைக்கப் பட்டிருப்பதைக் காணமுடிகின்றது. இவ்விரு நாடக ஆசிரியர்கள் எடுத்து விவாதிக்கும் சமூக நிகழ்வுகள்

எவையெவை? அவை இப்பிரதிகளுக்குள், இடம்பெற்றிருக்கும் முறைமைகளின் தனித்தன்மைகள் பேசப்பட்டிருப்பதைக் காண்கிறோம். நாடகப் பிரதியை அது நிகழ்த்தப்படும் நிகழ்வு சார்ந்தே ஆய்வுக்குட்படுத்தப்படும் மரபு உருவாகியுள்ளது. ஆனால், இவ்வாய்வு அச்சிடப்பட்ட பிரதிகளையே முதன்மையாகக் கொண்டு எழுதப்பட்டுள்ளது, நிகழ்த்தும் மரபுக்காக உருவாக்கப்பட்ட பாத்திரங்களின் பேச்சுகள், அச்சுவழி வெளிப்பட்டிருப்பதை அடிப்படையாகக் கொண்டு இவ்வாய்வு நிகழ்த்தப்பட்டுள்ளது.

"மொழி, பண்பாடு, கதைப் பொருள் முதலானவற்றில் இவ்விரு நாடகங்களும் வேறுபட்டுக் காணப்படினும் நாடக அமைப்பு முறையில் அதாவது தொன்மையான நாடக இலக்கண அமைப்பில் நடப்பியல் பிரச்சினைகளைக் காட்சிப்படுத்துதல் என்ற முறையில் இவ்விரண்டும் ஒன்றிக் காணப்படுகின்றன. தமது கொள்கைகளாலும் படைப்புகளாலும் சிறந்து விளங்கிய மனிதர்களைத் தலைமைப் பாத்திரங்களாகக் கொண்டுள்ளதின் மூலம் விருத்தி என்கிற நாடகப் பாத்திரம் தேர்வு செய்யும் முறையிலும் இவ்விரு நாடகங்களும் பொருந்தியுள்ளதோடு நாடகம் முழுமை பெறுவதற்கும் பார்வையாளன் தொய்வின்றி நாடகத்துடன் பயணிப்பதற்கும் துணை செய்கிற நாடகச் சந்தியைப் பயன்படுத்தியுள்ளதிலும் இவ்விரு நாடகங்களும் ஒத்துக் காணப்படுகின்றன".(ப.65).

இந்தி நாடகம், பரதரின் 'நாட்டிய சாஸ்திர' மரபுகளை உள்வாங்கி உருவாக்கப் படுகின்றது. தமிழிலும் அம்மரபை வி. கோ. சூரிய நாராயண சாஸ்திரியார் தமது 'நாடகவியல்' இலக்கண நூல் வழி பதிவு செய்துள்ளார். ஆய்வாளர் ஆறுமுகம் இவ்விரு மூல நூல்களில் பேசப்படும் நாடகப் அடிப்படைகளை, மோகன்ராகேஷ், இந்திரா பார்த்தசாரதி ஆகியோரின் பிரதிகளில் காண முற்பட்டிருக்கின்றார். இரு மொழி ஆய்வு என்பதால், அடிப்படையான நாடக இலக்கண அமைப்புகளை, தாம் எடுத்துக் கொண்ட பிரதிகளில் எவ்வாறு கண்டறியமுடிகிறது என்ற உரையாடல் நிகழ்த்தியுள்ளார். இதன் மூலம் இரு மொழி சார்ந்த ஒப்பீட்டு முறைக்கான அமைதியை கண்டறிந்து செயல்பட்டுள்ளமை பாராட்டுக்குரியது.

இப்பிரதிகள் நவீன காலத்தைப் பேசினாலும் பேசும் முறையில் நாடக இலக்கண மரபின் அடிப்படைகளை உள்வாங்கிக் கொண்டிருப்பதாக ஆய்வாளர் கருதுகிறார். அந்தப் பின்புலம் சார்ந்து தமது ஆய்வை கட்டமைத்துள்ளார். பாத்திரங்களைப்

பிரதியில் வெளிப்படுத்தும் போது மேல்குறித்த அடிப்படைகள் இவ்விரு மொழி சார்ந்த இருவேறு பிரதிகளில் எவ்வாறு ஒருமித்தாக அமைகிறது என்ற ஒப்பீட்டு ஆய்வு முறையியலை, ஆய்வாளர் நடைமுறைப் படுத்தியுள்ளமை சிறப்புக்குறியது.

மரபு வழியிலான நாடக அமைப்புகளைக் கொண்டிருக்கும் இப்பிரதிகள், நவீன கால மரபுகளை அதற்குள் உள்வாங்கியதற்கான சமகால நிகழ்வுகள் குறித்தப் புரிதல் தேவை. இத்தன்மை காலனிய ஆட்சிக் காலம், பின் காலனியக் காலம் என்ற முறையில் பார்ப்பது அவசியம். பின்காலனியக் காலத்தில், புதிதாக உருவான அரசுகள், தமது பண்பாட்டு வேர்களைத் தேடும் முயற்சியில் இறங்கின. காலனியம் நமது பண்பாட்டில் ஊடுருவி, புதிய வகையான அழகியல் மரபுகளை நம்மிடையே அறிமுகப்படுத்தியுள்ளது. இதற்குள் நமது தொல் மரபு அறுபட்டுப்போனதாகவும் அதனை மீண்டும் உயிர்ப்பிக்கவும் திட்டமிட்டனர். 1967 – 1971 வரை இவ்வகையான உரையாடல்கள் புது தில்லியில் நிகழ்ந்தன. அந்த உரையாடல்களை உள்வாங்கிய தன்மை மோகன் ராகேஷ், இந்திரா பார்த்தசாரதி ஆக்கங்களில் காணப்படுகிறது. இத்தன்மையை இந்நூல் வெளிப்படுத்துகின்றது. இதன் மூலம் சமகால நிகழ்வுகள் பிரதியில் இடம்பெற்றுள்ளதைக் காட்டும் வகையில் ஆய்வு அமைந்துள்ளது.

நாவலின் குறு வடிவமாய் சிறுகதைகள் அமைவதைப் போல், விரிவான நாடக நிகழ்த்துதலின் ஒரு அங்கமாக அமைவது ஓரங்க நாடகமாகும். இந்த வடிவம் படைப்பாளர், தான் சொல்ல நினைப்பதை எளிதாகச் சொல்ல முடியும். நவீன புனைவுலகில் இவ்வகையிலான எளிமையான வடிவங்கள், பல பரிமாணங்களில் உருவாக்கப் படுவதைக் காண்கிறோம். இந்த நூலில் மோகன்ராகேஷ் மற்றும் இந்திராபார்த்தசாரதியின் ஓரங்க நாடகங்களை எடுகோளாகக் கொண்டு ஒப்பீட்டு முறையில் ஆய்வு நிகழ்த்தப்பட்டுள்ளது. தமிழ் இந்தி ஆகிய இரு மொழிகளிலும் ஏறக்குறைய சம அளவில் ஓரங்க நாடகங்கள் இயற்றப்பட்டுள்ளன. அதாவது இந்தியச் சுதந்திரப் போராட்டம் உச்சகட்டத்திலிருந்த 1930 களிலும், இந்தியா சுதந்திரம் பெற்ற பிற்காலத்திலும், 1970 களிலும் இந்தியாவில் ஓரங்க நாடகங்கள் மிகுதியாக எழுதி நிகழ்த்தப்பட்டுள்ளன. தொடக்கத்தில் பொழுது போக்கிற்காக நகைசுவை வடிவில் எழுதப்பட்ட ஓரங்க நாடகங்கள் பிறகு வானொலிக்காக எழுதப்பட்டன. நாளடைவில் அதன் முக்கியத்துவம் கருதியும் தேவை கருதியும் தனி நாடகமாக

எழுதப்பட்டன அவ்வளவில் இந்தி, தமிழ் ஆகிய இருமொழி பண்பாட்டு சூழலிலும் தனித்துக் காணப்படும், இவ்விரு மொழி நாடகங்களும் நாடகக் கதை அமைப்பு, விடுதலை, சமூகப் பிரச்சினை, இந்து முஸ்லீம் ஒற்றுமை, காந்தியம், குடும்பம், பெண், தனிநபர் உளவியல் பிரச்சனை என இன்னும் பல்வேறு நிலைகளில் ஒத்துள்ளதைக் காணமுடிகின்றது" (ப.74-75)

மேற்குறித்த இந்நூல் ஆய்வாளரின் கருத்து, இவ்விரு மொழி நாடகங்களையும் ஒப்பிடுவதற்காக அடிப்படைகளை நியாயப்படுத்துகிறது. தமிழில் ஓரங்க நாடகங்கள் 1930 களில் பருவ இதழ்கள் உருவான போது மிகுதியாக உருப்பெற்றன. அன்றைய காலச் சூழலில் புதிதாக வானொலி என்ற ஊடகம் உருவானது. எனவே தமிழ்ச் சூழலில் அன்று செயல்பட்ட பெரும்பான்மையான எழுத்தாளர்கள் ஓரங்க நாடகங்களை இதழ்களில் வெளியிட்டனர். அவை பின்னர் வானொலியிலும் ஒளிபரப்பானது. வ.ரா. எனப்படும் வ. ராமசாமி, புதுமைப்பித்தன், சிதம்பர சுப்பிரமணியன், பி.எஸ். ராமையா, சி.சு. செல்லப்பா, கு.ப.ரா, தொ.மு.சி. ரகுநாதன், ஆகிய பல எழுத்தாளர்கள் 1930 – 1950 இடைப்பட்ட காலங்களில் ஓரங்க நாடகங்களை எழுதியுள்ளனர். இதில் பலரது நாடகங்கள் எழுதியுள்ளனர். நாடகங்களை வானொலியில் அன்றைய சூழலில் ஒளிப்பரப்பானது. தமிழின் இந்த மரபை 1970களில் நடைமுறைப்படுத்தியவர்களில் இந்திரா பார்த்தசாரதி குறிப்பிடத்தக்கவர். இவ்வகையில் இந்திராபார்த்தசாரதியின் ஓரங்க நாடகங்களை மோகன் ராகேஷ் நாடகங்களோடு ஒப்பிட எடுத்துக் கொண்ட முயற்சி ஏற்புடையது. இந்தப் பின்புலத்தில் தமிழ் – இந்தி நாடகங்களின் அமைப்பு மரபில் உள்ள ஒற்றுமைகளைக்காண இந்நூல் உதவுகிறது.

ஓரங்க நாடகங்களில் குடும்பம் சார்ந்த போருன்மைகளே மிகுதியாக இடம்பெற்றன. இவ்விருவர் நாடகப் பிரதிகளிலும் முதன்மையான பாடுபொருளாக குடும்பம் இருப்பதை இந்நூல் விரிவாகவே பேசுகிறது. பின் காலனியச் சூழலில் குடும்பங்களில் உருவான உளவியல் சிக்கல்கள் மிகுதியாகும். இதற்கு முன் குடும்ப உறவுகளில் ஆண் ஆதிக்கக் கூறுகள் பெரிதும் கேள்விக்குட்படுத்தப் படவில்லை. ஆனால் 1970களில் பெண்கள் ஒடுக்கப்படுவது தொடர்பான உரையாடல்கள் தொடங்கிவிட்டன இத்தன்மை மோகன்ராகேஷ், இந்திராபார்த்தசாரதி பிரதிகளில் வெளிப்படத் தொடங்கியது. இதனை இந்நூல் கவனப்படுத்தி இருப்பதைக்

காண்கிறோம். இவ்வகையில் பின் காலனிய தமிழ் - இந்தி நாடகங்கள் குறித்த ஒப்பிட்டு அறிமுகம் இந்நூலில் பதிவாகியுள்ளதைக் காணமுடிகிறது. இந்நூல் அச்சிட்ட நாடகப் பிரதிகளை அடிப்படையாகக் கொண்டு பேசுகிறது. அவ்வாறு பேசும் போது நிகழ்த்து தன்மைகள் இப் பிரதிகளுக்குள் செயல்படும் பாங்கை, பாத்திர வார்ப்பு, பாத்திரங்களை வளர்த்தெடுக்கும் முறை ஆகியவற்றின் மூலந்தான் கண்டறிய முடியும். அம்முயற்சி இந்நூலில் மேற்கொள்ளப் பட்டிருப்பதைக் காண்கிறோம். மோகன் ராகேஷ் பாத்திர உருவாக்கம் குறித்து இந்நூல் பின் வருமாறு பதிவுசெய்கிறது.

"நாடகம் முழுமை அடைவதற்கும் மக்களிடம் சிறப்படைவதற்கும் நாடக பாத்திரங்கள் துணை செய்வதோடு நாடகப் பாத்திரங்கள் மக்களிடமிருந்து விலகியதாகக் காணப்படாமல் அவர்கள் வாழ்வுடன் இணைந்திருப்பவையாகவும் அதனை மக்களின் வாழ்க்கையைப் பிரதிபலிக்கும் முறையில், நன்மை,தீமை, இன்பம், துன்பம் முதலானவற்றைக் கொண்ட இயல்பான பத்திரமாகவும் ...அவை நாடக வளர்ச்சிக்கு வழி வகுக்கலாம் என்பன போன்ற கருத்துக்கள் மேற்கொண்ட கூற்றுகளின் மூலம் தெளிவு பெறுகின்றன. இந்நிலையில் புராணக் கதையிலிருந்து நாடகக் கதையைத் தேர்வு செய்து கொண்டாலும் அதில் நடப்பியல் பிரச்சனைகளை மையமிட்டு மனிதனின் வாழ்வியலோடு தொடர்பு கொண்டவையாக மோகன் ராகேஷின் நாடகம் அமைந்துள்ளதால் மோகன் ராகேஷ் நாடகங்களும் அவற்றில் இடம் பெறும் பாத்திரங்களும் மக்கள் மனதில் ஆழ்ந்து விடுவதாகத் திகழ்கின்றன" *(ப.97-98).*

இவ்வகையில் பாத்திர உருவாக்க மரபை பிரதிகளில் படித்தறிவதன் மூலம் அவை நிகழ்த்துப் பிரதியாக செயல்படும் பாங்கை நாம் ஊகிக்க முடிகிறது. இத்தன்மை இந்நூலில் இடம் பெற்றிருப்பதைக் காணமுடிகிறது. ஆய்வாளர், தமது ஆய்வுக் கென்றே மோகன்ராகேஷ் அவர்களின் நாடகப்பிரதி ஒன்றை இந்தியிலிருந்து தமிழுக்கு மொழி பெயர்ப்பும் செய்துள்ளார். இப்பணி வெகுவாகப் பாராட்டுக்குரியது. ஒரு மொழி கற்றல், அதிலிருந்து மொழியாக்கம் செய்தல், அது சார்ந்து ஆய்வினை நிகழ்த்துதல் எனும் இப்பண்பு செய்முறை மரபுசார் ஆய்வுப் புலமாக அமைகிறது. மொழி சார்ந்த ஆய்வுகளில் இத்தன்மை பின்பற்றுதல் அவசியமாகும். இப்பின்புலத்தில் மோகன் ராகேஷ்

நாடகம் ஒன்றை, முட்டை ஓடுகள் என்று தமிழில் மொழியாக்கம் செய்துள்ளார். மேற்குறித்த மொழியாக்கம் செய்யும் போது உருவாகும் இலக்கணச் சிக்கல்கள், மொழியியல் சிக்கல்கள், பண்பாட்டுச் சிக்கல்கள் போன்றவற்றை, சொந்த அனுபவப் பகிர்வாக இந்நூலில் பதிவு செய்திருக்கின்றார். அதனை அவர் பின்கண்ட கூற்று உறுதிப் படுத்துகிறது.

"ஒரு மொழியில் உள்ள கருத்து உள்ளிட்டவைகளைப் பிற மொழியினர் அறிந்து கொண்டு பயன்படும் வகையில் முக்கியமானவையாகத் திகழ்கின்ற மொழிபெயர்ப்பினை மூல மொழியிலிருந்து பெறுமொழிக்கு மொழிபெயர்க்கும் போது மூல மொழிக் கருத்துக்கள் அனைத்தும் திரித்தல் இன்றி முழுமையாகப் பெயர்க்க வேண்டும். அவ்வாறு பெயர்ப்பின் அம்மொழிப் பெயர்ப்பு சிறந்து விளங்குவதோடு மூல மொழியின் சிறப்புகளைப் பெறுமொழியினர் அறிந்து கொண்டு பயனடைவதற்கும் மொழிபெயர்ப்பு துணை புரிகிறது. அதனடிப்படையில் இந்தி நாடகத்தை தமிழ் மொழியினர் அறிந்து கொண்டு பயனடையும் வகையில் முட்டை ஓடுகள் நாடகத்தை மொழிபெயர்க்கும் போது ஏற்பட்ட சிக்கல்கள் இங்கு விளக்கப்படுகின்றன" *(ப.186)*.

இவ்வகையில் ஓர் ஆய்வு என்பது, ஆய்வு செய்யப்படும் மொழிக்கு கொடையாக அமைதல் வேண்டும். ஆறுமுகம் தமது ஆய்வின் மூலம், தமிழுக்கு ஓர் இந்தி நாடகத்தைக் கொண்டு வந்து சேர்த்திருக்கிறார். ஆய்வின் வழி பெறப்படும் இத்தன்மை வெகுவாகப் பாராட்டத்தக்கது. இம்முயற்சிக்குத் தமிழ் உலகம் அவருக்கு நன்றி பாராட்டும் என்று நம்புகிறேன்.

"இவ்விரு நாடகங்களும் காலம், இடம், மொழி, பண்பாடு முதலானவற்றில் வேறுபாடு கொண்டதாகக் காணப்படினும் நாடகக் கதைப் பொருள், பாத்திர வார்ப்பு, நாடக வடிவம் ஆகிய முறைகளால் ஒத்துக் காணப்படுவதோடு, இருமொழி நாடகங்களும் அக்காலச் சமுதாயத்தைச் சித்திரித்துக் காட்டுகின்ற வகையிலும் ஒத்துள்ளமை என்பது குறிப்பிடத் தக்கதாகும்" *(ப.220)*.

ஆய்வாளரின் மேற்குறித்த பதிவு அவர் செய்துள்ள ஆய்வின் அடிப்படையைப் புரிந்துகொள்ள உதவுகிறது. இப்பின்புலத்தில் இந்நூலை உருவாக்கியுள்ள முனைவர் ந.ஆறுமுகம் அவர்களை வெகுவாகப் பாராட்டுகின்றேன்.

சென்னைப் பல்கலைக் கழகத் தமிழ் இலக்கியத் துறையில் முதுகலை முடித்த பல மாணவ நண்பர்களை, நமது நாட்டின்

தலைநகரில் உள்ள ஜவர்கலால் நேரு பல்கலைக் கழகத்தில், புதிதாகத் தொடங்கப் பெற்ற தமிழியியல் ஆய்வுப் புலத்தில் பேசுவதற்குப் நான் பரிந்துரை செய்தேன். அப்படியான மாணவர்களில் ஒருவர், முனைவர் ந. ஆறுமுகம் அவர்கள். அவரது வளர்ச்சியை இந்நூலின் மூலம் நான் கண்டு மகிழ்கிறேன். ஒரு மொழியைப் புதிதாகக் கற்றிருக்கிறார். அதிலிருந்து மொழியாக்கம் செய்திருக்கின்றார். அது சார்ந்து ஆய்வும் மேற்கொண்டு, அதனை நூலாகக் கொண்டு வருகிறார். புலமைத் துறை சார்ந்த செயல்கள் என்பவை இவ்வகையில் தான் அமையவேண்டும். அவ்வகையான வளர்ச்சி கண்டு மகிழ்கிறேன். ஆறுமுகம் மேலும் மேலும் வளருவார் என்ற நம்பிக்கையை இந்நூல் தருகிறது.

அன்போடு

பேரா. வீ. அரசு

மேனாள் தமிழ் இலக்கியத் துறைத்தலைவர்,

சென்னைப் பல்கலைக்கழகம்

04.06.2022

கல்மரம்

வாழ்த்துரை

அரசினர் ஆடவர் கலைக்கல்லூரி நந்தனம் சென்னை 35இல் இளங்கலை மாணவராகப் பயின்று சென்னைப் பல்கலைக்கழகம் பிறகு ஜவஹர்லால் நேரு பல்கலைக்கழகம் என்று பல்வேறு கல்வி நிறுவனங்களுக்குச் சென்று உயர்கல்வியைக் கற்று பிற மொழி அறிவையும் வளர்த்துக் கொண்டு இன்றைக்கு நந்தனம் அரசினர் ஆடவர் கலைக் கல்லூரியிலேயே உதவிப் பேராசிரியராகவும் பணியாற்றி வருகிற நமது மாணவர் வந்தவாசி ந. ஆறுமுகத்தின் வளர்ச்சியைக் கண்டு மிகவும் மகிழ்கிறோம்.

"நாடகவியல் நோக்கில் தமிழ் இந்தி நாடகங்கள்" என்னும் தலைப்பில் நாடகவியல் குறித்த தமது ஆய்வை தற்போது நூலாகக் கொண்டு வருகிறார். ஏற்கனவே 'பௌத்தமும் சமூக விடுதலையும்', 'பௌத்த நாடக அரங்கம்' உள்ளிட்டச் சில நூல்களை வெளியிட்டுள்ளார். அந்த அனுபவத்துடன் ஆய்வு நெறிமுறைகளை நன்கு கற்று இந்தி மொழியறிவையும் கொண்டு இந்த ஆய்வினைச் செய்துள்ளார். இந்த நூல் 5 இயல்களாகப் பிரிக்கப்பட்டுள்ளன.

தமிழில் இந்திரா பார்த்தசாரதி உள்ளிட்ட அறிஞரின் நாடகங்களையும் இந்தி மொழியில் மோகன் ராகேஷ் அவர்களின் புகழ்பெற்ற நாடகங்களையும் ஒப்பிட்டு விரிவாக ஆராய்ந்துள்ளார்.

தமிழில் நாடக இலக்கியங்கள் முறையாக எழுதப் பெறவில்லை என்றாலும் பண்டைய காலத்திலும் இடைக்காலத்திலும் நவீன காலத்திலும் நாடகங்களின் எழுச்சி பல்வேறு விதங்களில் வளர்ச்சி பெற்று உள்ளன என்பது மறுக்க இயலாது.

சிலப்பதிகாரகாலத்தில் காட்டப்படும் முகம், பிரதிமுகம், கருப்பம், விளைவு, துய்த்தல் பலவும் ஹிந்தி மொழி நாடகங்களிலும் முகச்சந்தி, பிரதி முகச்சந்தி, கருப்பச்சந்தி, விமர்சச் சந்தி, நிர்வஹனச் சந்தி என்றெல்லாம் இடம் பெறுவதை நூலாசிரியர் நன்கு காட்டுகிறார். ஒவ்வொன்றையும் தெளிவாக விளக்குகிறார். தெளிவாக விளக்குவதுதான் ஆய்வாளர் நன்கு வளர்ச்சி பெற்றுள்ளார் என்பதை காட்டும். உதாரணத்திற்குக் கருப்பச் சந்தி என்றால் என்ன?

"நாடகத்தின் வளர்ச்சி நிலையே கருப்பச் சந்தியாகும்"(ப.58) இன்று மிகத் தெளிவாகக் குறிப்பிடுகிறார். பரந்துபட்ட பார்வையை இந்த ஆய்வில் அவர் வெளிப்படுத்தி உள்ளமைக்குப் பல சான்றுகள்

உண்டு. "தமிழ் இந்தி ஆகிய இரு மொழிகளிலும் ஏறக்குறைய சம அளவில் ஓரங்க நாடகங்கள் இயற்றப்பட்டுள்ளன அதாவது இந்திய சுதந்திரப் போராட்டம் உச்சகட்டத்தில் இருந்து 1930 களிலும் இந்தியா சுதந்திரம் பெற்ற பின் காலமான 1970களிலும் இந்தியாவில் உறங்க நாடகங்கள் மிகுதியாக எழுதி நிகழ்த்தப்பட்டுள்ளன"(ப. 74)

அந்தக் காலங்களில் அதிகமாக எழுதப்பட்டதற்கான காரணங்கள், சமூக அரசியல் நெருக்கடிகள் உள்ள காலங்களில் கலை இலக்கியங்களின் வழியாக விடுதலை உணர்வுகள் வெளிப்படும் என்றால் மிகை இல்லை. ஐரோப்பா கண்டத்தில் அதிகமான கதைப்பாடல்கள் ஸ்காட்லாந்து உள்ளிட்ட பகுதிகளில்16,17ஆம் நூற்றாண்டுகளில் தான் வளர்ந்து இருந்தன; எழுதப்பட்டன என்று ஆங்கில இலக்கிய அறிஞர்கள் குறிப்பிடுவார்கள். அதற்கான காரணம் அதிகமான அரசியல் சமூக ஒடுக்கு முறைகள் நிகழ்கின்ற இடங்களில் தான் இலக்கியப் படைப்புகளும் விரிவாக உருவாகும். அந்த வகையில் இந்த காலகட்டங்களைப் பார்க்க வேண்டும். இவ்வாறு வாசகர்கள் பல்வேறு தளங்களுக்குச் செல்வதற்கான இடங்களை நூலாசிரியர் சுட்டுகிறார்.

ஆய்வில் பகவன் புத்தர்,நந்தன்,நந்தா, மகாகவி காளிதாசர், மதத்தில் புரட்சி செய்த ராமானுஜர் காலம் வரை இந்திய வரலாற்றின் பல்வேறு காலகட்டங்களை மையப்படுத்தி ஆய்வுக்கு உட்படுத்திய அறிஞர்கள் நாடகங்களை எழுதியுள்ளதனால் இது நாடக ஆய்வாக இருக்கின்ற அதே சூழலில் இந்தியாவின் இலக்கிய வரலாற்றையே குறுக்கும் நெடுக்குமாகக் காணுகின்ற நிலையும் உள்ளது. இதுவாசகர்களுக்கு மகிழ்ச்சி தருகின்ற ஒன்றாகும்.

பிற்பகுதியில் முட்டை ஓடுகள் என்று மொழிபெயர்க்கப்பட்ட நாடகத்தை மையப்படுத்தி தமிழ் இந்தி மொழிகளில் உள்ள இலக்கண விளக்கங்கள் குறித்தும் விரிவாக நூல் ஆசிரியர் எழுதியுள்ளார். பால் பாகுபாடு, வேற்றுமைஉருபுகள்(case marker)குறித்த அந்தப் பகுதிகளெல்லாம் மிக விரிவாகப் பிற மொழியை கற்கும் ஆர்வத்தை வளர்க்கும் பகுதிகளாகும்.

தமிழ், ஆங்கிலம், இந்தி உள்ளிட்ட மும்மொழி அறிவுடன் இந்த ஆய்வேட்டை எழுதியுள்ள

ந. ஆறுமுகம் தக்க நூல்கள் பலவற்றையும் பயின்று தக்க இடங்களில் மேற்கோள் காட்டி இந்த ஆய்வேட்டை நூலை எழுதியுள்ளார் என்பதை ஆய்வேட்டை நூலை வாசிக்கும் போதே உணர முடிகிறது.

தமிழ் இலக்கியம் பயிலும் மாணவர்கள் இந்த 21ம் நூற்றாண்டில் உலகமையச் சூழலில் தமிழ் ஆங்கிலம் உள்ளிட்ட மொழிகளுடன் இந்தியாவின் ஏதேனும் ஒரு மொழியையோ அல்லது ஆசியாவின் ஒரு மொழியையோ அல்லது ஐரோப்பிய மொழி ஒன்றையோ கற்றுக் கொள்வது மிகவும் தேவையான ஒன்றாகும். பிறமொழி அறிவின்றி இன்றைய உலகமயமாக்கச் சூழலில் மேன்மையை உலக அரங்கில் ஒலித்து விட இயலாது அந்த வகையில் இந்த ஆய்வு மிகவும் குறிப்பிடத்தக்க ஆய்வாக அமைகிறது.

ஏற்கனவே தமிழில் தமிழ் - வங்கம், தமிழ் - மராத்தி, தமிழ் - மலையாளம், தமிழ் - ஹிந்தி, தமிழ் - குஜராத்தி என்று இந்திய மொழி இலக்கியங்களை ஒப்பிட்டு ஆய்வு செய்து வெளியிட்டப்பட்ட பல ஆய்வேடுகள் உண்டு. அந்த வகையில் இந்த ஆய்வும் முக்கியமான ஒரு ஆய்வாக அமைகின்றது.

பேராசிரியர் ப. மருதநாயகம் பல முன்னோடி அறிஞர்கள் இந்திய மொழிகளிலும் உலக மொழிகளிலும் தமிழின் தாக்கம் குறித்து விரிவாக ஆராய்ந்து வருகின்றனர். அதே வகையில் இளைய தலைமுறையினர் வளர்ச்சி பெற்று இந்திய மொழிகளில் தமிழின் தாக்கத்தையும் தமிழில் பிற இந்திய மொழிகளின் தாக்கத்தையும் விரிவாக விளக்க வேண்டிய கடமை உள்ளது. இப்படியான பண்பாட்டு பரிவர்த்தனை ஆய்வுகளை மேற்கொள்வதன் மூலமாக இந்திய வளர்ச்சியில் தமிழரின் மேன்மையைப் பிற மொழியாளர்கள் ஒப்பும் வண்ணம் எடுத்துரைத்தல் எளிதாகும் என்றால் மிகை இல்லை. அதே வகையில் பிற மொழியாளர்களும் தமிழைக் கற்று தமிழை விரித்துரைக்கும் மாண்பிணையும் பெறுவார்கள் என்றால் அதில் ஐயமில்லை.

வந்தவாசி ந. ஆறுமுகம் அவர்களின் பணிகள் மென்மேலும் ஓங்குக. வாழ்க! வளர்க!!

சாதனைகளில் சந்திப்போம்.

எல்லா உயிர்களும் இன்புற்று இருப்பதாக.

பேரா. க. ஜெயபாலன்,
தமிழ்த் துறை,
அரசினர் ஆடவர் கலைக்கல்லூரி (தன்னாட்சி),
நந்தனம், சென்னை-600035
செல்பேசி: 9003056091
மின்னஞ்சல்: jayabalankannan74@gmail.com

26/11/2022
திருமங்கலம்,
சென்னை- 40.

ஆய்வு வழிகாட்டிகளின் அங்கதன்

ஜே என் யு பல்கலையின் இந்திய மொழிகள் மையத் தமிழ்ப்பிரிவில் 2010 ஆம் ஆண்டு முதல் ஆய்வாளராக வந்தவர் இந்நூலினை எழுதியுள்ள முனைவர் ஆறுமுகம். பேரா. கி. நாச்சிமுத்துவின் மாணவராகச் சேர்ந்தார். அவர்கள் பணிநிறைவு பெற்றுச் சென்ற வழி என்னுடைய மேற்பார்வையில் ஆய்வைத் தொடர்ந்து முனைவர் பட்டமும் பெற்றுச் சென்றுள்ளார். அவரது ஆய்வை இப்போது நூலாக்கம் செய்துள்ளார்.

இந்தி மொழியில் மோகன் ராகேஷின் மூன்று ஓரங்க நாடகங்களையும் தமிழ் மொழியில் இந்திரா பார்த்த சாரதியின் மூன்று ஓரங்க நாடகங்களையும் ஒப்பிட்டாராய்ந்துள்ளார்; தமிழ், இந்தி என்ற இரு மொழி நவீன நாடகங்களையும் நாடக இலக்கண அமைப்பு முறையில் ஒப்பிட்டாராய்ந்துள்ளார். இரு மொழி நாடகங்களும் மொழி, இடம், காலம் முதலானவற்றால் வேறுபாடுகள் உடையதாக விளங்கினும் நாடகவியல் கூறுகின்ற நாடகப் பொருள், விருத்தி, நாடகச் சந்தி அமைப்பு முறை முதலானவற்றில் பெரும்பாலும் ஒத்துள்ளதை அடையாளம் காட்டுகிறார். மரபின் கட்டமைப்பிலிருந்து வேறுபடுகின்ற ஒன்று நவீனம்; அதன் வடிவமைப்பில் மரபின் தாக்கத்தை எவ்வாறெல்லாம் உள்வாங்கிக் கொண்டு மாற்று வடிவில் வெளிப்படுத்துகின்றன என்பவற்றைக் கண்டறியும் நோக்கில் மேற்சுட்டிய இரு இந்திய நவீன நாடக ஆசிரியர்களின் நாடகங்களை உட்படுத்தி தாக்கம் வெளிப்படுவதை உறுதிப்படுத்துகிறார். இது போன்று பிற நாடக இலக்கியங்களையும் பொருத்திப் பார்த்து ஆராயின் இந்தி மொழி நாடகங்கள் மைய நீரோட்டத்தில் பொருந்திப் போவதாகவும் தமிழ் மொழியில் நாடக இலக்கண நூல் கிடைக்கவில்லை என்ற குறையைப் போக்கிக் கொள்வதாகவும் திகழும் என்று தன் ஆய்வின் வழி முன்மொழிகிறார். மொழி, பண்பாடு, காலம், இடம் முதலானவற்றில் இவ்விருவரும் வேறுபாடுகள் உடையவர்களாகத் திகழினும் நாடகக் கதைப் பொருள் தேர்வு, பாத்திர வார்ப்பு, நாடக வடிவம் முதலான கூறுகளில் இவ்விரு ஆசிரியர்களின் நாடகங்களும் ஒத்துப் போவதை ஆறுமுகம்

எடுத்துரைக்கிறார். மோகன் ராகேஷின் முழு நீள நாடகங்களுக்கும் ஓரங்க் நாடகங்களுக்குமான படைப்பாக்க வேறுபாட்டினை ஆய்வில் தெளிவுபடுத்தியுள்ளார். இந்திய நாடகங்களை ஒரு வகைப்பாட்டிற்குள் கொண்டு வந்து இந்திய நாடக இலக்கணத்தைக் கட்டமைப்பதற்கு இந்த மாதிரியான ஆய்வுகள் துணைபுரிய வாய்ப்புகள் உள்ளன. ஆய்வில் இந்தி நாடகத்தினைத் தமிழில் மொழிபெயர்க்கையில் ஓர் ஆய்வாளருக்கு நேரிடும் சிக்கல்களைப் பற்றிய அவதானிப்பு கருத்தில் கொள்ளத்தக்கது; அதனையும் ஆய்வாளரின் ஆய்வு முறைமையையும் பின்னிணைப்பில் தருவித்துள்ள பெயர்ச் சொல்லடைவு, மாதிரி நாடக மொழிபெயர்ப்பு போன்ற இணைப்புகள் மெய்ப்பிக்கும்.

முனைவர் ஆறுமுகம் சென்னையில் முதுகலை முடித்த கையோடு ஜே என் யு வரும்போது வெள்ளந்தியான மாணவராய் வந்தார்; சிறுகதை எழுதிடும் படைப்பு மனநிலை கொண்டிருந்தார்; வளாகச் சூழலில் பல்வேறு மாநில, மொழி மாணவர்களைச் சந்திக்கும் வாய்ப்பைப் பெற்ற வகையில் அதன் தாக்கம் பெற்றார்; ஆய்வாளருக்கான உரிமைகளுடன் வளர்ந்தார்; ஆய்வு வழிகாட்டிகளை அங்கதங்களோடு தான் எழுதியதொரு கதையில் பாத்திரமாக்கி மகிழ்ந்தார்; நாங்களும் மகிழ்ந்தோம். இப்போது அவரே ஒரு கல்லூரியில் பணியாற்றும் வழி இடமும் காலமும் பலவற்றைப் பகிர்ந்து தந்துள்ளன. அவர் தற்சார்பு நிலையற்ற எழுத்துக்களைத் தொடர்ந்து வெளியிட மனப்பூர்வமான வாழ்த்துக்கள்.

பேரா. நா. சந்திர சேகரன்,
ஜவஹர்லால் நேரு பல்கலைக்கழகம், புதுதில்லி.

02/12/2022
புதுதில்லி.

கட்டியம் கூறல்

தமிழ்மொழியில் இலக்கியம், இலக்கணம், இசை, நாடகம் எனப் பல்வேறு தளங்களில் ஆய்வுகள் நடைபெற்று வருகின்ற நிலையில். தமிழ் மொழியைப் பிற மொழியுடன் ஒப்பிட்டாய்வதாக இந்த ஆய்வுநூல் திகழ்கிறது. கி.பி. பத்தொன்பது இருபதாம் நூற்றாண்டுகளில் நவீன மயமாக்கத்தின் விளைவாகத் தொழில், போக்குவரத்து, ஊடகம் முதலான துறைகளில் ஏற்பட்ட மாற்றங்கள் போன்று கல்வித் துறையிலும் பல மாற்றங்கள் ஏற்படலாயின. அந்த வகையில் தற்பொழுது வளர்ந்து வரும் துறைகளில் ஒன்றான திறனாய்வுத்துறை முக்கியமான துறையாக விளங்குகிறது. ஒரு படைப்பினை அதனுடைய தன்மையின் அடிப்படையில் சமூகம், அரசியல், பொருளாதாரம், சமயம், பெண்ணியம் முதலான பொருண்மைகளில் திறனாய்வு செய்வதின் ஊடாக ஆளுமையுள்ள படைப்பாளனையும் தரமான படைப்பினையும் வெளிக்கொணரமுடியும். அதனடிப்படையிலேயே இம்மாதிரியான ஆய்வுகள் செய்யப்படுகின்றன. அடிப்படையில் நாடகங்களைத் திறனாய்வு செய்வதாக அமைந்துள்ள இந்த ஆய்வுநூல் தமிழில் மொழிபெயர்ப்பாகியுள்ள மோகன் ராகேஷின் நாடகங்களை அரசியல், சமயம், பொருளாதாரம், பெண்ணியம், பாத்திரப் பண்புநலன், நவீன நாடகத்தில் மரபின் தாக்கம் முதலான பொருண்மைகளில் திறனாய்வு செய்வதாக அமைகிறது.

வட இந்தியாவில் பெரும்பான்மை பகுதிகளில் பேசப்படுகின்ற இந்தி மொழியில் கி.பி. 11ஆம் நூற்றாண்டு முதல் நாடக இலக்கியங்களை எழுதி வருகின்றனர். இந்தி நாடக வளர்ச்சிக்கு வித்திட்டவர்களில் முக்கியமானவராகக் கருதப்படுபவர் பாரதேந்து அரிச்சந்திரர்(1850-1885). இவர் இந்தியில் ‘வித்யா சுந்தரா’, ‘அந்தேரி நாக்ரீ’ முதலான பதினெட்டு நாடகங்களை எழுதி இந்தி நாடக வளர்ச்சிக்கு வழிவகுத்துள்ளார். அவரைத் தொடர்ந்து ‘விசாகா’, ‘சந்திரகுப்தா’ முதலான நாடகங்களை எழுதி இந்தி நாடக மறுமலர்ச்சிக்கு வித்திட்டவர் ஜெயசங்கர் பிரசாத்(1890 -1937). சுதந்திர இந்திய காலகட்டத்தில் தர்மவீர்

பாரதி 'அந்தாயுக்' உள்ளிட்ட நாடகங்களையும் மைதிலி சரண் குப்தா 'திலோத்தமா' உள்ளிட்ட நாடகங்களையும் எழுதி இந்தி மொழிக்குச் சிறப்புச் செய்துள்ளனர். இந்தி நாடக மரபில் தனது நாடகங்களின் மூலம் நவீனச் சிந்தனைகளை அறிமுகப்படுத்தியவர் மோகன் ராகேஷ்(1925–1972). வடமொழியைத் தழுவிப் புராணங்களையும், கடவுளையும் பாடிக் கொண்டிருந்த இந்தி நாடக எழுத்தாளர்களுக்கிடையில், தனிமனிதனின் பிரச்சனைகள் பற்றியும் சமூகத்தில் பெண்களுக்கு ஏற்படும் சிக்கல்கள் பற்றியும் குடும்ப உறவுகளுக்கிடையில் ஏற்படும் முரண்பாடுகள் பற்றியும் தனது வாழ்க்கையில் பார்த்தது, அனுபவித்தவற்றின் அடிப்படையில் நாடகங்களை எழுதியவர் மோகன் ராகேஷ். 'எழுத்தாளரின் முக்கிய பொறுப்பானது, அவரது சிறந்த எண்ண ஓட்டங்களை மட்டுமின்றி, அவருக்குச் சொந்தமான, அவருடைய காலத்தையொட்டிய அக்கால வாழ்க்கையைப் பிரதிபலிப்பதாகும்' என்று எழுத்தாளர்களைப் பற்றி மோகன் ராகேஷ் கருத்துத் தெரிவித்ததிலிருந்து அவருடைய படைப்புகளின் மீதான பார்வை புலப்படச் செய்கிறது.

இந்தி மொழியிலிருந்து தமிழ் மொழியில் மொழிபெயர்த்துள்ள நாடக நூல்களில் மோகன் ராகேஷ் நாடக நூல்களே மிகுதியாக மொழிபெயர்க்கப்பட்டுள்ளன. மோகன் ராகேஷ் எழுதிய மூன்று முழுநீள நாடகங்களும் ஒரு சில ஓரங்க நாடகங்களும் தமிழ் மொழியில் மொழிபெயர்ப்பாகியுள்ளன. மோகன் ராகேஷ் நாடகங்களைத் தமிழ் மொழியில் முதலில் அறிமுகப்படுத்தியவர் என்ற பெருமை சரஸ்வதி ராம்நாத்தையே சாரும். அவர் மோகன் ராகேஷின் 'ஆதே அதூரே'(1969) என்ற நாடகத்தை 'அரையும் குறையும்' என்ற பெயரிலும் 'லகரோங் கே ராஜ் ஹன்ஸ்'(1963) என்ற நாடகத்தை 'அலைகளிலே அன்னம்' என்ற பெயரிலும் 'குக்குர் முத்தா' என்ற நாடகத்தை 'குடைகள்' என்ற பெயரிலும் 1974இல் மோகன் ராகேஷின் மூன்று நாடகங்கள் என்ற தலைப்பில் தமிழில் மொழிபெயர்த்துள்ளார். அவரைத் தொடர்ந்து 1991இல் 'ஷாயத்...' என்ற நாடகத்தை 'ஒரு வேளை...' என்ற பெயரில் ரெங்கராஜன் அவர்களும் மோகன் ராகேஷின் முதல் நாடகமான 'ஆஷாட் கா ஏக் தின்'(1958) என்ற நாடகத்தை 'ஆடிமாதத்தில் ஒரு நாள்' என்ற பெயரில் 2009இல் காமாட்சி தரணிசங்கர் அவர்களும் தமிழில் மொழிபெயர்த்துள்ளனர். இவர்களைத் தொடர்ந்து 'அண்டே கே சில்கே' என்ற நாடகம்

'முட்டை ஓடுகள்' என்ற பெயரில் பேராசிரியர் எச். பாலசுப்பிரமணியன் அவர்கள் உதவியுடன் இந்த ஆய்வாளரால் தமிழில் மொழிபெயர்க்கப்பட்டுள்ளது. ஆக, இதுவரை மோகன் ராகேஷின் ஆறு நாடகங்கள் தமிழில் மொழிபெயர்ப்பாகியுள்ளன என்பது குறிப்பிடத்தக்கதாகும். தமிழில் வெளிவந்துள்ள மோகன் ராகேசின் நாடகங்ளுடன் இந்திராபார்த்த சாரதியின் நாடகங்களையும் நாடகவியல் நோக்கில் திறனாய்வு செய்து விளக்கும் வகையில் அமைந்துள்ளதனால் 'நாடகவியல் நோக்கில் தமிழ் – இந்தி நாடகங்கள்' என்று நூலின் தலைப்பு அமைகின்றது.

மோகன் ராகேஷ் முதன் முதலில் கி.பி.1958ஆம் ஆண்டு எழுதிய நாடகம் ஆஷாட் கா ஏக் தின் என்ற நாடகமாகும். இந்நாடகம் காளிதாசரின் மேகசந்தேசம் என்ற காவியத்தின் தாக்கத்தால் எழுதப்பட்டதாகும். இந்நாடகம் காளிதாசனின் மனநிலையை விவரிக்கும் வகையில் அமைந்துள்ளது. புராணத் தொன்மத்திலிருந்து கதைக் கருவைத் தேர்வு செய்து கொண்டு அதில் நடப்பியல் பிரச்சனையை விவரிப்பதாக இந்நாடகம் அமைகின்றது. சமஸ்கிருத மொழியில் சாகுந்தலம், மாளவிகாக்னிமித்திரம், விக்கிரமோர்வசீயம் முதலான நாடகங்களையும் ரகுவம்சம், குமார சம்பவம், மேகசந்தேசம் முதலான காவியங்களையும் இயற்றி மக்கள் மனதில் மகா கவியாக இடம் பிடித்துள்ள காளிதாஸ் பாத்திரத்தை இந்நாடகத்தில் சுயநலப்பற்றுக் கொண்டவனாகவும் எதிர்காலம் கருதி நிகழ்காலத்தை எதிர்ப்பவனாகவும் மோகன் ராகேஷ் சித்திரித்துள்ளார். இதனால், புராணத்தில் பேசக்கூடிய காளிதாசனின் விழுமியத்தைக் கேள்விக்குறியாக்கும் வகையில் ஆடி மாத்தில் ஒரு நாள் நாடகம் அமைந்திருக்கின்றது என்பது நோக்கத்தக்கதாகும்.

அலைகளிலே அன்னம் என்ற நாடகம் புத்தரின் உறவினரான நந்தனின் வாழ்க்கையைச் சித்திரித்துக் காட்டுவதாகத் திகழ்கின்றது. நந்தன், சுந்தரி ஆகிய கணவன் மனைவியின் பிரிவுக்குச் சமயம் எவ்வாறு மூலக் காரணமாக விளங்குகிறது என்பதை விளக்கும் வகையில் இந்நாடகம் அமைகின்றது. இல்லறம் துறவறம் என்பவற்றுக்கிடையில் நந்தன் மனம் அலைபாய்வதை விளக்குவதாகவும் ஆண்கள் துறவறம் ஏற்றுச் சென்று விடுவதனால் சமூகத்தில் பெண்கள் எவ்வாறெல்லாம்

பாதிப்புகளுக்குள்ளாகிறார்கள் என்பதை நந்தன், சுந்தரி வாழ்க்கை மூலம் சித்திரித்துக் காட்டுவதாவும் அமைகிறது.

அரையும் குறையும் என்ற நாடகம் நடுத்தரக் குடும்பத்தின் வாழ்வைச் சித்திரிப்பதாக அமைகின்றது. சாவித்திரி, மகேந்திரன் உள்ளிட்ட ஐந்து பேர் கொண்ட குடும்பத்தில் ஒருவருக்கொருவர் ஒற்றுமையுணர்வு இல்லாத காரணத்தினால் ஏற்படும் சிக்கல்களை விளக்குவதாகத் திகழ்கின்றது. கணவன் மனைவிகளுக்கிடையில் ஏற்படும் பாலியல் தொடர்பான சந்தேகங்கள், வறுமையின் காரணமாகக் குடும்பத்தில் ஏற்படும் பிரச்சனைகள் போன்றவற்றைச் சித்திரிப்பதாக அமைந்துள்ள இந்நாடகம், மோகன் ராகேஷுக்கு மிகுதியான புகழினை ஈட்டித்தந்த பெருமையினை உடையதாகும். அரையும் குறையும் என்ற நாடகம் குடும்ப உறவுகளுக்குள் ஏற்படும் சிக்கல்களைச் சித்திரிக்கும் வகையில் இயற்றப்பட்டிருப்பது நோக்கத்தக்கதாகும்.

ஒரு வேளை என்ற நாடகம் கணவன் மனைவி இருவரும் தங்கள் மனதில் உள்ளதை வெளிப்படையாக வெளிப்படுத்திக் கொள்ளமுடியாமல் குறியீடுகளின் மூலமாக உளவியல் முறையில் விளக்குவதாக அமைகின்றது. நாய் குடைகள் என்ற நாடகம் சமுதாயப் பிரச்சனைகளை எதிர்க்கும் வகையில் நாடகப் பயிற்சி கொடுப்பது போன்ற மனநிலையில் இயக்கப்பட்டிருக்கின்றது. முட்டை ஓடுகள் என்ற நாடகம் நவீன மயமாக்கத்தினால் கலாச்சாரத் தளர்வுகளுக்கு ஆளாகிக் கொண்டிருக்கும் வைணவக் குடும்பத்தின் அமைப்பு முறையை விளக்கும் வகையில் அமைகின்றது. தமிழில் வெளிவந்துள்ள இந்நாடகங்களைத் திறனாய்வு செய்து விளக்குவதே இவ்வாய்வு நூலின் அமைப்பும் போக்குமாகும்.

ஆய்வு நூலின் நோக்கம்

தமிழ் மொழியில் நாடக ஆய்வுகள் குறைவாக நடைபெறுகின்ற சூழலில் பிறமொழி நாடகங்களைத் தமிழில் அறிமுகப்படுத்துவதன் ஊடாக மூலமொழி நாடகத்தின் நுட்பங்களை அறிந்து கொண்டு, தமிழில் மிகச் சிறந்த நாடகங்கள் தோன்றுவதற்கு வழிவகுப்பதோடு, நாடக இலக்கியத்தின் மீது ஈடுபாடு கொண்டு, தமிழில் மிகுதியான நாடகங்கள் உருவாகுவதற்கும் நாடகக் கலை வளர்ச்சி பெறுவதற்கும் வழி வகுக்கும் வகையில் இவ்வாய்வு நூலின் நோக்கம் அமைகிறது.

இந்தி மொழி, தமிழ் மொழி சார்ந்து இவ்வாய்வு அமைவதனால் இரண்டு மொழியினர்களுக்குள்ளும் இலக்கியப் பண்பாட்டு உறவு வளர்வதற்கு இவ்விலக்கிய ஆய்வு வழி வகுக்கிறது.

தமிழில் வெளிவந்துள்ள மோகன் ராகேஷின் நாடகங்கள் தனிமனிதப் பிரச்சனை, பெண்கள் பிரச்சனை, நடுத்தர மக்களின் பிரச்சனை என அக்காலச் சமூகத்தை மையமிட்டனவாகத் திகழ்கின்றன. அரசியல், சமயம், பொருளாதாரம் முதலானவற்றினால் குடும்ப உறவுகளுக்குள் ஏற்படும் சிக்கல்களைச் சித்திரித்துக் காட்டுவதாகவும் பெண்களை முதன்மைப் பாத்திரமாக அமைத்து, குடும்பம், அலுவலகம் முதலான இடங்களில் சமூகத்தில் பெண்களுக்கு ஏற்படும் சிக்கல்களை விளக்குவதாகவும் திகழ்கின்ற அவருடைய நாடகங்கள் அப்பிரச்சனைகளுக்குத் தீர்வு காணுகின்ற வகையில் அமைகின்றனவா? என்பவற்றை ஆராயும் நோக்கில் இவ்வாய்வின் கருதுகோள் அமைகின்றது.

தமிழ் மொழியில் எழுதப்பட்டுள்ள நாடகவியல் என்ற இலக்கண நூல் வடமொழி தமிழ், ஆங்கிலம் முதலான நாடக இலக்கண நூல்களைத் தழுவி எழுதப்பட்டதாகும். இதனடிப்படையிலேயே இந்தி, தமிழ் நாடகங்களை 'நாடகவியல்' நோக்கில் ஆராய்வதாக இவ்வாய்வு திகழ்கிறது.

1. நாடகவியல் அமைப்பு முறையில் தமிழ், இந்தி நவீன நாடகங்கள் ஒரு திறனாய்வு

இந்திய நவீன நாடக ஆசிரியர்களில் இந்தி மொழியில் மோகன் ராகேஷும் தமிழ் மொழியில் இந்திரா பார்த்த சாரதியும் குறிப்பிடத்தக்கவர்களாகத் திகழ்கின்றனர். பஞ்சாப் மாநிலம் அமிர்தரசில் பிறந்த மோகன் ராகேஷும் (1925-1972). கும்பகோணத்தில் பிறந்த இந்திரா பார்த்த சாரதியும் (1930-) வைணவ சமயத்தைச் சேர்ந்தவர்களாகவும் ஒரே காலகட்டத்தைச் சேர்ந்தவர்களாகவும் திகழ்வதோடு, தில்லிப் பகுதியில் சமகாலத்தில் வாழ்ந்தவர்கள் என்பதும் குறிப்பிடத்தக்கது. சிறுகதை, நாவல், நாடகம், ஆசிரியர் பணி, எழுத்தாளர் எனப் பல நிலைகளில் இவ்விருவரும் ஒத்துக் காணப்படுவதோடு நாடகக் கதைத் கரு தேர்விலும் அதன் வடிவமைப்பிலும் இவ்விருவரின் நாடகங்களும் பொருந்திக் காணப்படுவதனால்

நாடகவியல் கூறுகளின் அடிபடையில் ஒப்பிட்டாய்வதாக இந்த தலைப்பு அமைகிறது.

தமிழ், இந்தி நவீன நாடகச் சூழல்

தமிழ், இந்தி நவீன நாடகங்களில் மரபின் தாக்கம்

நாடகவியல் அமைப்பு முறையில் ‘ஆடி மாதத்தில் ஒரு நாள்’, ‘ராமாநுஜர்’ நாடகங்கள்

2. இந்தி, தமிழ் ஓரங்க நாடகங்கள் ஓர் ஒப்பீட்டுப் பார்வை

செம்மொழி தன்மையுடைய தமிழ் மொழி நாடக இலக்கியங்களுடன் இந்தியாவில் மிகுதியான மக்களால் பேசப்படும் இந்தி மொழி நாடக இலக்கியங்களை ஒப்பிட்டாய்வதின் ஊடாக இந்தியச் சூழலையும் அதற்கு நாடக இலக்கியங்கள் ஆற்றியுள்ள பங்களிப்பினையும் அறிந்து கொள்ளும் வகையில் இந்தி மொழியில் மோகன் ராகேஷ் எழுதித் தமிழில் வெளிவந்துள்ள ‘குடைகள்’, ‘ஒருவேளை’, ‘முட்டை ஓடுகள்’ ஆகிய ஓரங்க நாடகங்களுடன் தமிழ் மொழியில் இந்திரா பார்த்த சாரதி எழுதிய ‘பசி’, ‘கோயில்’, ‘புனரபி ஜனனம், புனரபி மரணம்’ ஆகிய ஓரங்க நாடகங்களுடன் ஒப்பிட்டாய்வதாக இந்த தலைப்பு அமைகிறது.

நாடகம், ஓரங்க நாடகம் பொருள் வரையறை

இந்தி, தமிழ் ஓரங்க நாடகக் கதைப் பொருள்

மோகன் ராகேஷ், இந்திரா பார்த்த சாரதியின் ஓரங்க நாடகங்கள்

3. மோகன் ராகேஷ் நாடகங்களில் பாத்திர வார்ப்பும் வளர்த்தெடுத்த முறைமையும்

நாடக ஆசிரியன் தம் கருத்தினை வெளிப்படுத்த பாத்திரங்களின் துணையை நாடுகிறான். நாடகத்தில் கூறப்படுகின்ற கருத்துக்களை மக்களிடம் கொண்டு சேர்ப்பதற்குப் பாத்திரங்களின் துணையைக் கையாளுகின்றான். சமூகப் பிரச்சனைகளை நாடகத்தின் வாயிலாக நிகழ்த்திக் காட்டுவதின் ஊடாக நாடகப் பாத்திரங்கள் மக்களிடம் நேரடியாக ஊடாடிக் கொள்ள முடிகின்றன. நிகழ்த்தப்படும் நாடகத்தில் நாடக ஆசிரியனினும், நாடகப் பாத்திரங்கள் மக்களிடம் நேரடித் தொடர்பு கொண்டவைகளாக விளங்குகின்றன. இவ்வாறு மக்களிடம் நேரடியாக ஊடாடுகின்றனவாகவும் நாடகம் முழுமை பெறுவதற்கு முதன்மைக் காரணியங்களாகவும் விளங்குகின்ற நாடகப்

பாத்திரங்கள் மோகன் ராகேஷ் நாடகங்களில் சித்திரிக்கப் பெற்றுள்ளனவற்றை ஆராயும் முறையில் இவ்வியல் அமைகிறது.

ஆண் தலைமைப் பாத்திரம் வளர்த்தெடுத்த முறைகள்

பெண் தலைமைப் பாத்திரம் வளர்த்தெடுத்த முறைகள்

தலைமைப் பாத்திரம் வளர்த்தெடுத்தலில் துணைமைப் பாத்திரங்களின் பங்களிப்புகள்

4. தமிழில் மோகன் ராகேஷின் நாடகங்கள்: ஒரு திறனாய்வு

பத்தொன்பதாம் நூற்றாண்டில் மேலை நாட்டினரின் ஆட்சியில் அச்சுயந்திரம் இந்தியாவில் அறிமுகமாகியதன் ஊடாகப் புத்தகங்கள் அனைத்து மக்களிடமும் புழங்கும் நிலை உருவாகிக் கல்வித் துறையிலும் வாசிப்புத் துறையிலும் புதிய மாற்றங்கள் ஏற்படலாயின. அதாவது, செய்யுள் நிலையிலிருந்து உரை நடை வடிவத்தை மக்கள் ஏற்றுக் கொண்டதன் விளைவாக நாவல், சிறுகதை, நாடகம் முதலான இலக்கிய வடிவங்கள் தோன்றி இந்திய இலக்கியத்தில் புதிய மாற்றங்கள் உருவாயின. வடிவ அமைப்பில் செய்யுள் வடிவிலிருந்து உரைநடை வடிவில் மாற்றம் ஏற்பட்டதைப் போன்று கதைக் கருவிலும் புதிய சிந்தனைகள் உருப்பெறலாயின. புராணம், இதிகாசங்களைக் கதைக் கருவாகக் கொண்டு பாடிக்கொண்டிருந்த மரபில் சாதாரண மனிதனின் பிரச்சனையைக் கதைக் கருவாகக் கொண்டு இயக்கும் மரபு உருவாயிற்று. இந்நிலையில் நடப்பியல் பிரச்சனையான அரசியல், பொருளாதாரம், சமயம் முதலானவற்றினால் குடும்பத்தில் ஏற்படும் முரண்பாடுகள் பற்றித் தனது நாடகங்களில் மோகன் ராகேஷ் சித்திரித்துள்ளதைத் திறனாய்வு செய்யும் வகையில் இந்த தலைப்பு அமைகிறது.

அரசியல் சித்திரிப்பில் - ஆடி மாதத்தில் ஒரு நாள்
சமயச் சித்திரிப்பில் - அலைகளிலே அன்னம்
பொருளாதாரச் சித்திரிப்பில் - அரையும் குறையும்

5. அண்டே கே சில்கே (முட்டை ஓடுகள்) இந்தி நாடகமும் அதன் தமிழ் மொழிபெயர்ப்புச் சிக்கலும்

மோகன் ராகேஷ் இந்தி மொழியில் எழுதிய ‘முட்டை ஓடுகள்’ என்ற ஓரங்க நாடகம் இந்த ஆய்வாளரால் தமிழில் மொழிபெயர்ப்புச் செய்யும் போது ஏற்பட்ட சிக்கல்களை இலக்கண மொழியியல் நோக்கில் விளக்குவதாக இவ்வியல்

அமைகிறது. இந்தி, தமிழ் எழுத்துக்கள், சொற்கள் ஒலிக்கும் முறை, வாக்கிய அமைப்பு, பால்பாகுபாடு முதலான வற்றில் இவ்விரண்டு மொழியும் வேறுபட்டுக் காணப்படுவதனால் மொழிபெயர்க்கும் போது சிக்கல்கள் எழுகின்றன. அவற்றை விளக்கும் முறையில் இவ்வியல் அமைகிறது.

இலக்கண மொழியியல் நோக்கில் மொழிபெயர்ப்புச் சிக்கல்கள்

பண்பாட்டு மொழியியல் நோக்கில் மொழிபெயர்ப்புச் சிக்கல்கள்

மெய்ப்பாட்டியல் நோக்கில் மொழிபெயர்ப்புச் சிக்கல்கள்

பின்னிணைப்பு

இவ்வாய்வு நூல் முழுமை பெறுவதற்கு உதவியாகவும் இவ்வாய்வு நூலினை விளங்கிக் கொள்வதற்குத் துணைபுரியும் வகையிலும் அமைகின்ற தரவுகள் பின்னிணைப்பில் கொடுக்கப்பட்டுள்ளன.

1. இந்தி எழுத்துப் பெயர்ப்புகள்.
2. இந்தி, தமிழ் நாடகப் பெயர்ச் சொல்லடைவு.

இந்தி, தமிழ் என இருமொழி ஆய்வாக அமைந்துள்ள இவ்வாய்வு நூலின் வழி இருமொழிகளுக்கிடையிலும் பண்பாட்டு உறவினை ஏற்படுத்தி கொள்வதற்கு இவ்வாய்வு நூல் துணை செய்கிறது.

நன்றியுரை ...

ஆசிரியரப்பணி அறப்பணி என்பதற்குச் சான்றாக வாழ்ந்து கொண்டிருப்பவர். தேனிக்கள் போன்று எந்நேரமும் ஆய்வுகளில் ரிங்காரமிட்டுக் கொண்டிருப்பவர். ஓய்வரியாமல் தமிழ்ப் பணியாற்றிக் கொண்டிருக்கும் சூழலிலும் என்னுடைய நலனில் அக்கறைக் கொண்டு 'இந்தி நாடக மரபும் தமிழ் மொழிபெயர்ப்பும்' என்ற என்னுடைய நூல் வெளியிடுவதற்கு உதவியது போன்றே இந்நூல் வெளியிடுவதற்கும் 'பாரதி பதிப்பகத்துடன்' தொடர்பு கொண்டு உதவி செய்தது மட்டுமின்றி, அணிந்துரையும் வழங்கிச் சிறப்புச் செய்துள்ள என்னுடைய இளம் முனைவர்பட்ட நெறியாளரும் போற்றுதலுக்குறியவருமான ஆசான் பேராசிரியர் கிருஷ்ணசாமி நாச்சிமுத்து ஐயா அவர்களுக்கு அகம் மகிழ்ந்து நன்றியினைத் தெரிவித்துக் கொள்கிறேன்.

மாணவர்களின் முன்மாதிரியாய் திகழ்பவர். கருத்துபோரில் ஆய்வாளர்களை நெறிபடுத்துபவர். புத்தகப் புழுவையும் பகுத்தறிவாய்தமாக்கும் வல்லமை கொண்டவர். எந்நேரமும் புரட்சி சிந்தனையில் கனன்று கொண்டிருக்கும் வேலையிலும் என் நலனில் அக்கறைக் கொண்டு என்னுடைய நூலிற்கு அணிந்துரை வழங்கி என்னை மகிழ்ச்சியில் மூழ்கடித்த எனது ஆசிரியர் பேராசிரியர் வீ. அரசு அய்யா அவர்களுக்கு நன்றி...

கடமை கண்ணியம் கட்டுபாடு என்பதற்கு எடுத்துக்காட்டாய் வாழ்ந்து கொண்டிருப்பவர். உழைப்பிற்கு உணமையாகவும் பொறுப்பிற்கு இலக்கணமாகவும் திகழ்பவர். ஆசிரியர்களில் தனித் தன்மையுடையவர். எனது நலனில் தனிக் கவனம் எடுத்துக் கொண்டவர். தில்லிக் குளிரில் என் அறிவை பதப்படுத்திய செங்கதிர். ஜவர்கலால் நேரு பல்கலைக் கழகத்தின் தமிழ்ப் புலத்தின் தலைவர் எனது வணக்கத்திற்குரிய பேராசிரியர் அறவேந்தன் அய்யா அவர்களுக்கு என் வாழ்நாள் முழுவதும் நன்றி செலுத்தியவனாய் இருப்பதை நினைத்து மகிழ்கிறேன்.

புத்தக வெளியீட்டிற்குப் பழக்கப்படுத்தி என்னை வழிநடத்திக் கொண்டிருக்கும் எனது ஆசான் பேரா. க. ஜெயபாலன் ஐயா அவர்களுக்கு அகமகிழ்ந்து நன்றி கூறிக்கொள்கின்றேன்.

ஆய்வாளர்களின் அன்புக்குரியவர். மாணவர்களின் நண்பர். பழகுவதில் எளிமையானவர். என்னுடைய முனைவர்பட்ட நெறியாளராக இருந்து என்னை நெறிப்படுத்தியது போன்றே இந்நூலிற்கு வாழ்த்துரை வழங்கி, சிறப்புச் செய்துள்ள பேராசிரியர் முனைவர் நா. சந்திரசேகரன் அய்யா அவர்களுக்கு நன்றி...

இந்தி மொழி அயல்மொழி என்ற அச்சத்தைப் போக்கி, இந்தி மொழியின் இலக்கண அமைப்பு முறையைக் கற்பித்ததோடு, அணுகும் போதெல்லாம் சுட்ட ரொட்டியும் கட்டித் தயிரும் தந்து அன்பாக உதவிபுரிந்த எனது பன்மொழி ஆசான் பேராசியர் எச். பாலசுப்ரமணியம் அய்யா அவர்களுக்கு நன்றி...

இந்நூல் தோற்றம் பெறுவதற்கு மூலக் காரணியாகத் திகழ்ந்தவர். எனது புத்தகப் படைப்பாக்க வள்ளல் தலித் மக்கள் முன்னணி இயக்கத்தின் தலைவர். போதி முரசின் ஆசிரியர். பௌத்த வழிகாட்டி ஆசான் தங்கவயல் வாணிதாசன் அய்யா அவர்களுக்கு 'நானும் என்னுடைய புத்தகாக்கமும் எவ்விடம் புகுவேம்' என்ற கையறுநிலையில் கண்ணீரை உரித்தாக்குகின்றேன்.

இந்நூல் தோற்றம் பெறுவதற்குப் பலநிலைகளில் உதவி புரிந்த ஆசிரியர் குழு பேரா. கோ. பழனி, பேரா. மணிகண்டன், பேரா. ஆ. ஏகாம்பரம், பேரா. அழகரசன், பேரா. லெனின், பேரா. நா. செல்வராஜ், பேரா, விஜய குமார் வெளி நாடக இதழின் ஆசிரியர் ரெங்கராஜன், மூன்றாம் அரங்கின் இயக்குநர் கருணா பிரசாத் ஆகியோர்களுக்கு நன்றி...

என்னுடைய வாழ்க்கைப் பயணத்தில் எனக்குப் பலநிலைகளில் ஊக்குவித்து உதவிக் கொண்டிருக்கும் என்னுடைய நண்பர் க. அமரேசன், முனைவர் கோகிலா, முனைவர் அ. ஜெயபால், வீ. கவிதா, உமா, பேரா. ஜெய்சங்கர், பேரா. ஜெயப்பிரகாஷ், பிரபு, குட்டி பிரபு, ரமேஷ் ஸ்டெல்லா, கார்த்திகா, பாபுகாந்தி ஆகியோர்களுக்கு நட்பெனும் சொல்லால் நன்றியைத் தூவுகின்றேன்.

என்னுடைய குரவர்களும் என்னுடைய வழிகாட்டியுமான சூ. நடேசன், முருவம்மாள் அவர்களுக்கு மனமெனும் மொழியால் நன்றியைச் சமர்பிக்கின்றேன். எனது வெற்றிக்குப் பல்வேறு வகையில் உதவிபுரிந்து கொண்டிருக்கும் என்னுடைய சொந்தங்கள் செல்வி, முனுசாமி, சுகுணா, முருகேசன், முனியம்மாள், வெங்கடேசன், வைத்தீஸ்வரி, ஏழுமலை உள்ளிட்ட அனைத்து உறவுகளுக்கும் இதயப் பூர்வமான நன்றியைத் தெரிவித்துக் கொள்ளும் வேலையில் என்னுடைய துணைவியார் விஜயலட்சுமி, மகன் போதி நடேசன் அவர்களுக்கும் நன்றியைத் தெரிவித்துக் கொள்கிறேன்.

இந்நூல் வெளியிடுவதற்கு நிதி நல்கி உதவிபுரிந்த தமிழ் வளர்ச்சித் துறைக்கு நன்றியைத் தெரிவித்துக் கொள்கிறேன். இந்நூலினை வெளியிட்டுப் பெருமை படுத்திய பாரதி பதிப்பகத்திற்கும் அதன் மேலாளர் க. நாகராஜன் உள்ளிட்ட தோழர்களுக்கும் நன்றி எனும் மலரினைத் தூவுகின்றேன்.

நாள்: 5.12.2023 **முனைவர் ந. ஆறுமுகம்**

சுருக்கக் குறியீட்டு விளக்கம்

உ.ஆ.	:	உரை ஆசிரியர்
க.ஆ.	:	கட்டுரை ஆசிரியர்
சூ.	:	சூத்திரம்
சே.ஆ.	:	சேகரிப்பு ஆசிரியர்
த.ஆ.	:	தமிழாக்கம்
தொ. ஆ.	:	தொகுப்பு ஆசிரியர்
ப.	:	பக்கம்
ப.ஆ.	:	பதிப்பு ஆசிரியர்
பக்.	:	பக்கங்கள்
மொ.ஆ.	:	மொழிபெயர்ப்பு ஆசிரியர்
அகத்.	:	அகத்திணை
புறத்.	:	புறத்திணை

நுழைவாயில்

நாடகவியல் அமைப்பு முறையில் தமிழ், இந்தி நவீன நாடகங்கள் ஒரு திறனாய்வு

இந்தியாவில் பேசும் மொழிகளில் தமிழும் சமஸ்கிருதமும் மிகவும் தொன்மையான மொழிகளாகும். இவ்விரண்டு மொழிகளும் இலக்கிய, இலக்கணப் பாரம்பரியத்தில் தனக்கெனத் தனித்த மரபினைக் கொண்டு திகழ்கின்றன. இலக்கியத்தில் நாடகவகைமை முக்கியமான ஒன்றாகும். அசுவகோசன், பாசன், சூத்ரகன், காளிதாஸ், பவபூதி முதலானோர்களின் நாடகங்கள் மூலம் சமஸ்கிருத நாடகங்கள் சிறந்து திகழ்வன போன்றே 'அகத்தியம்', 'செயிற்றியம்', 'சயந்தம்', 'மதிவாணர் நாடகத் தமிழ்' முதலான மறைந்த நாடகத் தமிழ் நூல்களின் மூலமும் நாடகக் காப்பியமான 'சிலப்பதிகாரத்தின்' மூலமும் தமிழ் நாடகங்களும் புகழ்பெற்றுத் திகழ்கின்றன. சமஸ்கிருத நாடக இலக்கியத்திற்குப் 'பரத நாட்டிய சாஸ்திரம்' இலக்கணமாகத் திகழ்கிறது எனின் தமிழ் நாடக இலக்கியத்திற்குச் 'சிலப்பதிகாரமும்' வி.கோ. சூரியநாராயண சாஸ்திரியின் 'நாடகவியலும்' இலக்கணங்களாகத் திகழ்கின்றன. நாடகக் கதைப் பொருள், சந்தி, நாடகவகை, அரங்க அமைப்பு, பாத்திரத்தின் இயல்பு முதலானவற்றில் இவ்விரண்டும் ஒத்தும் வேறுபட்டும் காணப்படுகின்றன. இவற்றில் நாடகப் பொருள், யோனி, விருத்தி, சந்தி, சுவை ஆகிய நாடக இலக்கணக் கூறுகள் தமிழ், இந்தி நவீன நாடகங்களில் எவ்வாறு பயின்று வந்துள்ளன என்பதை ஆராயும் நோக்கில் இந்தியில் மோகன் ராகேஷின் 'ஆஷாட் கா ஏக் தின்' (ஆடி மாதத்தில் ஒரு நாள்) என்ற நாடகத்தையும் தமிழில் இந்திரா பார்த்த சாரதியின் 'ராமாநுஜர்' என்ற நாடகத்தையும் ஒப்பிட்டுத் திறனாய்வு செய்வதாக இந்த தலைப்பு அமைகிறது.

இந்தியாவில் தோன்றிய நவீன எழுத்தாளர்களில் குறிப்பிடதக்கவர் மோகன் ராகேஷ். இவர் இந்தியாவின் வடக்குப் பகுதியில் உள்ள அமிர்தரசில் சண்டவாலி தெருவில் கி.பி.1925ஆம் ஆண்டு பிறந்தார். அவரின் இயற்பெயர் மதன் மோகன் குக்வானி என்பதாகும். வைணவ மரபில் பிறந்து

நடுத்தர வாழ்க்கை வாழ்ந்த, மோகன் ராகேஷ் இளமையிலேயே வாசிக்கும் பழக்கமுடையவர். வழக்கறிஞர் தொழிலை மேற்கொண்டு வந்த அவருடைய தந்தை, தனது அறையில் சட்டப் புத்தகங்களோடு, எண்ணற்ற இலக்கியப் புத்தகங்களையும் சேமித்து வைத்திருந்தார். அவற்றை மோகன் ராகேஷ் இளமையிலேயே வாசிக்க தொடங்கியதன் ஊடாகப் பிற்காலத்தில் சிறந்த எழுத்தாளராக உருவாகினார். மோகன் ராகேஷ் பஞ்சாப் பல்கலைக் கழகத்தில் ஆங்கிலம், இந்தி, சமஸ்கிருதம் ஆகிய மொழிகளில் முதுகலைப்பட்டம் பெற்றவர். மோகன் ராகேஷ் தனது வாழ்வில் மூன்று திருமணங்களைச் செய்து கொண்டவர். முதல், இரண்டு திருமணங்கள் குடும்பத்தினரால் நடத்தி வைக்கப்பட்டன. மூன்றாவதாகக் காதல் திருமணம் செய்து கொண்டார். முதல் மனைவி ஷீலாவுடன் கருத்து வேறுபாடு ஏற்பட்டதின் விளைவாக, ஷீலாவுடன் மணமுறிவு செய்துகொண்டார். இதனால், மனைவி ஷீலாவையும், மகன் நவநீத்தையும் பிரிந்து வாடினார். இரண்டாவதாகத் திருமணம் செய்து கொண்ட புஷ்பாவுடனும் கருத்து வேறுபாடு ஏற்பட்டதனால், மணமுறிவு செய்யாமலேயே பிரிந்து விடுகிறார். மூன்றாவதாக அனிதாவைக் காதல் திருமணம் செய்து கொண்டு பூர்வா, சாலின் என்ற இரண்டு குழந்தைகள் பெற்று அவருடன் வாழ்ந்து மறைந்தார்.

இந்திய வரலாற்றில் மோகன் ராகேஷின் வாழ்வியல் காலம் என்பது ஒரு வரலாற்று நிகழ்வாகும். சுதந்திரத்திற்கு முன் அவரது பிறப்பும் சுதந்திரத்திற்குப் பின் அவரது படைப்பும் என்ற வகையில் அவரது வாழ்க்கை முறை அமைகின்றது. மோகன் ராகேஷ் பிறந்த ஊரான அமிர்தரசு இந்திய சுதந்திரத் தின வரலாற்றில் ரத்தக்கறை படிந்த பகுதியாகும். கி.பி.1947இல் இந்திய சுதந்திரத் தினக் கொண்டாட்டத்தின் போது, இந்தியா பாகிஸ்தான் பிரிவினையால் பல பகுதிகள் பாதிப்புக்குள்ளாகின. இந்தியா, பாகிஸ்தான் பிரிவினையால் ஏற்பட்ட உள்நாட்டுச் சமய, சாதிய கலவரத்தால் பல லட்சம் மக்கள் கொலை, கற்பழிப்புக்கு ஆளாகியுள்ளனர். இந்தியா, பாகிஸ்தான் பகுதிகளைக் கட்டமைத்ததின் விளைவாக பஞ்சாப், லாகூர், கராச்சி, அமிர்தரஸ், வங்காளம் முதலான பகுதிகளில் வாழ்ந்த மக்கள் கொலை, கற்பழிப்புக்கு ஆளாக நேர்ந்ததோடு, உள்நாட்டிலேயே தமது வாழ்வாதாரத்தை இழந்து

அகதிகளாகவும், அனாதைகளாகவும் வாழும் நிலைக்குத் தள்ளப்பட்டனர். இந்த மாதிரியான சூழலில் மோகன் ராகேஷின் வாழ்க்கை முறை அமைந்ததனால் அவர் மிகவும் பாதிப்புக்குள்ளானார் என்பதாக அவருடைய நண்பர் கமலேஷ்வர் கூறுவதாவது:

1947இல் நடந்த இரண்டு நிகழ்ச்சிகள் ராகேஷை மிகவும் பாதித்தன. பாரதத்தின் பிரிவினை ஒன்று. சகோதரியின் மரணம் மற்றொன்று 'முதலாவது என்னை வேரோடு பிடுங்கி எறிந்தது போலிருந்தது. இரண்டாவது, முன்னதால் ஏற்பட்ட பிரிவினை மேலும் ஆழப்படுத்தியது'[1]

இந்தியா, பாகிஸ்தான் பிரிவினையாலும் பணியின் பொருட்டும் ஜோத்பூர், மும்பை, சிம்லா, டெல்லி, தர்மசாலா என இந்தியாவின் பல பகுதிகளில் நிலையில்லா வாழ்க்கை வாழ்ந்த மோகன் ராகேஷ். தனது படைப்புகளின் மூலம் இந்தி இலக்கிய உலகில் இன்றும் வாழ்ந்து கொண்டு வருகிறார் என்பது குறிப்பிடத்தக்கதாகும். இந்தி இலக்கிய உலகில் மோகன் ராகேஷ் அவர்களைப் பன்முக எழுத்தாளர் என்று அழைத்தல் பொருந்தும். கதையின் மூலமாக அறிமுகமான இவர். நாவல், நாடகம், கட்டுரை, மொழிபெயர்ப்பு எனப் பல துறைகளில் 1950 முதல் 1972 வரை தன்னை ஈடுபடுத்திக் கொண்டு இந்தி இலக்கிய உலகில் சிறந்து விளங்கினார்.

இந்திய நவீன நாடக ஆசிரியர்களில் இந்தி மொழியில் மோகன் ராகேஷும் தமிழ் மொழியில் இந்திரா பார்த்த சாரதியும் முக்கியமானவர்களாகத் திகழ்கின்றனர். பஞ்சாப் மாநிலம் அமிர்தரஸ் பகுதியில் பிறந்த மோகன் ராகேஷும்(1925-1972). தமிழ் நாட்டில் உள்ள கும்பகோணம் பகுதியில் பிறந்த இந்திரா பார்த்த சாரதியும் (1930-) தமது நாடகங்களின் ஊடாகச் சிறந்து விளங்கினர். சம காலத்தில் வாழ்ந்த இவ்விருவரும் வைணவச் சமயத்தைச் சேர்ந்தவர்களாகத் திகழ்வதோடு தில்லிப் பகுதியில் சமகாலத்தில் வாழ்ந்தவர்கள் என்பதும் குறிப்பிடத்தக்கது. சிறுகதை, நாவல், நாடகம், ஆசிரியர் பணி, எழுத்தாளர் எனப் பல நிலைகளில் இவ்விருவரும் ஒத்துக் காணப்படுவதோடு நாடகக் கதைத் கரு தேர்விலும் அதன்

---

1 அகிலா சிவராமன், (மொ.ஆ), *இந்திய இலக்கியச் சிற்பிகள் மோஹன் ராகேஷ்*, 1999, ப.20.

வடிவமைப்பிலும் பொருந்திக் காணப்படுவதனால் இவ்விருவரின் நாடகங்களும் இங்கு ஒப்பிடப்படுகின்றன.

சமஸ்கிருதம் - இந்தி மொழி உறவுகள்

வட இந்தியப் பகுதிகளில் தொடக்கக் காலத்தில் மக்கள் பேசிய மொழிகள் பாலி, பிராகிருதம், சமஸ்கிருதம் முதலியனவாகும். அவற்றில் சமஸ்கிருத மொழியை உயர்மொழி என்று கருதிச் சில குறிப்பிட்ட மக்கள் மட்டுமே பேசி வந்ததனால் அம்மொழி மக்களிடம் அவ்வளவாகச் செல்வாக்குப் பெற்று விளங்கவில்லை. இந்நிலையில் பாலியும், பிராகிருதமும் மக்களின் பேச்சுவழக்கு மொழியாகச் செல்வாக்குற்றிருந்தன. அக்காலகட்டத்தில் வட நாட்டின் மீது படையெடுத்த முகலாயர்கள். தில்லியைக் கைப்பற்றி ஆட்சி செய்யலானார்கள். கி.பி.1175 ஆம் ஆண்டு முகமது கோரி என்ற முகலாய மன்னன். பிருதிவிராசனைக் கொன்று தில்லியைத் தலைநகரமாக்கி ஆட்சி செய்த காலத்திலிருந்தே அவர்களுடைய மொழிகள். இந்தியாவில் மக்கள் பேசும் மொழிகளுடன் கலக்க ஆரம்பித்தன. பாரசீக மொழியுடன் மக்களின் பேச்சு வழக்கு மொழிகள் கலந்து பிற்காலத்தில் உருது மொழி தோற்றம் பெற்றது. உருது மொழி போன்றே சமஸ்கிருத மொழியினைக் கொண்டு இந்தி மொழி உருவாக்கப்பட்டதாக மறைமலையடிகள் மொழிவதாவது:

துலுக்க மன்னர் தாங்கைக் கொண்ட நகரையடுத்து முன்னமே பேசப்பட்டு வந்த பிராகிருதச் சிதைவான ஒரு மொழியில் தாங்கொணர்ந்த அராபிச் சொற்கள் பாரசீகச் சொற்களையும் மிக கலந்து தமது பாசறையிருப்பின்கட் பேசிய கலவை மொழியே அவரது காலந்தொட்டு ‘உருது’ மொழியெனப் பெயர் பெற்று நடை பெறலாயிற்று........ அதன் பின், நூல் வழக்குடையதாய் இஞ்ஞான்று வழங்கும் இந்தி மொழியானது ‘லல்லு ஜிலால்’ என்பவரால் உருது மொழியினின்றும் பிரித்துச் சீர்திருத்தஞ் செய்யப்பட்டதொன்றாகும். இதற்குமுன் உள்ளதான பிராகிருதஞ் சிதைவு மொழியிற் கலந்த பாரசீக, அராபிச் சொற்களை அறவே யொழித்துச் சமஸ்கிருத மொழிச் சொற்களை மிகுதியாய் எடுத்துச் சேர்த்து அவர் இந்தி மொழியைப் புதிதாய் உண்டாக்கினார்.[2]

---

2 மறைமலையடிகள், *இந்தி பொது மொழியா?*, 2007, ப.16.

இந்தியாவில் மிகுதியான மக்களால் பேசப்படுகின்ற இந்தி மொழியானது, அராபி, பாரசீக, உருது கலப்பின்றி சமஸ்கிருதத் துணைகொண்டு தோற்றம் பெறுவதற்கான காரணம் பற்றி ஸ்ரீ சந்திரசேகரேந்திர சரஸ்வதி கூறுவதை எஸ்.வி. ராஜதுரை நினைவுறுத்துவதாவது:

அராபிய, பாரசீகச் சொற்கள் ஒரு அந்நியமரபைச் சேர்ந்தவை; இந்துஸ் தானத்தின் மீது படையெடுத்து அதை ஆக்கிரமித்துக் கொண்டிருந்தவர்களின் மொழிகளைச் சேர்ந்தவை. சமஸ்கிருதம்தான் இந்தியாவின் உண்மையான ஆன்மாவைப் பிரதிநிதித்துவம் செய்கிறது. ஏனெனில், சமஸ்கிருதத்தில் தான் நமது சமய நூல்கள் எழுதப்பட்டுள்ளன.[3]

சமஸ்கிருதத்தின் வழி உருவாக்கப்பட்ட இந்தி மொழி தில்லி, உத்திரப் பிரதேசம், மத்தியப் பிரதேசம், ராஜஸ்தான், அரியாணா, பஞ்சாப் முதலான வட இந்தியாவின் பல்வேறு பிரதேசங்களில் பிரஜ் பாஷா, மைதிலி, கன்னோசி, கடடிபோலி முதலான கிளைமொழிகளில் பேசப்பட்டு வருகின்றது. இவ்வாறு பல கிளை மொழிகளையுடைய இந்தி மொழியில் தில்லி, உத்திரப் பிரதேசம் முதலான பல பிரதேசங்களில் மக்கள் மொழியாகவும் இலக்கிய மொழியாகவும் திகழ்ந்து வருவது இன்றைய கடிபோலி இந்தியாகும். இக்கடிபோலி மொழியின் மூலமாகச் சிறுகதை, நாவல் முதலான உரைநடை இலக்கியங்கள் வளர்ச்சியடைந்ததைப் போன்றே நாடக இலக்கியங்களும் வளர்ச்சியடைந்துள்ளன. அவ்வகையில் கடிபோலி இந்தியில் கவிதை, நாடகம் முதலானவற்றை எழுதி மக்கள் மத்தியில் கடிபோலி இந்தியைப் புழக்கத்திற்குக் கொண்டு வந்த பெருமை பாரதேந்து அரிச்சந்திரரைச் சாரும் என்பதாக மதன் கோபால் மொழிவதாவது:

(பாரதேந்து அரிச்சந்திரர்) அவர் பிரஜ் பாஷாவில் எழுதும் ஆற்றல் மிக்கவராக இருந்தாலும், எதிர்காலத் தேவையை உணர்ந்தவராகவும் காணப்பட்டார். கடிபோலியில் எழுதிய தொடக்கக் கால எழுத்தாளரும் அவரே. பிற்காலத்தில் பிரஜ் பாஷாவையும் அழித்துக் கொண்டு, கடிபோலியே தலை தூக்கியது. கல்கத்தாவிலிருந்து வெளிவந்த 'பாரத மித்ரா'வில் கடிபோலியில் எழுதப்பட்ட இவர் பாக்கள் வெளிவந்தன.

---

3 எஸ்.வி. ராஜதுரை, *இந்து இந்தி இந்தியா*, 1993, ப.136.

கடிபோலி பாக்களை வெளியிடும் பொழுதே, கடிபோலியில் பாக்கள் எழுதுவதை எவ்வகையில் தூண்டலாம் என்று வாசகர்களைக் கேட்டார். பிற்காலத்தில் வழக்கில் மிகுதியாகக் கையாளுவதற்குரிய யாப்பு வகைகளை விரிவாக விளக்கினார்.[4]

கிளை மொழிகளை மிகுதியாகக் கொண்டுள்ள இந்தி மொழியின் தோற்றம் காணுகையில் அது சமஸ்கிருதத்தின் வழித் தோற்றம் பெற்றுள்ளது என்பது புலப்படுவதோடு அதன் இலக்கியங்களும் தொடக்கத்தில் சமஸ்கிருதத்தைத் தழுவியும் மொழிபெயர்த்தும் எழுதபட்டுள்ளன என்பதும் புலப்படும்.

சமஸ்கிருத நாடக இலக்கணத்தில் இந்தி நாடகம்

இந்தி மொழியில் இலக்கியம் தோன்றியதாகக் கூறப்படும் கி.பி.16ஆம் நூற்றாண்டில் இந்தி நாடக எழுத்தாளர்கள் தொடக்கத்தில் சமஸ்கிருத நாடக இலக்கியத்தைப் பின்பற்றித் தழுவலாகவும் மொழிபெயர்ப்பாகவும் எழுதலானார்கள். இந்தி நாடகத் தந்தை என்று போற்றப்படும் பாரதேந்து அரிச்சந்திரர் இந்தி இலக்கியத்தில் புது யுகத்தைத் தோற்றுவித்தவர். கவிதை, கட்டுரை, நெடுங்கதை முதலானவற்றின் ஊடாக இந்தி இலக்கியத் துறையில் புது மாற்றம் செய்தது போன்றே உரைநடை மூலம் நாடகத் துறையிலும் மாற்றங்கள் செய்துள்ளார். இவர் பதினெட்டுக்கும் மேற்பட்ட நாடகங்களை எழுதியுள்ளார். அவற்றில் பெரும்பான்மையானவை சமஸ்கிருதத்தைப் பின்பற்றி எழுதியவையாகும். கி.பி.1868இல் வங்க இலக்கியத்திலிருந்து ‘வித்யா சுந்தரா’ என்ற நாடகத்தை மொழிபெயர்த்தார். அதனைத் தொடர்ந்து வடமொழியிலிருந்து ‘சத்திய அரிசந்திரா’, ‘சந்திராவளி’, ‘முத்ரராட்சஸம்’, ‘கனஞ்ஜய விஜயா’, ‘கர்ப்பூரி மஞ்சரி’ முதலான நாடகங்களை மொழிபெயர்த்துள்ளார். இந்தி மொழியில் நாடகங்கள் போதிய அளவு இல்லாத காரணத்தினால் மொழிபெயர்க்க நேரிடுகிறது என்பதாக பாரதேந்து குறிப்பிடுவதாவது:

பல்வேறுபட்ட துறைகளில் நூல்கள், அதிலும் குறிப்பாக மன மகிழ்ச்சிக்காகவும், உணர்ச்சிவயப்பட்ட வேகமான மொழிக்காகவும் படிக்க வேண்டிய நாடகங்கள் இந்தி

---

4 முத்துச்சண்முகன், (மொ.ஆ), *இந்திய இலக்கியச் சிற்பிகள் பாரதேந்து அரிச்சந்திரர்*, 1986, ப.32.

மொழியில் மிகவும் குறைவு. அதனால் சில நாடகங்களை இந்தியில் மொழி பெயர்த்துவிட வேண்டும் என்று ஆர்வமாய் இருக்கிறேன். சாகுந்தலத்திற்கு அடுத்தப்படியாக, ரத்னாவளி ஒரு சிறந்த நூல். அதனாலேயே அதை மொழி பெயர்க்கிறேன்... இதைத் தொடர்ந்து மற்ற மொழிபெயர்ப்புகள் வெளிவரும்.[5]

இந்தி நாடக மரபில் குறிப்பிட்டுச் சொல்லும் முறையில் நாடகங்கள் இல்லை என்பதால் தொடக்க காலத்தில் சமஸ்கிருதத்தைப் பின்பற்றி எழுதப்பட்டன என்பதாக அஸ்வகோசர் பகர்வதாவது:

ஜோத்பூர் மன்னர் சமஸ்கிருதத்திலிருந்து மொழிபெயர்த்து அளித்த பிரபோத சந்திரோதயா என்னும் நாடகமே முதல் இந்தி நாடகமாகக் கருதப்படுகிறது. இதற்குப் பிறகு இந்தி நாடகக் கலைக்குப் புதிய சக்தியும் வரமும் தந்ததில் பத்தொன்பதாம் நூற்றாண்டின் பிற்பகுதியைச் சேர்ந்த நாடக ஆசிரியரான பாரதேந்து ஹரிச்சந்திரா (1850–1885) என்பவர் மிக முக்கியமானவராகக் கருதப்படுகிறார்... சமஸ்கிருத நாடகங்களில் தேர்ச்சியும் வல்லமையும் பெற்றிருந்த இவர்... நிகழ்த்தப்படும் எந்த நாடகத்திலும் அதன் கதை, இயக்கம் சம்பந்தப்பட்ட உத்திகள் யாவும், சமஸ்கிருத நாடகத்தால் இந்திக்கு வழங்கப்பட்டுள்ளது. இவ்வுத்திகளைக் கையாண்டே இந்தியில் நாடகங்கள் எழுதப்படவேண்டும்....[6]

தொடக்கத்தில் சமஸ்கிருத மொழியினைப் பின்பற்றி எழுதிய இந்தி நாடகங்கள் பிற்காலத்தில் தனித் தன்மையுடன் வளர்ச்சி பெற்றதற்கு மூலக் காரணமாகத் திகழ்பவர் பாரதேந்து அரிசந்திராவர். இந்தி நாடக இலக்கிய முன்னோடியாகவும் நாடகத் தந்தையுமாகவும் கருதப்படுகின்ற பாரதேந்து அரிச்சந்திரர் மேற்கண்டவாறு கூறுவதன் வழி இந்தி நாடகத்தின் மரபினை அறிந்து கொள்ள முடிகிறது. சமஸ்கிருதத்திலிருந்து இந்தியில் நாடகங்களை மொழிபெயர்த்ததோடு 'சத்திய அரிச்சந்திரா', 'அந்தேரி நாக்ரீ' முதலான இந்தி மொழி நாடகங்களின் மூலம் இந்தி நாடக உலகில் சிறந்து விளங்கிய பாரதேந்து அரிச்சந்திரரைத் தொடர்ந்து இந்தி இலக்கிய

5 *மேலது, 1986, ப.35.*

6 *காமாட்சி தரணிசங்கர், இந்தி நாடகப் பனுவல் (ஆடி மாதத்தில் ஒரு நாள்), 2009, பக்.24-25.*

வளர்ச்சிக்கு வழி வகுத்தவர் ஜெய்சங்கர் பிரசாத். இந்தி நாடகத்தைத் தொடங்கி வைத்தவர் பாரதேந்து எனின் அதனை வளரச் செய்தவர் ஜெய்சங்கர் பிரசாத். இவர் 1921இல் 'விஷாகா' என்ற புத்த வரலாற்று நாடகத்தை எழுதத் தொடங்கி 'அஜாத சத்ரு', 'காமனா', 'சந்திரகுப்தா' முதலான நாடகங்கள் மூலம் இந்தி இலக்கிய வளர்ச்சிக்கு வழி வகுத்துள்ளார். இவரைத் தொடர்ந்து லட்சுமி நாராயண மிஸ்ரா, உபேந்திரநாத் ஆஷிக் உள்ளிட்டோரும் தொடக்கக் காலத்தில் சமஸ்கிருதத்தைப் பின்பற்றி எழுதியுள்ளனர் என்பது குறிப்பிடத்தக்கதாகும்.

இந்தி மொழி நாடக இலக்கியங்கள் தொடக்கத்தில் சமஸ்கிருதத்தைப் பின்பற்றித் தழுவலாகவும் மொழிபெயர்ப்பாகவும் எழுதப்பட்டிருப்பினும் ஆங்கிலேயர்களின் கல்விக்கொள்கையின் விளைவாக இந்திமொழியில் தனித்து நாடக இலக்கியம் எழுதலாயின. சுதந்திரத்திற்குப் பிறகு தோன்றிய இந்திய நவீன நாடகங்களில் மேல்நாட்டுக் கலப்பு இருப்பினும் அவற்றில் மரபுக் கூறுகள் பொதிந்தே இருக்கின்றன. அதனை, மெய்ப்பிக்கும் வகையில் இந்தி நவீன நாடக ஆசிரியரான மோகன் ராகேஷின் நாடகங்கள் அமைகின்றன. தனிமனிதனின் உளவியல் பிரச்சனை, குடும்ப உறவுகளுக்குள் ஏற்படும் சிக்கல்கள், நடுத்தர மக்களின் வாழ்க்கைச் சூழல், இன்றைய சமூகப் பிரச்சனை முதலான நடப்பியல் பிரச்சனைகளைக் காட்சிப்படுத்தும் பொருட்டுத் தொன்மத்திலிருந்தும் வரலாற்றிலிருந்தும் கதைக் கருவைத் தேர்வு செய்துள்ளதோடு, சமஸ்கிருதத்திலிருந்து சூத்ரகரின் மிருச்சகடிகை என்ற நாடகத்தையும் காளிதாசரின் சாகுந்தலம் என்ற நாடகத்தையும் இந்தி மொழியில் பெயர்த்துள்ளதன் ஊடாக மோகன் ராகேஷின் சமஸ்கிருத நாடகப் புலமை புலப்படச்செய்கிறது. இந்தி மொழி நாடகங்கள் வடமொழி நாடகங்களைப் பின்பற்றி எழுதப்பட்டுள்ளதனால் இந்தி மொழி நாடக இலக்கண மரபு என்பது சமஸ்கிருத நாட்டிய சாஸ்திர இலக்கணத்திற்குப் பொருந்த அமைந்திருக்கும் என்பதன் அடிப்படையில் இவ்வாய்வு அமைகிறது.

தமிழ், இந்தி நவீன நாடகச் சூழல்

நவீனம் என்ற சொல்லுக்குப் 'பழமையிலிருந்து மாறுபட்டுப் புதிய மாற்றங்களுக்கும் தேவைகளுக்கும் ஏற்ற முறைகளையும் தன்மைகளையும் கொண்டமைவது' என்று க்ரியா தமிழ்

அகராதியும் Modern என்ற சொல்லுக்குப் ‘புதியதும் மரபு வழக்கிலிருந்து மாறுபட்டதுமான; புதுப் பாணியிலான; புதுநடை பாங்கு’ என்று ஆங்கிலம் – ஆங்கிலம் - தமிழ் ஆக்ஸ்போர்டு அகராதியும் பொருள் கூறியுள்ளதைக் கொண்டு பார்க்கும் பொழுது, நவீனம் என்பது மரபிலிருந்து காலத்திற்கு ஏற்ற முறையில் கட்டமைக்கப்படுகின்ற ஒன்று என்று ஒருவாறு வரையறுக்க முடிகிறது.

நவீனக் காலத்தின் தொடக்கமாகத் திகழ்கின்ற கி.பி. பதினெட்டு, பத்தொன்பதாம் நூற்றாண்டுகளில் பொருளாதாரம், அறிவியல் கண்டுபிடிப்புகளினால் ஏற்பட்ட புரட்சிகரமான மாற்றங்களினால் கலை, இலக்கியம், பண்பாடு முதலானவற்றில் புதிய கருத்துக்கள் தோன்றலாயின. அவ்வகையில் மக்கள் வாழ்க்கையுடன் நேரடியாக இணைந்த நாடகக் கலையிலும் புதிய கருத்துக்கள் தோன்றலாயின. அதாவது புராணம், இதிகாசங்களைக் கொண்டு சடங்கோடு நிகழ்த்தப்பட்ட நாடக மரபில் சாதாரண மக்களைக் கதைக் கருவாகக் கொண்டு நிகழ்த்தும் மரபு தோன்றலாயின. இவ்வாறு நவீன நாடக மரபில் தோன்றிய மாற்றங்களாக மு. ஜீவா கருதுவதாவது:

> சமூக மாற்றங்களுக்கு ஏற்பவும் சமூகத் தேவைகளுக்கு ஏற்பவும் சோதனை முயற்சிகள் மேற்கொள்ளப்பட்டு வருகின்றன. மாற்றத்தில் இரண்டு நிலைகள் உள்ளன. பழமையைப் போற்றிக் காப்பதாகவும், அதனை முழுமையாக வெறுத்து ஒதுக்குவதுமான இரண்டு எதிர்மறையான உச்ச நிலைகள் நிலவி வந்துள்ளன. சமூகத்தின் தேவை என்பதற்கேற்பப் பழமையிலிருந்து கொள்ளுவதைக் கொண்டு, ஒதுக்க வேண்டியவற்றை ஒதுக்கி புதியன ஆக்குவதே நாடகத்தின் சோதனை முயற்சியாகக் கொள்ளப்படுகிறது.[7]

இவ்வாறு புதிய சோதனை முயற்சியின் மூலம் உருவாகின்ற கருத்துகள் ஏற்றுக் கொள்பவரின் தன்மையின் அடிப்படையில் புதிய வடிவம் பெறுகின்றன. மேலை நாட்டில் அரங்க வளர்ச்சியில் செய்த சோதனை முயற்சியின் மூலம் இயற்பண்பியல்(*Naturalism*), நடப்பியல்(*Realism*), குறியீட்டியல்(*Symbolism*), வெளிப்பாட்டியல்(*Expressionism*), ஆக்கவியல்(*Constructivism*) முதலான பல இயக்கங்கள் தோன்றி

---

7 மு.ஜீவா, *தமிழகத்தில் நவீன நாடக இயக்கங்கள்*, 2006, ப.44.

உலக நாடகப் போக்குகளை மாற்றுவதாய் அமைந்தன. அதன் அடிப்படையிலேயே இந்திய நவீன நாடக இயக்கங்களிலும் புதிய போக்குகள் உருவாகி இந்திய நாடக வளர்ச்சிக்கு வழி வகுக்கலாயின.

சாதாரண மக்களின் பிரச்சனைகளைப் பாடுபொருளாகக் கொண்டு நிகழ்த்திக் காட்டுகின்ற நாடகங்களில் மேலை நாட்டினாரால் புதிய முயற்சிகள் உருவாக்கப்பட்டு அவை உலக நாடகங்களின் மீது தாக்கத்தை ஏற்படுத்தியதன் விளைவாக நாடகக் கலையில் மாற்றங்கள் ஏற்படலாயின. அதன் அடிப்படையில் தமிழ், இந்தி நாடகங்களில் பார்சியர் அரங்கத்தில் செய்த ஆடை, அலங்கார, காட்சிப் புதுமைகளினாலும் சேக்ஸ்பியர், பெட்ரோல் பிரக்ட், சாமுவேல் பெக்கெட் முதலான மேலை நாடக ஆசிரியர்களின் தாக்கத்தினாலும் தில்லியில் உள்ள தேசிய நாடகப் பள்ளியின் முயற்சியினாலும் இந்திய நாடகங்களிலும் மாற்றங்கள் ஏற்படலாயின.

தமிழ், இந்தி நாடகங்களில் ஏற்பட்ட மாற்றம்

உலகில் உள்ள தொன்மையான மொழிகளில் ஒன்றாகத் திகழ்கின்ற தமிழ் மொழியில் நாடகத் தோற்றம் பற்றிக் காணின் மிகவும் பழமையான மரபினை உடையது என்பது புலப்படும். தமிழில் கிடைத்துள்ள பழைமையான இலக்கண, இலக்கிய நூல்களான தொல்காப்பியம், சங்க இலக்கியம், சிலப்பதிகாரம் முதலான நூல்களில் நாடகம் என்ற சொல் பயின்று வந்துள்ளதைக் கொண்டும் நாடகக் குறிப்புகள் மிகுந்து காணப்படுவதைக் கொண்டும் தமிழ் நாடகத்தின் பழமையினை அறிந்து கொள்ள முடிகின்றது. மேலும் தமிழில் மறைந்து போன நாடகநூல்களான அகத்தியம், குணநூல், சயந்தம், மதிவாணர் நாடகத் தமிழ், முறுவல் முதலான நாடக நூல்களைக் கொண்டும் குறவஞ்சி, பள்ளு, கீர்த்தனை முதலான நாடக இலக்கியங்களைக் கொண்டு பார்க்கும் போதும் தமிழில் நாடகம் என்பது தொன்று தொட்டு இருந்துள்ளதைக் காணமுடிகின்றது.

தமிழ் நாடகங்களில் காலந்தோறும் மாற்றங்கள் ஏற்பட்டு வருகின்றன எனினும் பெ. சுந்தரம் பிள்ளையவர்கள் 1891இல் ஆங்கிலத்தில் லிட்டன் பிரபு எழுதிய *The Lost Tale of Miletus or The Secret Way* (இரகசிய வழி அல்லது மறைவழி) என்ற

செய்யுள் நூலைத் தழுவி 'மனோன்மணியம்' என்ற நாடகநூலை எழுதியதன் ஊடாகத் தமிழ் நாடகம் வளர்ச்சியடைந்தது போலவே பிற மொழி நாடகத் தழுவலினாலும் மொழிபெயர்ப்பினாலும் தமிழ் நாடகங்கள் மேலும் செழுமையடைந்துள்ளன. சங்கரதாஸ் சுவாமிகள், சூரிய நாராயண சாஸ்திரி, பம்மல் சம்பந்தம் முதலானோரின் புலமையால் தமிழ் நாடகங்கள் மேலும் வளர்ச்சியடையலாயின.

தமிழ் நாடகங்கள் செய்யுள் வடிவில் இசையை மிகுதியாகக் கொண்டு வெட்ட வெளியில் ஆடிக் கொண்டிருந்த நிலையில் பார்சிய மராட்டிய நாடகக் குழுவின் வருகையினால் கூத்து, கீர்த்தனை, பார்சிய நாடக வடிவம் ஆகிய மூன்றும் இணைந்து விலாசம் என்ற புது வகை தோன்றித் தமிழ் நாடகம் செழுமைப்படுத்தப்பட்டு நாடக அரங்கத்தில் புதுமைகள் ஏற்படலாயின. அதாவது கண்ணைக் கவரும் ஆடைகளையும் மலை, ஆறு, கோட்டை முதலான காட்சிகளைக் கொண்ட திரைச் சீலைகளையும் கொண்டு அரங்கத்தைக் கட்டமைத்ததன் ஊடாகத் தமிழ் நாடக அரங்க அமைப்பிலும் மாற்றங்கள் ஏற்படலாயின. பார்சி தியேட்டர் வருகையினால் தமிழ் நாடகங்கள் மாற்றம் பெற்றன என்பதை மு. வரதராசன் கூறுவதன் வழி உணர்ந்து கொள்ள முடிகிறது.

மகாராஷ்டிரத்திலிருந்து நாடகக் கம்பெனிகள் வந்து தமிழ் நாட்டில் நடித்துப் புது வழி காட்டியபின், தமிழ் நாடகத்தில் சில சீர்திருத்தங்கள் ஏற்பட்டன. தமிழ் நாடகத்தில் பாடல் குறைந்து உரைநடைப் பேச்சு மிகுந்ததும், கூடியவரையில் வாழ்க்கையை ஒட்டியே நடிப்பு அமைந்ததும் அப்பொழுது ஏற்பட்ட சிறப்புடைய சபையும் வேறு சில அமெச்சூர் நாடகக் குழுக்களும் இந்த நல்ல மாறுதல்களைப் போற்றி வளர்க்கத் தொடங்கின....இரவெல்லாம் நாடகம் நடித்து விடியற்காலையில் முடிக்கும் வழக்கத்தை மாற்றி, மூன்று மணி நான்கு மணி நேரத்தில் நாடகத்தைச் சுவையாக நடித்துக் காட்டும் வழக்கம் ஏற்பட்டது. இசையே பெரும் பங்காக இருந்த நிலை மாறி, பேச்சும் நடிப்பும் சிறப்புப் பெறும் நிலைமை வந்தது.[8]

பார்சி தியேட்டரினால் தமிழ் நாடகங்களில் மாற்றம் ஏற்பட்டது போன்றே தில்லி, ஆக்ரா முதலான பகுதியில் இருந்த இந்தி மொழி நாடகங்களிலும் மாற்றங்கள் ஏற்பட்டன என்பதைக் கீழ் வரும் கூற்று உறுதிப்படுத்துகிறது.

8 மு. வரதராசன், *தமிழ் இலக்கிய வரலாறு*, 1978, ப.272.

பாரசீகத்திலிருந்து (இன்றைய ஈரான்) கி.பி. எட்டாம் நூற்றாண்டு வாக்கில் இந்தியா வந்து குடியேறியவர்கள் பார்சிகள் எனப்பட்டனர். இவர்கள் பம்பாய் நகரைச் சுற்றி அடர்த்தியாக வாழ்ந்தார்கள். பம்பாயில் வசித்த இந்த பார்சி இனத்தவர் நாடகத்தில் ஆர்வம் காட்டினார்கள். நாடகத்தை வர்த்தக ரீதியில் ஒரு தொழிலாக நடத்த அவர்கள் கருதினார்கள்.1870-களில் தொடங்கப்பட்ட நாடகக் கம்பெனிகள் பின்னர் வடக்கில் இந்தி மொழி பேசும் அனைத்துப் பகுதிகளுக்கும் பரவியது.[9]

இந்திய நாடகங்களில் மாற்றங்கள் ஏற்படுவதற்கு பார்சி தியேட்டர் முக்கியக் காரணியமாகத் திகழ்ந்ததைத் தொடர்ந்து மண்ணின் கலைகளை வளர்க்கும் பொருட்டு சாகித்ய அக்காதெமி, சங்கீத நாடக அக்காதெமி முதலானவை உருவாக்கப்பட்டு அவற்றின் ஊடாகக் கலைகள் வளர்க்கும் முயற்சிகள் மேற்கொள்ளப்பட்டன. அந்த வகையிலேயே நாடகக் கலையை வளர்க்கும் பொருட்டுக் கி.பி.1957இல் தேசிய நாடகப் பள்ளி உருவாக்கப்பட்டது. தேசிய நாடகப் பள்ளியின் மூலம் பல நாடகங்கள் மேடை ஏற்றப்பட்டு உலக அரங்கினால் புகழப்பட்டன. தேசிய நாடகப் பள்ளி இயக்குநர்களில் இப்ரஹீம் அல்காசி முக்கியமானவராகத் திகழ்கிறார். அவர் இந்திய நாடகங்களின் தன்மையினை வளர்க்கும் பொருட்டு இந்திய நாடகங்களை இந்தியிலே மேடை ஏற்கச் செய்தார். இதனால், இந்திய நாடக ஆசிரியர்கள் பாதல் சார்க்கார், மோகன் ராகேஷ், ஹபீப் தன்வீர், விஜய் டெண்டுல்கர், கிரிஷ் கர்னாட், எஸ்.பி. சீனுவாசன், சே. ராமானுஜம், இந்திரா பார்த்தசாரதி, ந. முத்துசாமி முதலான பலர் பிரபலமடயலானார்கள். தேசிய நாடகப் பள்ளியின் மூலம் இந்திய நாடக ஆசிரியர்கள் புகழ் பெற்றதோடு, அவர்களுடைய நாடகங்களின் பாடுபொருள்களும் அரங்க அமைப்பிலும் புதிய மாற்றங்கள் வளர்வதற்கு வழி வகுத்தன என்பதாக சரஸ்வதி ராம்நாத் கூறுவதாவது:

அறுபதுகளில் இப்ரஹீம் அல்காஜி, சத்ய தேவ் தூபே, சியாமாநந்த்ஜாலான் போன்ற இயக்குனர்கள், நாடகங்களை மக்களிடையே இட்டுச் சென்று அவர்களது கவனத்தைக் கவர

---

9 என்.காமாட்சி, *தமிழ் நாடகம், இந்தி நாடகம் – ஓர் ஒப்பாய்வு*, 2008, ப.35.

முயற்சித்தனர். நாடகம் என்பது வெறும் பொழுதுபோக்கு மட்டுமல்ல, சிந்திக்க வைக்கவும் கூடியது என்பதை இவர்கள் உணர்த்த முயன்றனர். ஒரு நாடகத்தைச் சிறந்த கலைப்படைப்பாக, டெக்னிகலாகவும், குறியீட்டு உத்திகள், படிமங்கள் மூலமாகவும் உருவாக்குவதுதான் நவீன நாடகம் என்பதை இவர்கள் ஏற்கவில்லை. இவர்களது இயக்கத்தில் உருவான நாடகங்களில் கலை வடிவத்திற்கும் உத்திக்கும் புதுமையான வடிவங்களை அளித்தாலும் பார்வையாளர்களுக்கு அது புரியும்படியாக இருப்பதைக் கருத்தில் கொண்டனர். இலக்கியம் என்பது வாழ்க்கை விமர்சனம் என்பது போல, இலக்கியத்தின் ஒரு அம்சமான நாடகமும் வாழ்க்கையின் விமர்சனம்தான் என்பதை அறுபது எழுபதுகளில் தோன்றிய நாடக ஆசிரியர்கள் நம்பினார்கள்.[10]

இந்தியாவில் நாடக ஆசிரியர்களும் அவர்களுடைய நாடகங்களும் மக்கள் மத்தியில் புகழப்பட்டதோடு, இந்திய நாடகத்தின் தொன்மையை அல்லது மண்ணின் கலைகளுக்கு முக்கியத்துவம் கொடுத்து இந்திய நாடகங்கள் வளர்வதற்குத் தேசிய நாடகப் பள்ளியும் அதில் இயக்குநராகப் பணியாற்றிய அல்காசியும் அவரது மாணவர்களும் முக்கியப் பங்காற்றினர் என்பதாக வெங்கட் சாமிநாதன் மொழிவதாவது:

பல பிராந்தியங்களிலிருந்து நிறைய நாடக ஆசிரியர்கள் முதன் முதலாக நாடக ஆசிரியர்களாக அறிமுகமானதே, அவர்கள் நாடகங்கள் முதன் முதலாக அரங்கேறியதே, தேசிய நாடகப் பள்ளியினால்தான்....கிரிஷ்கர்னாடை கன்னட நாடக உலகத்திற்கு அறிமுகப்படுத்தியது தேசிய நாடகப் பள்ளிதான். ஹிந்தி நாடக உலகிற்கு இந்த நாடக ஆசிரியர்கள் என்கிற மாதிரி மோகன் ராகேஷ், சுரேந்திர வர்மா, தர்மவீர் பாரதி ஆகியோரை அளித்தது தேசிய நாடகப் பள்ளிதான்.[11]

இந்திய நாடகங்கள் மரபார்ந்த கலைகளுடன் புதிய சிந்தனைகளை ஏற்று வளர்ச்சி பெற்று வருவன போன்றே

---

10 சரஸ்வதி ராம்நாத், (க.ஆ), *சமகால இந்தி நாடகங்கள், வெளி நாடக இதழ் – 6,* (ஜூலை-ஆகஸ்ட்),1991, ப.5.

11 வெங்கட்சாமிநாதன், *அன்றைய வறட்சியிலிருந்து இன்றைய முயற்சி வரை,1985,* பக்.184-185.

இருபதாம் நூற்றாண்டில் எழுதப்பட்ட நவீன நாடகங்களிலும் மாற்றங்கள் ஏற்பட்டு வருகின்றன. இந்நிலையில் நவீன நாடகங்களில் பொதிந்துள்ள மரபினை மீளாய்வு செய்து இந்திய நாடக அரங்கத்தை வளர்த்தெடுக்கும் முயற்சி மேற்கொள்ளப்பட்டு ஆய்வுகள் நடைபெறலாயின. அதன் அடிப்படையில் இருபதாம் நூற்றாண்டில் இந்திய நவீன நாடகங்கள் மரபுக் கலைகளைப் பின்பற்றி நிகழ்த்தி வருகின்றன.

தமிழ், இந்தி நவீன நாடகங்களில் மரபின் நீட்சி

மக்களின் வாழ்க்கையை நேரடியாகப் பிரதிபலித்துக் கட்டுகின்ற நாடக இலக்கியம் ஒரு குறிப்பிட்ட காலகட்டத்தில் மிகுதியாகவும் சில காலகட்டத்தில் அருகியும் காணப்படுவதற்கு அரசியல், சமூகம், பண்பாடு உள்ளிட்டவை முக்கியக் காரணங்களாகத் திகழ்கின்றன. அந்த வகையில் ஆடல், கூத்து, அபிநயம், நாட்டியம், நாடகம் எனப் பல பெயர்களைத் தாங்கியுள்ள இந்திய நாடக மரபு பதினெட்டு, பத்தொன்பதாம் நூற்றாண்டுகளில் ஐரோப்பியர்கள் இந்தியாவிற்கு வருகைபுரிந்ததின் ஊடாகக் கலை, இலக்கியம், அன்றாட வாழ்க்கை முதலானவற்றில் மாற்றங்கள் ஏற்பட்டுக் கல்வி, தொடர்பு சாதனங்கள் உள்ளிட்டவையில் புதிய கருத்துக்கள் தோன்றலாயின போன்றே நாடக இலக்கியத்திலும் புதிய கருத்துக்கள் ஏற்படலாயின. நாடகக் கதைக்கரு, வடிவம், அரங்க அமைப்பு முதலானவற்றில் மாற்றங்கள் ஏற்பட்டு இந்திய நாடகங்கள் உலக நாடக அரங்கில் சிறந்து திகழ்வனவாக அமைந்தன. இந்நிலையில் தமிழ், இந்தி நவீன நாடகங்கள் மேலை நாட்டுத் தாக்கத்திற்கு ஆட்பட்டுத் தமது வடிவத்தில் பல மாற்றங்கள் ஏற்படுத்தி உலக நாடக அரங்கில் போற்றும் வகையில் சிறந்தனவாக விளங்கினாலும் அவை மரபின் கூறுகளைத் தனக்குள் உட்கிரகித்துக் கொண்டே இயங்கலாயின என்பவற்றைக் கண்டறியும் நோக்கில் தில்லியில் 1967இல் கிழக்கு மேற்கு நாடகக் கருத்தரங்கு ஒன்று நடைபெற்று அதில் ஏற்றப்பட்ட தீர்மானங்களில் 'தத்தம் பண்பாட்டு அடிப்படையிலான அரங்குகளைத் தோற்றுவித்தல் இன்றைய தலையாயப் பிரச்சினைகளைப் பிரதிபலித்தல்' என்பது முக்கியாமானது என்று சே. ராமானுஜம் குறிப்பிடுவதையும் 1971இல் டெல்லியில் நடந்த வட்ட மேசைக் கருத்தரங்கில், 'தற்கால நாடக அரங்கிற்கும், மரபுவழி அரங்கக்

கலைஞர்களுக்கும் உள்ள தொடர்புகள் பற்றிப் பேசப்பட்டுள்ளன' என்ற மற்றொருவரின் கருத்தை மு. ஜீவா சான்று காட்டுவதன் வழியும் இந்திய நவீன நாடகங்கள் வளர்ச்சி பெற்ற முறையினை விளங்கிக் கொள்ள முடிகின்றது. தமிழ் நவீன நாடகங்களின் வளர்ச்சி என்பது சே. ராமானுஜம் அவர்கள் 1977 ஆம் ஆண்டு காந்திகிராம கல்சுரல் அக்காதெமி சார்பில் ஏழு நாள் பயிற்சி முகாம் நடத்தியதும் அதனைத் தொடர்ந்து எஸ்.பி. சீனிவாசன், ராமானுஜம் முதலானோரால் 1978இல் காந்தி கிராமப் பல்கலைக் கழகத்தில் நடந்த 70 நாள் பயிற்சி முகாமும் தமிழில் நவீன நாடகம் வளர்ச்சி பெறுவதற்கு வழி வகுத்தன. இவற்றில் பங்கு பெற்றோர் நவீன நாடக இயக்கங்களைத் தொடங்கி நவீன நாடக வளர்ச்சிக்கு வழி வகுத்துள்ளனர்.

நாடகவியல் அமைப்பு முறையில் 'ஆடி மாதத்தில் ஒரு நாள்', 'ராமாநுஜர்' நாடகங்கள்

இந்தி நவீன நாடகமரபில் குறிப்பிடத்தக்கவராகக் கருதுபவர் மோகன் ராகேஷ். இவர் தனது முதல் நாடகமான 'ஆஷாட் கா ஏக் தின்' என்ற நாடகத்தை சமஸ்கிருத இலக்கியத் தாக்கமாகவே இயற்றியுள்ளார் என்பதை இந்நாடகத் தலைப்பு, நாடகத் தலைவன் பாத்திரம் முதலானவற்றின் மூலம் கண்டுணர முடிகின்றது. காளிதாசனையும் அவனுடைய மேகசந்தேசம் நூலின் முதல் வரியையும் கொண்டு இந்நாடகத்தை எழுதியுள்ளதின் வழித் தெளிவாகின்றது. இந்தி நாடக இலக்கணம் என்பது சமஸ்கிருத நாடக இலக்கணமான பரதநாட்டிய சாஸ்திரத்தைப் பின்பற்றியதாகும். எனவே, பரதநாட்டிய சாஸ்திர இலக்கணத்தின் அடிப்படையில் மோகன் ராகேஷ் நாடகம் திறனாய்வு செய்யப்படுகிறது எனினும் வி. கோ. சூரிய நாராயண சாஸ்திரியார் எழுதிய நாடகவியல் தமிழ் நாடகங்களையும் வடமொழி நாடகங்களையும் தழுவி எழுதப்பட்டுள்ளதனால் இந்நூலை முதன்மையாகக் கொண்டே இந்தியில் மோகன் ராகேஷ் எழுதிய 'ஆஷாட் கா ஏக் தின்' (ஆடி மாதத்தில் ஒரு நாள்) நாடகம்; தமிழில் இந்திரா பார்த்த சாரதி எழுதிய 'ராமாநுஜர்' என்ற நாடகம் என இரு மொழி நாடகங்களும் இங்குத் திறனாய்வு செய்யப்படுகின்றன.

நாடக இலக்கணம்

உலக மக்களின் இன்ப துன்பங்களைச் சித்திரித்துக் காட்டும் சாதனமாக நாடகம் திகழ்கின்றது. அறம், பொருள்,

இன்பம், வீடு என்ற நான்கு உறுதிப் பொருள்களில் அமைந்து, பொய்யுரை, மெய்யுரை, புனைந்துரை ஆகிய முத்திறக் கதைகளில் ஒன்றினை ஏற்று நகை, அழுகை முதலான ஒன்பான் சுவைகளில் பெருமிதம், உவகை சுவைகள் ஓங்க, அறிவுடையோரும் ஒழுக்கத்தில் சிறந்தோருமான மாந்தர்களைத் தலைமைப் பாத்திரமாக ஏற்று, முகம், பிரதிமுகம் உள்ளிட்ட ஐவகைச் சந்தியில் அமைந்து நாடகம், பிரகரணம் முதலான பத்துவகை நாடகங்களாகத் திகழ்கின்ற நாடக இலக்கியத்தின் இலக்கணம் பற்றிப் பரதர் கூறுவதாவது:

புகழ்பெற்ற கதையுள்ளதும், நற்பண்புகளை நிறைவாகக் கொண்ட மிக்க பெருமையுடையவனும் ஆன தலைவனைக் கொண்டது நாடகம்... நாடகம் அறம் பொருள் இன்பம் வீடு எனும் நாற்பெரும் பேறுகளை உணர்த்துவதாக அமைந்திருக்க வேண்டும். இவற்றில் பொருளும், காமமும் மிகுந்த அளவில் கொண்டிருக்க வேண்டும். அங்கம், பிரவேசம் ஆகியவற்றுடன் கூடியதாக வேண்டும். பல சுவைகளையூட்டுவதால், பலவகை சுகதுக்கங்களைத் தோற்றுவிக்கும் நிகழ்ச்சிகளைக் கொண்ட மன்னர்களின் வரலாறு நாடகத்தின் முக்கியக் கதையாக வேண்டும்.[12]

தமிழில் நாடகவியல் என்ற இலக்கண நூலை எழுதியுள்ள வி.கோ. சூரிய நாராயண சாஸ்திரியார் நாடகத்தின் பொது இயல்புகளாகக் கீழ்வருமாறு மொழிவதாவது:

பொதுவியல் பென்பது பொருந்தக் கூறின்
முத்திறக் கதையினு ளொருதிறக் கதைகொளீஇ
நாற்பொரு ளோடுமைஞ் சந்தியுந் தழுவி
யொன்பான் சுவையு ளுரைத்தன வுடைத்தாய்
....[13]

நாடக இலக்கியத்திற்குப் பரதர், வி.கோ. சூரிய நாராயண சாஸ்திரியார் ஆகியோர் இலக்கணம் கூறியுள்ளதைப் போன்றே இளங்கோவடிகள் மாதவிக்கு நடனப் பயிற்சி கொடுத்த ஆடலாசான் தகுதிகளைக் கூறுவதின் வழி நாடகத்திற்கு இலக்கணம் கூறுகிறார். கற்றல், கேட்டல், காட்சி முதலான வகைகளில் இயங்கும் தன்மை கொண்ட நாடக இலக்கியத்தை

12 எஸ்.என். ஸ்ரீராமதேசிகன், (மொ.ஆ), *பரதநாட்டிய சாஸ்திரம்*, 2001, ப.221.
13 வி.கோ. சூரியநாராயண சாஸ்திரியார், *நாடகவியல்*, 1934, சூ.11.

நிகழ்த்துபவர் இயல், இசை, நடனம் உள்ளிட்ட பல்வேறு துறைகளில் வல்லுனராகத் திகழ்வர். நாடக ஆசிரியரின் இலக்கணமாகச் சிலப்பதிகார அரங்கேற்றுக் காதை உரையில் அடியார்க்கு நல்லார் விளக்குவதாவது:

விலக்குறப் பென்பது விரிக்குங் காலைப், பொருளும் யோனியும் விருத்தியுஞ் சந்தியும், சுவையுஞ் சாதியுங் குறிப்புஞ்சத் துவமும், அவிநயஞ் சொல்லே சொல்வகை வண்ணமும், வரியுஞ் சேதமு முளப்படத்தொகைஇ, இசைய வெண்ணி னீரே ழுறுப்பே.[14]

நாடகப் பொருள் உள்ளிட்ட துறைகளில் புலமைவாய்ந்த ஆசிரியரிடம் பயிற்சி கொண்டவள் என்று மாதவி பெருமிதம் கொள்வதன் ஊடாக நாடக ஆசிரியரின் புலமையை அறிந்து கொள்வதோடு தமிழ் நாடக இலக்கணக் கூறுகளையும் அறிந்து கொள்ளமுடிகின்றது. நாடகம் சிறந்து விளங்குவதற்கு அல்லது முழுமையடைவதற்கு நாடகப் பொருள், யோனி, விருத்தி, சந்தி, சுவை முதலான நாடக இலக்கணக் கூறுகள் பொருத்தமாகத் திகழ்கின்றன. இவ்விலக்கணக் கூறுகள் தமிழ், இந்தி நவீன நாடகங்களில் பொருந்த காட்சியளிக்கச் செய்கின்றன.

நாடகக் கதை அல்லது யோனி

நாடகக் கதையை நாடக ஆசிரியன் உருவாக்கும் முறையே யோனி எனப்படும். நாடகக் கதைப் பொருளை நாடக ஆசிரியன் மூன்று நிலைகளில் உருவாக்குகிறான். இதனைப் பற்றி வி.கோ. சூரிய நாராயண சாஸ்திரியார் கீழ்வருமாறு குறிப்பிடுகின்றார்.

கதையெனப் படுவது கழறுங் காலை
பஃறலைப் பட்ட பண்புடைத் தாகிப்
பொய்யுரை மெய்யுரை புனைந்துரை யெனாஅ
முத்திறப் படுமென மொழிந்தனர் புலவர்.[15]

நாடகக் கதைப் பொருள் உருவாக்கும் பொய்யுரை, மெய்யுரை, புனைந்துரை ஆகிய மூன்று வகையில் இவ்விரு

---

14 உ.வே.சா, (ப.ஆ), *இளங்கோவடிகளருளிச் செய்த சிலப்பதிகார மூலமும் அரும்பதவுரையும் அடியார்க்கு நல்லாருரையும்*, 2008, ப.82.

15 வி.கோ. சூரியநாராயண சாஸ்திரியார், *நாடகவியல்*, 1934, சூ.12.

நாடகங்களையும் மூன்றாவது வகையான புனைந்துரையில் பொருத்திப் பார்க்கலாம். புனைந்துரையாவது உண்மையான கதையில் கற்பனை புனைந்து நாடக ஆசிரியனால் படைக்கப்படுவதாகும். புனைந்துரை பற்றி வி.கோ. சூரிய நாராயண சாஸ்திரியார் பகர்வதாவது:

மெய்யுரை தன்னோடு வேற்றுமை சிறிதுறப்
பொய்யுரை கலந்து புனைந்துரைப் பதனைப்
புனைந்துரை யாகப் பொறித்தன ரான்றோர்.[16]

மோகன் ராகேஷும் இந்திரா பார்த்த சாரதியும் அவர்கள் காலத்தில் நிகழ்ந்த கதையினுள் கற்பனையைச் சேர்த்து இவ்விரு நாடகங்களையும் படைத்துள்ளனர். இதனை வி.கோ. சூரிய நாராயண சாஸ்திரியார் கூறுகின்ற யோனி என்ற நாடகக் கதை உருவாக்கத்தில் வகைப்படுத்த முடிகிறது.

உள்ளோன் றலைவனாவுள்ள துரைத்தலு
மில்லோன் றலைவனா வில்ல திசைத்தலு
....
பெருமைசால் யோனிப் பெயரின வாகும்.[17]

ஆடி மாதத்தில் ஒரு நாள் நாடகத்தின் தலைவன் காளிதாசன் கி.பி. நான்காம் நூற்றாண்டுகளில் இரண்டாம் சந்திரகுப்தன் என்கிற விக்கிரமாதித்தனின் உஜ்ஜைனி அரசவையில் இடம்பெற்ற ஒன்பது புலவர்களில் ஒருவராய்த் தலைமை வகித்தவனாவான். அதே போன்று ராமானுஜர் நாடகத் தலைவன் ராமானுஜம் கி.பி. பன்னிரெண்டாம் நூற்றாண்டில் வாழ்ந்த வைணவச் சீர்திருத்தவாதி. ஆக, இரு தலைமைப் பாத்திரங்களும் உலகில் உண்மையாய் வாழ்ந்தவர்கள் என்பதை உலக மக்கள் அறிவர். இவ்வாறு உலகில் உண்மையாய் வாழ்ந்த மனிதர்களைக் கொண்டு உலகில் நிகழ்ந்த உண்மைக் கதைகளில் கற்பனை புனைந்து இவ்விரு நாடக ஆசிரியர்களும் படைத்துள்ளமை கொண்டு ‘உள்ளோன் தலைவன் உள்ளது உரைத்தலும்’ என்ற யோனி உத்தியின்படி நாடகக் கதை உருவாக்கத்தில் இவ்விரு நாடகக் கதை உருவாக்கங்களும் ஒத்துப் போகின்றன.

---

16 மேலது, 1934, சூ.16.

17 மேலது, 1934, சூ.17.

நாடக விருத்தி

நாடக விருத்தி என்பது நாடகக் கதையை வளர்த்தெடுக்கும் நாடக அழகியலாகும். இதனைப் பற்றி வி.கோ. சூரிய நாராயண சாஸ்திரியார் கீழ்வருமாறு கூறுவதன் வழி விளங்கிக் கொள்ள முடிகிறது.

நாடகத் திற்கெழி னல்குகந் தாயா
யுறுதிப் பொருடா னிஃதென வுரைத்துந்
தலைவ ராவா ரிவரெனச் சாற்றியுஞ்
சுவையி னமைதி தெரிக்குஞ் சொற்றொடை
மேவியு நிற்பது விருத்தி யாகும்.[18]

இவ்வாறு நாடகத்திற்குத் தேவையான பொருள் தெளிவு, சுவை அமைதி, சொற்றொடை பயன்பாடு, நாடகப் பத்திர அமைப்பு முதலானவற்றால் ஒரு நாடகம் சிறப்புறத் திகழ்வதற்கு நாடக விருத்தி பயன்படுகிறது. இதனைப் பரதர் கீழ் வருமாறு விளக்குவதாவது:

விருத்தி என்னும் சொல்லுக்குச் செயல், தொழில், என்பது பொருளாகும். சொல், மனம், செயல் எனும் மூன்றும் இணைந்த செயற்பாடு விருத்தி எனப்படும்.[19]

நாடகத்திற்கு அழகு சேர்க்கின்ற விருத்தி நான்கு வகைப்படும். அவை சாத்துவதி, ஆரபடி, கைசிகி, பாரதி என்பனவாகும். இவற்றில் மோகன் ராகேஷ் நாடகம் கைசிகி வகையையும் இந்திரா பார்த்த சாரதி நாடகம் சாத்துவதி வகையையும் சார்ந்ததாகும். அதாவது காதல் தன்மையில் மனிதர்களைப் பாத்திரமாகக் கொண்டு ‘ஆடி மாதத்தில் ஒருநாள்’ நாடகமும் தெய்வத்துடன் தொடர்பு கொள்ளும் நிலையில் மனிதர்களைப் பாத்திரமாகக் கொண்டு ‘ராமானுஜர்’ நாடகமும் அமைந்துள்ளன.

நாடகச் சந்தி பொருள் விளக்கம்

நாடகக் கதை, தொடக்கம் முதல் முடிவு வரை பொருத்தமாய் ஒன்றுடன் ஒன்று பொருந்தி ஓர் ஒழுங்கமைவோடு இயங்குவதற்கு நாடகச் சந்தி துணை செய்கிறது. நாடகப் பொருள், விருத்தி முதலான நாடக இலக்கணக் கூறுகளில் நாடகச் சந்தி

---

18 *மேலது*, 1934, சூ.167.

19 எஸ்.என். ஸ்ரீராமதேசிகன், (மொ.ஆ), *பரதநாட்டிய சாஸ்திரம்*, 2001, ப.263.

முக்கியமானதாகக் கருதப்படுகிறது. இதனைக் கொண்டே நாடகத்தின் இயல்பினை விளங்கிக் கொள்ள முடிகிறது. அவ்வாறு முக்கியமானதாகத் திகழ்கின்ற நாடகச் சந்தி பற்றிப் பரதர் மொழிவதாவது:

கதையில் உள்ள நிகழ்ச்சிகள் அனைத்தும் முக்கியக் கதையுடன் இணைந்திருக்க வேண்டும் இவ்வாறு அமைவதற்குப் பயன்படும் இணைப்புகள் சந்தி உறுப்புகள் எனப்படும். இவை கதையின் சிறப்பாகப் பயனை நோக்கி அதற்குத் தகுந்தபடி அமைந்திருக்க வேண்டும்.[20]

பரதர் சந்தி ஐந்து வகைப்படும் என்கிறார். அவை முகச் சந்தி, பிரதிமுகச் சந்தி, கர்ப்பச் சந்தி, விமர்சச் சந்தி, நிர்வஹணச் சந்தி என்பனவாகும். ஐவகை சந்திகளும் முறையே முகச் சந்தி உறுப்புக்கள் 12, பிரதிமுகச் சந்தி உறுப்புக்கள் 13, கருப்பச் சந்தி உறுப்புக்கள் 13, விமர்சச் சந்தி உறுப்புக்கள் 13, நிர்வகணச் சந்தி உறுப்புகள் 14 எனச் சந்தி உறுப்புகள் அறுபத்தி நான்காகும் என்கிறார். நாடகம் சிறப்புற இயங்குவதற்கு இச்சந்தியுறுப்புகள் பயன்படுவதாகப் பரதர் மேலும் விளக்குவதாவது:

நாடகத்தில் தலைவனுடைய விருப்பத்தைச் சார்ந்த பொருள்களைப் விரிவுபடுத்தல், கதை சுவை குறையாமல் நன்கு தொடர்ந்திருத்தல், நாடகத்தைக் காண்போருக்குச் சுவை மிகுதியாக்குதல், மறைக்க வேண்டிய பொருள்களை நன்கு மறைத்தல்(அவ்வாறு மறைந்திருப்பதால் காண்போருக்கு இனிமேல் என்ன ஆகும் என்ற ஆர்வத்தைத் தூண்டி விடும்), கதையை வியப்பூட்டும் வண்ணம் விளங்கச் செய்தல், நன்கு புலப்படுத்த வேண்டிய பொருள்களைத் தெளிவுபடச் செய்தல் என்பன ஆறும் இந்தச் சந்தி உறுப்புகளின் பயன்களாகும்.[21]

சிலப்பதிகாரத்தில் ஆடலாசான் தகுதிகளைக் கூறும் போது அடியார்க்கு நல்லார் சந்தியை ஐவகைப்படுத்தி உரையெழுதுகின்றார். அவை கீழ்வருமாறு:

முகமாவது: எழுவகைப் பட்ட உழவினாற் சமைக்கப்பட்ட பூமியுள் இட்ட வித்துப் பருவஞ் செய்து முளைத்து மடிவது போல்வது;

---

20 மேலது, 2001, ப.246.

21 மேலது, 2001, ப.246.

பிரதிமுகமாவது: அங்ஙனம் முளைத்தல் முதலாய் இலைதோன்றி நாற்றாய் முடிவது போல்வது;

கருப்பமாவது: அந்நாற்று முதலாய்க் கருவிலிருந்து பெருகித் தன்னுட் பொருள் பொதிந்து கருப்பமுற்றி நிற்பது;

விளைவாவது: கருப்பமுதலாய் விரிந்து கதிர் திரண்டிட்டுக் காய் தாழ்ந்து முற்றி விளைந்து முடிவது போல்வது;

துய்த்தலாவது: விளையப்பட்ட பொருளை அறுத்துப் போரிட்டுக் கடாவிட்டுத் தூற்றிப் பொலிசெய்து கொண்டுபோய் உண்டு மகிழ்வது போல்வது.[22]

சந்தி பொருள், சந்தி வகைப்பாடு முதலானவற்றில் தமிழ், சமஸ்கிருத இலக்கணங்கள் ஒத்துக் காணப்படுவதனால் தமிழ், இந்தி நாடகங்களில் சந்தி அமைப்பு முறை பொதுநிலையில் ஒப்பிடப்படுகின்றது.

'ஆடி மாதத்தில் ஒரு நாள்', 'ராமானுஜர்' என்ற இவ்விரு நாடகங்களும் மொழி, பண்பாடு, நாடகக் கதைப் பொருள் முதலானவற்றில் இவ்விரண்டும் வேறுபட்டுக் காணப்படினும் அறம், பொருள் உள்ளிட்ட மேற்கண்ட நாடக இலக்கணக் கூறுகளில் பெரும்பாலும் ஒன்றிக் காணப்படுகின்றன. அதாவது காளிதாஸ், ராமானுஜர் என்ற உயர்ந்த பண்புகளுடையோரை நாடகத்தின் தலைமைப் பாத்திரமாகக் கொண்டு, ஒன்பான் சுவைகளில் பெருமிதம், உவகை உள்ளிட்ட சுவைகள் மிகுந்து காணும்படி ஐந்து வகை சந்தியில் இவ்விரு நாடகங்களும் முழுமையான நாடகங்களாகச் சிறப்புற்றுத் திகழ்வனவாகப் படைக்கப்பட்டுள்ளன. இவற்றில் சந்தி என்ற நாடகக் கதைப் பின்னல் முறை இவ்விரு நாடகங்களில் பொருந்தியுள்ள முறையினைப் பற்றி விரிவாக ஆராய்வதின் மூலம் அறிந்து கொள்ள முடிகின்றது.

முகச் சந்தி

முகச்சந்தி என்பது நாடகக் கதைப் பொருள் இன்னதெனப் பார்வையாளனுக்கு உணர்த்துவதாகும். இதனைப் பற்றி விபுலானந்த சுவாமிகள் கருதுவதாவது:

---

22 உ.வே.சா, (ப.ஆ), *இளங்கோவடிகளருளிச் செய்த சிலப்பதிகார மூலமும் அரும்பதவுரையும் அடியார்க்கு நல்லாருரையும்*, 2008, ப.83.

முளையினைக் கண்டோர் விளைவு இதுவென ஊகித்தறிந்து கொள்ளுதல்போல நாடகத்தின் முகத்தினைப் படித்தமாத்திரத்தே விளைவு இதுவாகும் என ஊகித்தறிந்து கொள்ளத்தக்கதாக முதற்சந்தியாகிய முகம் அமைக்கப்பட்டிருத்தல் வேண்டும்.[23]

ஆடி மாதத்தில் ஒரு நாள் என்ற நாடகக் கதைப் பொருளாவது நடுத்தரப் பெண்ணின் வாழ்க்கை முறையைச் சித்திரித்துக் காட்டுவதாகும். நாடகத் தலைவி மல்லிகாவும் கவி காளிதாசனும் ஒத்த அன்புடையவர்களாகக் காணப்படுகின்றனர். இவர்கள் காதல் திருமணத்தில் முடிவுபெறாததற்கான சமூகக் காரணிகளை விளக்குவதே இந்நாடகத்தின் கதைப் பொருளாகும். இதனைச் சில குறிப்புக்களின் மூலம் விளக்குகிறார் மோகன் ராகேஷ். ஆடி மாதத்தில் ஒரு நாள் இடி மின்னலுடன் அடை மழையில் நாடகம் தோற்றம் பெறுகிறது. அப்பொழுது உஜ்ஜைனி அரசின் அலுவலர்கள் ஊருக்குள் வருகின்றனர். அவர்களை இங்குக் காணும் பொழுதெல்லாம் தம்குடும்பத்திற்கு ஆபத்து வருகிறதென அம்பிகா எண்ணுவதின் ஊடாகப் பார்வையாளனுக்குள் நாடகக் கதைப் பொருளுக்கான காரணத்தைத் தெளிவு படுத்துகிறார். குதிரைகளின் குளம்பொலிச் சத்தம் கேட்டவுடன் மனதிற்குள் பயம் குடிகொண்டவளாக அம்பிகா காணப்படுகிறாள். அதனைக் கண்ட மல்லிகா அம்மா இவர்கள் யார்? இங்கு என்ன செய்கிறார்கள் என்று கேட்ட பொழுது அவர்களைப் பற்றி அம்பிகா உரையாடுவதாவது:

என்ன செய்கிறார்களோ!... எப்பொழுதாவது வருடங்களில் ஒரு முறை இந்த உருவங்கள் இங்குக் காணப்படுகின்றன. அவர்கள் இங்குக்காணப்பட்டால் ஏதாவது ஒரு வேண்டாத சம்பவம் நடைபெறுகிறது. ஒரு பொழுது போர்! அல்லது ஒரு பொழுது அம்மை, மஹா மாரி! (பெருமூச்சு எடுத்து) கடந்த அம்மை கண்ட சமயத்தில் உன் அப்பா இறந்த சமயம் இந்த உருவங்கள் இங்குக் காணப்பட்டன. [24]

இக்கூற்றின் வழிக் காணும் போது உஜ்ஜைனி அரசுக்கும் நாடகத் தலைவி தலைவனுக்கும் தொடர்பு உள்ளதைப் புலப்படுத்திக் கொள்ள முடிகின்றது.

23 விபுலானந்த சுவாமிகள், *மதங்க சூளாமணி என்னும் ஒரு நாடகத் தமிழ் நூல்*, 1926, ப.4.

24 காமாட்சி தரணிசங்கர், *இந்தி நாடகப் பனுவல் (ஆடி மாதத்தில் ஒரு நாள்)*, 2009, ப.44.

இந்தியச் சமூக அமைப்பினை 'ராமாநுஜர்' நாடகத்தின் மூலம் சித்திரித்துக் காட்டுகின்றார் இந்திரா பார்த்த சாரதி. சமூகத்தில் மதச்சீர்திருத்தம் எத்தகைய பங்களிப்புச் செய்கிறது என்பதே இந்நாடகத்தின் கதைப் பொருளாகும். நாடகத்தில் வைணவ மதக் குரு ஆளவந்தார் இறப்பதற்கு முன் சீடர்களிடம் சாதியற்ற சமுதாயம் நாதியற்றவர்க்கும் நற்கதி, குறுகிக் கிடக்கும் வைணவ தர்மம் எல்லை கடந்து விரிய வேண்டும், பிரும்ம சூத்திரத்துக்கு வியாக்கியானம் ஆகிய மூன்று ஆசைகள் தமக்கு உண்டென்றும் அதை நிறைவேற்ற ஒருவன் வருவான் என்றும் கூறி மௌனமாகி விடுகிறார். அத்தருணத்தில் பார்வையாளனுக்குள் ஆளவந்தாரின் ஆசைகளுக்கும் நாடகத் தலைவனுக்கும் உள்ள தொடர்பினைப் புலப்படுத்துவதாக இந்நாடகம் திகழ்கிறது. ஆக, இரு நாடகங்களிலும் முகச் சந்தி அமைப்பு முறை என்பது ஒத்துக் காணப்படும் வகையில் அமைந்துள்ளது குறிப்பிடத்தக்கதாகும்.

பிரதிமுகச் சந்தி

நாடகக் கதையின் ஆரம்பம் அல்லது தொடக்கமே பிரதி முகச் சந்தி எனப்படும். அதாவது முகச் சந்தியின் தொடர்ச்சியாகக் கதை நிகழத் தொடங்குதலாகும். உஜ்ஜைனி அரசினரை ஊருக்குள் காணும் பொழுது ஏதாவது தீங்கு நேரிடுகின்றது என்ற அம்பிகாவின் எண்ணம் பிரதி முகச் சந்தியில் தொடர்புபடுத்தப்படுகிறது. கவி காளிதாசனை உஜ்ஜைனி அரசக் கவிஞராக வீற்றிருப்பதற்காக அழைத்துச் செல்ல வந்திருக்கிறார்கள் என்பதின் மூலம் நாடகத் தலைவனுக்கும் உஜ்ஜைனி அரசுக்கும் அம்பிகாவின் நம்பிக்கைக்கும் உள்ள தொடர்புகள் மல்லிகாவின் வாழ்க்கையுடன் தெளிவாக்கப்படுவதைக் காணலாம். காதலன் கவி காளிதாசனின் பிரிவுத் துயரத்தில் மல்லிகா வருந்துவதாவது:

அம்மா... இன்று வரை வாழ்க்கை எப்படியோ கழிந்துவிட்டது... நாளையும் அவ்வாறே கழிந்துவிடும். இன்று அவர் வாழ்க்கை ஒரு புதிய இலக்கை நோக்கிச் செல்கிறது. நான் அவருக்கு முன்னால் என் சுயநலக் கூப்பாடுகளைப் பிதற்றுவது எனக்குப் பிடிக்கவில்லை.[25]

---

25 மேலது, 2009, ப.56.

இந்திரா பார்த்த சாரதி நாடகக் கதைப் பொருளை நாடகத் தலைவன் 'ராமானுஜனுடன் தொடர்பு படுத்துவதிலிருந்து நாடகக் கதை நகர்வதைக் காணலாம். ஆளவந்தார் ஆசைகளைத் தாம் நிறைவேற்ற முயலுவதாக ராமானுஜர் கருதுவதாவது:

பக்தியிருந்தால் அதுவே மாபெரும் சக்தி. கடவுள் அருளிருந்தால், கண்ணுக்குத் தெரிவன யாவும் வைகுண்டம். இறைவன், சாத்தியப்பாடுகளின் எல்லை நிலம். அவ்வெல்லையை நோக்கியே இனி என் பயணம். ஆளவந்தார் ஆசைகளை நிறை வேற்றுவது அடியேன் கடமை. அவை நிறைவேறும், நிச்சயமாக நிறைவேறும்.[26]

மேற்கண்ட இவ்விரு கூற்றுகளும் நாடகக் கதையைத் தொடக்கச் சந்திக்கு ஏற்றாற் போன்று தொடர்பு படுத்தி இயங்குகின்றனவாகும்.

கருப்பச் சந்தி

நாடகத்தின் வளர்ச்சி நிலையே கருப்பச் சந்தியாகும். அரசகவியாக உஜ்ஜைனிக்குச் சென்ற காளிதாசன் 'குமார சம்பவம்', 'மேகதூதம்' முதலான படைப்புகளைப் படைத்துப் புகழ்பெற்றுத் திகழ்கின்றான். அவன் எழுதிய நூல்களைப் பலவழிகளில் வாசித்து மகிழ்ந்த மல்லிகா. விரைவில் திரும்பி வந்து தன்னைத் திருமணம் செய்துகொள்வான் என்று எண்ணி மகிழ்ந்து கொண்டிருக்கிறாள். அத்தருணத்தில் மீண்டும் குதிரைக் குளம்பொலிச் சத்தம் கேட்கிறது. காளிதாசன் இங்கு வந்துள்ளதாகவும் உஜ்ஜைனி இளவரசி பிரியங்குமஞ்சரியைத் திருமணம் செய்துள்ளான் என்பதையும் கேள்வியுற்று வருத்தமடைவதன் மூலம் நாடகக் கதை வளர்ச்சியடைவதைக் காணமுடிகிறது. இளவரசி பிரியங்கு மஞ்சரியுடன் வந்த காளிதாஸ் தன்னை ஏமாற்றி விட்டதை நினைத்து மல்லிகா வருந்தும் காட்சியை மோகன் ராகேஷ் சித்திரித்துக் காட்டுவதாவது:

அம்பிகா: இன்னுமா அழுகிறாய்? அவனுக்காவா? எவன் உன்னை...?

மல்லிகா: அவரைப் பற்றி ஒன்றும் சொல்லாதே ... அம்மா... ஒன்றும் சொல்லாதே... (விம்ம ஆரம்பிக்கிறாள். அம்பிகா

---

26 *இந்திரா பார்த்த சாரதி, இந்திரா பார்த்த சாரதி நாடகங்கள், 2007, பக்.437-438.*

அவளைத் தாங்கி அங்கேயே அமர வைக்கிறாள். தேம்பும் அவள் முதுகுப்புறம் குனிந்து கொள்ளுகிறாள்.)[27]

உஜ்ஜைனி சென்ற காளிதாஸ் திரும்பி வந்து மணம் முடிப்பான் என்ற ஆசையில் அவனுடைய நினைவுகளுடன் மகிழ்ந்து கொண்டிருக்கும் மல்லிகாவின் வாழ்வில் உஜ்ஜைனி அரசாகக் காளிதாசன் வந்து துன்பத்தை ஏற்படுத்துவதன் மூலம் நாடகக் கதைப் பின்னல் தொடர்புபடுத்தப்படுகிறது.

ராமாநுஜன் தன்வீட்டில் திருக்கச்சி நம்பிக்கு உணவு உபசரித்தல், உடலில் எண்ணெய் தேய்க்கும் ஏழை ஒருவனுக்கு உணவு வழங்கல், முடி நறுக்குபவர், யாதவர் முதலானோரை ஆதரித்தல், பிட்டல தேவன் என்ற சமண மன்னனை விஷ்ணு வர்த்தனராயர் என்று பெயர் மாற்றி வைணவத்திற்குரியோனாக்குதல், கூரேசர், ஆண்டாள் உதவியுடன் பிரும்ம சூத்திரத்துக்கு உரை எழுதத் தொடங்குதல் முதலானவற்றின் மூலம் நாடகத் தலைவனின் வெற்றியைக் காணுவதோடு நாடகம் வளர்ச்சி பெறுவதையும் காணமுடிகின்றது.

விமர்சச் சந்தி

நாடகத்தின் நோக்கம் வளர்ச்சியடையும் தருவாயில் ஏற்படும் தேக்கம் அல்லது நெருக்கடியே நாடகத்தின் விமர்சச் சந்தி என்பதாகும். உஜ்ஜைனி இளவரசியை மணந்து கொண்டு அரசாட்சி செய்துகொண்டு வந்த காளிதாசன் அரசப்பதவியைத் துறந்து சென்றுவிடுவதும். காளிதாசனையே நினைத்துக் கொண்டிருந்த மல்லிகாவின் வாழ்வில் அம்பிகாவின் மரணமும் தனிமையும் விலோன் என்பவனை மணந்து கொள்ள நேரிடுதலும் நாடகம் தேக்கமடைவதைச் சித்திரிக்கின்றது. காளிதாசன் உஜ்ஜைனி அரச பதவியைத் துறந்து சென்று விட்டான் என்று விலோம் கூறுகையில் மல்லிகாவின் மனநிலையாக ஆசிரியர் கருதுவதாவது:

நான் உன் வாழ்க்கையில் குறுக்கிடாவிட்டாலும் நீ என்னுடைய வாழ்க்கையின் அங்கமாக எப்பொழுதும் இருக்கிறாய். நான் உன்னை, எப்பொழுதும் என்னைவிட்டு விலகிச் செல்ல அனுமதி அளித்ததில்லை. நீ

---

27 காமாட்சி தரணிசங்கர், *இந்தி நாடகப் பனுவல் (ஆடி மாதத்தில் ஒரு நாள்)*, 2009, ப.107.

காவ்யங்களைப்படைத்துக் கொண்டு இருந்தாய். அப்பொழுது நானும்... என் வாழ்க்கையும் பொருள் பொதிந்தது என்றும் எனது வாழ்க்கைக்கும் ஒரு இலக்கு உள்ளது என்றும் புரிந்து கொண்டேன்... ஆனால் நீ இன்று என் வாழ்க்கையைப் பொருள் அற்றது என்று மாற்றி விடுவாயா?[28]

ராமாநுஜர் வைணவ மதத்திற்குள் சீர்திருத்தம் செய்யும் பொழுது பிராமணர்களாலும் அரசு உதவியாளர்களாலும் பல இன்னல்களுக்கு ஆளாகின்றார்கள். சாதி மதம் கடந்து அனைத்து மக்களையும் வைணவத்தில் ஒன்று சேர்க்கும் ராமாநுஜரின் கொள்கைகளை விரும்பாத பிராமணர்களும் மதக் காழ்ப்பாளர்களில் சிலரும் அவருக்குப் பல இன்னல்களைச் செய்ததோடு கொல்லவும் முயற்சித்தனர் என்பதாக இந்திரா பார்த்த சாரதி காட்சிப் படுத்துவதாவது:

நஞ்சு கலந்த உணவு என்னைக் கொல்ல அர்ச்சகர்களுடைய சதி. இந்த வீட்டம்மாளால் இதைத் தாங்கிக் கொள்ள முடியவில்லை. கண்ணீரைச் சாட்சியாக்கி உள்ளே போய்விட்டார்.[29]

சைவம் வைணவம் என்று கருதாது அனைத்துத் தரப்பினரையும் ஒன்றாக இணைத்துப் பயனிக்ககூடியதாக விளங்குகின்ற ராமாநுஜரின் கொள்கையில் சைவம் பெரியதா? வைணவம் பெரியதா? என்ற சிக்கலை ஏற்படுத்தி ராமாநுஜரை நாடுகடத்தத் திட்டமிடுகிறான் சோழ அமைச்சன் நாலூரான்:

சைவத்துக்கு வெற்றி என்றால், சைவர்களின் வெற்றிதானே? சிவனின் தலைமையை ராமாநுஜர் ஏற்றால், வைணவர் கட்சி இரண்டாகும். உடையவர் செல்வாக்கு தேய்வது உறுதி.[30]

சைவத்தைவிட வைணவம் பெரிது என்று ராமாநுஜரைக் கூற வற்புறுத்துகிறான் அவ்வாறு கூறுவதின் ஊடாக அனைவருக்குமான வைணவக் கொள்கையில் சைவர்கள் வேறுபட்டு ராமாநுஜர் கொள்கை தடைபடும். இவ்வாறு பல கொடுமைகளுக்கு ராமாநுஜரை ஆளாக்குவதின் மூலமும் அவருடைய கொள்கை நிறைவேற்றத்தில் உள்ள சிக்கல்களை விளக்குவதின் ஊடாகவும் நாடகத் தேக்கத்தினைக் காட்சிப் படுத்துகின்றார்.

---

28 மேலது, 2009, பக்.112-113.

29 இந்திரா பார்த்த சாரதி, இந்திரா பார்த்த சாரதி நாடகங்கள், 2007, ப.480.

30 மேலது, 2007, ப.507.

நிர்வஹணச் சந்தி

அரசப் பதவியைத் துறந்த காளிதாசன் மல்லிகாவை நாடிவருகிறான். அவனுடைய வருகையை எதிர்பார்த்த மல்லிகா அவனைக் கண்டு மகிழ்ச்சி எய்துகிறாள். பழைய வாழ்க்கை வாழலாம் என்ற காளிதாசனின் விருப்பத்திற்கு இணங்கி, மௌன இசைவு தெரிவிக்கிறாள். உள்ளே குழந்தை அழுகின்ற சத்தம் கேட்டவுடன் மல்லிகாவிற்குத் திருமணமாகிவிட்டதை அறிந்த காளிதாசன் 'காலம் யாரையும் எதிர்பார்த்துக் காத்திருக்காது' என்று எண்ணியவாறே, மல்லிகா குழந்தையுடன் உள் அறையிலிருந்து வருவதற்குள் வீட்டை விட்டு வெளியேறுகிறான். அன்றும் இடி மின்னலுடன் மழை பெய்துகொண்டிருக்கிறது அவன் செல்வதைப் பார்த்தபடி குழந்தை முகத்தைப் பார்த்து விம்முபவளாக நாடகம் முற்றுப் பெறுகிறது.

ஆளவந்தாரின் மூன்று ஆசைகளையும் நிறைவேற்றியவுடன் ராமாநுஜர் திருவரங்க மடத்தின் பொறுப்பைக் கூரேசர் மகன் பராசரனிடம் ஒப்படைப்பதாக நாடகம் முற்றுப் பெறுகிறது. ஆளவந்தாரின் ஆசைகள் நிறைவேறின என்பனவற்றை ராமாநுஜர் பாத்திரம் சித்திரிப்பதாவது:

ஆளவந்தாரின் மூன்று நிறைவேறா ஆசைகள்... சாதியற்ற சமுதாயம், நாதியற்றவர்க்கும் நற்கதி; இன்று... திருநாராயணபுரத்தில் நிறைவேறி விட்டது. திருவரங்கத்தில்? (பெருமூச்செறிகிறார்.) இரண்டாவது ஆசை... குறுகிக் கிடக்கும் வைணவ தர்மம் எல்லை கடந்து விரிய வேண்டும். நிறைவேறிவிட்டது. செல்வப்பிள்ளையின் ஆட்சியில், மேல் கோட்டை மேலோங்கும். மூன்றாவது ஆசை பிரும்ஹ சூத்திரத்துக்கு விசிஷ்ட்டாத் வைத வியாக்கியானம். கூரேசர் ஆண்டாள் அம்மா உதவியுடன் எழுதமுடிந்தது என் பேறு.[31]

நாடக முடிவினைப் பொறுத்தவரை இன்பியல் துன்பியல் என்ற அமைப்பு முறையில் ராமாநுஜர் நாடகத் தலைவன் தான்கொண்ட கொள்கையில் வெற்றி பெற்று இன்பமுறுவதாகவும் ஆடி மாதத்தில் ஒரு நாள் நாடகத் தலைவன் தன் காதலியுடன் இணைந்து வாழமுடியாமல் துன்பமுறுதலும் என்ற அமைப்பு முறையில் இவ்விரு நாடகங்களும் வேறுபட்டிருந்தாலும்

---

31 மேலது, 2007, பக்.553-554.

நாடகச் சந்தி அமைப்பு முறையில் இரண்டும் ஒத்துக் காணப்படுகின்றன. முகச் சந்தியில் குறிப்பிடுகின்ற காளிதாஸ் வாழ்க்கை உஜ்ஜைனி அரசுடன் தொடர்புபடுத்தி இயங்குவது போன்று ராமாநுஜர் வாழ்க்கை ஆளவந்தார் கொள்கைகளுடன் இணைத்து இயங்குதல் என்ற அமைப்பு முறையில் இவ்விரு நாடகங்களும் ஒன்றியுள்ளன என்பனவற்றை மேற்கண்ட கூற்றுகள் புலப்படுத்துகின்றன.

நாடகச் சுவை

நாடகத்திற்கு அழகூட்டுவதில் நாடகச் சுவையின் பங்களிப்பு மிக முக்கிய ஒன்றாகும். சிறந்த முழுமையான நாடகம் என்பது நகை, அழுகை உள்ளிட்ட ஒன்பது சுவைகளையும் உடையதாயினும் உவகைச் சுவையும் பெருமிதச் சுவையும் ஓங்கி வியப்புச் சுவையோடு நிறைவு பெறுதலே முழுமையான நாடகமாகும். இதனைப் பற்றி வி.கோ. சூரிய நாராயண சாஸ்திரியார் விளக்குவதாவது:

ஐந்திற் குறையா வங்க முடைத்தா
யொன்பான் சுவையு மொருங்குடைத் தாயினு
மின்ப மாதல் பெருமித மாதல்
செவ்விதிற் றெரிக்குஞ் சீரிற் றாகி
வியப்புச் சுவையி னிறுவது நாடகம்.[32]

மோகன்ராகேஷ் நாடகத்தில் காளிதாசனின் கவிப் புலமையை மல்லிகாவும் உஜ்ஜைனி அரசர்களும் கூறுவதன் மூலம் பெருமிதச் சுவையும், காளிதாசன் மல்லிகா காதல் மூலம் இன்பச் சுவையும் நாடகம் முழுதும் ஓங்கிக் காணப்படுகின்றன. உஜ்ஜைனி அரசினர் காளிதாசனின் கவிப் புலமையை அறிந்து அவரை உஜ்ஜைனி அரசக் கவியாக வீற்றிருக்க அழைத்துச் செல்ல வந்திருப்பதாக உஜ்ஜைனி அரச தூதன் கூறுவதன் ஊடாகப் பெருமிதச் சுவையும் அரச தூதன் காளிதாசனின் புகழைக் கூறியவுடன் இதைக் கேட்டுக்கொண்டிருந்த மல்லிகா வியப்படைவதன் மூலம் வியப்புச் சுவையும் வெளிப்படுவதைக் கீழ்வருமாறு மோகன் ராகேஷ் சித்திரித்துக் காட்டுகின்றார்.

தந்துல்: பேரரசர் அவர்கள் ‘ருதுவம்சம்’ நூலைப் படித்து வெகுவாகப் புகழ்ந்தார். ஆகவே அவர் ருதுவம்சம்’ நூலை எழுதியவருக்கு மரியாதைச் செய்யவும் அவருக்கு ‘அரசகவி’

---

32 வி.கோ. சூரியநாராயண சாஸ்திரியார், *நாடகவியல்*, 1934, சூ.123.

ஆசனமும் அளிக்க விரும்புகிறார்கள். ஆச்சார்யார் இந்த நோக்கோடு தான் இங்கு வந்துள்ளார்கள். (இதைக் கேட்டு மல்லிகா மலைத்ததுபோல் நின்று விடுகிறாள்)

மல்லிகா: உஜ்ஜைனி அரசு அவர்களுக்கு மரியாதை கொடுக்க விரும்புகிறதா? அரசகவி ஆசனமா...?[33]

காளிதாசனின் படைப்புக்களை நினைத்துப் பெருமிதம் கொள்வது போன்றே அவனின் அந்தரங்கச் செயலை நினைத்து அம்பிகாவும் மல்லிகாவும் வருத்தப்படுவதன் ஊடாக அவலச் சுவை வெளிப்படுவதும் விலோம் என்ற பாத்திரத்தின் மூலம் நகைச் சுவையும் இளிவரல் சுவையும் வெளிப்படுவதோடு இறுதியில் மல்லிகாவை நாடி வந்த காளிதாசன் அவளுக்குத் திருமணமாகி ஒரு குழந்தை இருப்பதைக் கண்டு வியப்புறுவதாக நாடகம் முற்றுப் பெறுவதின் மூலம் நாடகம் வியப்புச் சுவையில் முற்றுப் பெறுவதையும் காணமுடிகின்றது.

ராமானுஜரின் புகழையும் வைணவத்தின் சிறப்புகளையும் கூறுவதின் மூலம் பெருமிதச் சுவை ராமானுஜர் என்ற நாடகம் முழுக்கப் பரந்து காணப்படுகின்றது. பிரும்ம சூத்திரத்திற்கு உரை எழுதும் பொருட்டுத் திருக்கோஷ்டியூர் நம்பியிடம் பாடம் கற்ற ராமானுஜர் இறைவன் பெருமைகளாகக் கீழ்வருமாறு கூறுவதன் ஊடாகப் பெருமிதச் சுவை வெளிப்படுவதைக் காணமுடிகிறது.

யான் பெற்ற இன்பத்தை உங்களுடன் பகிர்வதே என் நோக்கம். பிரபஞ்சத்தை உடலாகக் கொண்டும், பிரபஞ்சத்துக்குள் ஊடுருவியும் நிற்பவன் நாராயணன். இறைவன் இல்லாத இடமே இல்லை. காணுமிடமெல்லாம் வைகுண்டம் என்றால் காண்பவற்றுள் உயர்வு, தாழ்வு இல்லை...[34]

பிராமணர்களில் சிலர் தாங்கள் கடவுளுக்கு உகந்தவர்கள் என்று கூறிக்கொள்கிறார்களே தவிர இறைவன் கொள்கைகளைப் பின்பற்றுவர்கள் கிடையா. ஆனால் சாதாரண மக்களில் சிலர் இறைவன் பெயரை உச்சரிக்க வில்லையாயினும் இறைவன் கொள்கைகளை வழிமொழிகிறார்கள் என்பதைப் பொன்னாச்சி, உறங்காவில்லி பாத்திரங்கள் மூலம் சித்திரித்துக் காட்டுகிறார் இந்திரா பார்த்த சாரதி. அதாவது சாதாரண வேஷ்டி

33 காமாட்சி தரணிசங்கர், இந்தி நாடகப் பனுவல் (ஆடி மாதத்தில் ஒரு நாள்), 2009, ப.52.

34 இந்திரா பார்த்த சாரதி, இந்திரா பார்த்த சாரதி நாடகங்கள், 2007, ப.463.

கிழிந்ததற்காகத் தவறான சொற்களில் ஏசும் பிராமணர்களின் செயலையும் தங்க வளையலைத் திருட வந்தவர்களுக்கு அவர்கள் வறுமையைப் போக்குவதற்கு ஒரு வளையல் மட்டும் கொடுத்தது போதாது இரண்டையும் கொடுத்து உதவியிருக்க வேண்டும் என்று கூறிக்கொள்ளும் சாதாரண மக்களின் செயலையும் பொருத்திக் காட்சிப் படுத்தியுள்ளதில் பிராமணர்களுக்கு வியப்பையும் சாதாரண மக்களின் பெருமிதச் சுவையையும் ஒருங்கே தோன்றுமாறு படைத்துள்ளதை ராமானுஜர் பாத்திரம் காட்சிப்படுத்துவதாவது:

பிருமத்தை உணர்ந்தவர்கள், ஒரு வேட்டி கிழிந்ததற்காக் கூச்சலிடுகிறார்கள். சாபம் கொடுக்கிறார்கள்... ஆனால் ஒரு மறவன், அகந்தை ஏதுமில்லாமல் பொன்னணிகளை ஏன் தந்திருக்கக் கூடாதென்று மனைவியைக் கோபிக்கிறான்! பிருமத்தை உணர்ந்தவன் யாரென்று இப்பொழுதுதாவது தெரிகிறதா? [35]

இதைப் போன்று பல நிலைகளில் பெருமிதச் சுவை வெளிப்படுமாறு நாடகம் இயற்றப்பட்டுள்ளதோடு, பிராமணர், மதக் காழ்ப்பாளர்கள் சிலரால் நகைச் சுவையும் அவலச் சுவையும் இன்னும் பிற சுவைகளும் தோன்றுமாறு நாடகம் அமைந்துள்ள நிலையில் வியப்புச் சுவையும் நாடகம் முழுக்கப் பரந்து காணப்படுகின்றது. அதாவது பிட்டல தேவன் என்ற சமண மன்னனின் மகள் நீளாதேவி பல ஆண்டுகளாகப் பேய்பிடித்தவள் போல் சுயதீனமற்று இருக்கிறாள். பல வழிகளில் முயற்சி செய்தும் அவளைக் குணப்படுத்த முடியாமல் மன்னன் கவலையுற்றிருக்கிறான். அத்தருணத்தில் நீளாதேவியின் நோயை ராமானுஜர் போக்கியதின் மூலம் வியப்புச் சுவை வெளிப்படுவதைச் சாண்டல தேவி பாத்திரம் சித்திரிப்பதாவது:

உங்கள் கண்ணெதிரெ என் மகள் நோய் நீங்கி நிற்கிறாளே, நம்ப முடியவில்லை என்றால் என்ன அர்த்தம். (கணவனிடம்) வாருங்கள்; ஆசனத்தில் அமர்வோம். [36]

ராமானுஜரின் துன்பங்கள் நீங்குவதோடு அவர் கொண்ட கொள்கை நிறைவேறுவதின் மூலம் வியப்புச் சுவையும் ராமானுஜர் நாடகம் முழுதும் பரந்து காணப்படுவதோடு பிற

35 மேலது, 2007, ப.489.

36 மேலது, 2007, ப.533.

சுவைகளையும் பெற்றுத் திகழ்கின்றது. நாடகவியல் கூறுகின்ற நாடகத்திற்குரிய சுவைகளைப் பெற்று இவ்விரு நாடகங்களும் சிறந்து விளங்குவது இவற்றின் தனித் தன்மைகளாகும்.

நிறைவாக

மொழி, பண்பாடு, கதைப் பொருள் முதலானவற்றில் இவ்விரு நாடகங்களும் வேறுபட்டுக் காணப்படினும் நாடக அமைப்பு முறையில் அதாவது தொன்மையான நாடக இலக்கண அமைப்பில் நடப்பியல் பிரச்சனைகளைக் காட்சிப்படுத்துதல் என்ற முறையில் இவ்விரண்டும் ஒன்றிக் காணப்படுகின்றன. தமது கொள்கைகளாலும் படைப்புக்களாலும் சிறந்து விளங்கிய மனிதர்களைத் தலைமைப் பாத்திரங்களாகக் கொண்டுள்ளதின் மூலமும் விருத்தி என்கிற நாடகப் பாத்திரம் தேர்வு செய்யும் முறையிலும் இவ்விரு நாடகங்களும் பொருந்தியுள்ளதோடு நாடகம் முழுமை பெறுவதற்கும் பார்வையாளன் தோய்வின்றி நாடகத்துடன் பயணிப்பதற்கும் துணை செய்கின்ற நாடகச் சந்தியைப் பயன்படுத்தியுள்ளதிலும் இவ்விரு நாடகங்களும் ஒத்துக் காணப்படுகின்றன. நாடகப் பொருள், சுவை, சந்தி முதலானவற்றின் வழிக் காணுகையில் இன்றைய நவீன நாடகங்கள் மேற்கண்ட தொன்மையான இலக்கண அமைப்பு முறையில் அமைந்துள்ளன. நாடவியல் கூறுகின்ற நாடக இலக்கண அமைப்பு முறையில் இவ்விரு மொழி நாடக நூல்களும் ஒத்து காணப்படுகின்றன என்பவற்றை இந்த தலைப்பின் மூலம் விளங்கிக்கொள்ள முடிகின்றது.

தமிழ், இந்தி ஓரங்க நாடகங்கள்
ஓர் ஒப்பீட்டுப் பார்வை

இந்திய நாடக இலக்கிய மரபில் தமிழ் நாடக மரபு அகத்தியம் தொடங்கித் தற்காலம் வரை தொன்மையான மரபினை உடையதாகும். இவ்வாறு நீண்ட மரபினை உடைய தமிழ் இலக்கியத்துடன் பிற மொழி இலக்கியத்தை ஒப்பிட்டாய்வதின் மூலம் தமிழ் இலக்கியத்தின் பண்பினை அறிந்து கொள்வதோடு, தமிழ் இலக்கிய வளமைக்கும் வழிவகுக்கக்கூடும் என்ற நோக்கின் பொருட்டு இந்தி மொழி இலக்கியத்தோடு ஒப்பிட்டாராய்வதாக இவ்வியல் அமைகிறது. செம்மொழி தன்மை கொண்ட தமிழ் நாடக இலக்கியங்களுடன் இந்தியாவில் மிகுதியான மக்களால் பேசப்படுகின்ற இந்தி மொழி நாடக இலக்கியங்களை ஒப்பிட்டாய்வதின் ஊடாக இந்தியச் சூழலையும் அதற்கு நாடக இலக்கியங்கள் ஆற்றியுள்ள பங்களிப்பினையும் அறிந்து கொள்ளும் வகையில் இந்தி மொழியில் மோகன் ராகேஷ் எழுதித் தமிழில் வெளிவந்துள்ள ‘குடைகள்’, ‘ஒருவேளை’, ‘முட்டை ஓடுகள்’ ஆகிய ஓரங்க நாடகங்களுடன் தமிழ் மொழியில் இந்திரா பார்த்த சாரதி எழுதிய ‘பசி’, ‘கோயில்’, ‘புனரபி ஜனனம், புனரபி மரணம்’ ஆகிய ஓரங்க நாடகங்களுடன் ஒப்பிட்டாய்வதாக இவ்வியல் அமைகிறது.

நாடகம் - ஓரங்க நாடகம்: பொருள் வரையறை

ஒரு முழு நீள நாடகம் என்பது ஐந்துக்கு மேற்பட்ட அங்கங்களை உடையதாகவும் அறம், பொருள், இன்பம் முதலிய முதன்மை பொருள் நான்கினையும் கொண்டதாகவும் ஒன்பான் சுவையும் பொருந்தி அமைவதாகவும் இருக்க வேண்டும் என்று நாடக அறிஞர்கள் கூறுகின்ற நிலையில் நாடகம் பற்றி வி.கோ. சூரியநாராயண சாஸ்திரி கூறுவதாவது:

ஐந்திற் குறையா வங்க முடைத்தா
யொன்பான் சுவையு மொருங்குடைத் தாயினு
மின்ப மாதல் பெருமித மாதல்
செவ்விதிற் றெரிக்குஞ் சீரிற் றாகி
வியப்புச் சுவையி னிறுவது நாடகம்.[37]

37 வி.கோ. சூரியநாராயண சாஸ்திரியார், *நாடகவியல்*, 1934, சூ.37.

ஐந்து அங்கங்களைப் பெற்றுப் பெருமிதச் சுவை ஓங்கியதாகக் காணப்படுவது முழு நீள நாடகம் என்பதை மேற்கண்ட நூற்பாவின் மூலம் விளங்கிக் கொள்ள முடிகின்றது.

ஓரங்க நாடகப் பொருள் வரையறை

ஓரங்க நாடகத்தின் தோற்றம் பற்றிய கருத்துக்களில் முதலில் ஓரங்கம் கொண்ட நாடகம் இயற்றபட்டுப் பின்பு இரண்டு மூன்று எனப் பத்துக்கும் மேற்பட்ட அங்கங்களை உடைய முழுமையான நாடகங்களையும் மகா நாடகங்களையும் இயற்றினர் எனவும் நாடகத்தின் இடையில் பொழுது போக்கிற்காக இயற்றப்பட்டதே ஓரங்க நாடகம் எனவும் இருவேறு கருத்துக்கள் இருப்பதைக் காணமுடிகின்றது. இந்நிலையில் ஓர் அங்கம் மட்டும் கொண்டதாகவும் பல களங்களை உடையதாகவும் அறம் பொருள் முதலிய முதன்மை பொருள் நான்கினில் ஒன்றனையும் ஒன்பான் சுவைகளில் ஒன்றை மிகுதியாகவும் பெற்றிருக்கும் ஓரங்க நாடகத்தையும் பாணம், வியாயோகம் முதலிய ஓரங்க நாடக வகைகள் பற்றியும் கூறியுள்ள வி.கோ. சூரியநாராயண சாஸ்திரி அங்கம் பற்றிக் கீழ்வருமாறு மொழிவதின் மூலம் ஓரங்க நாடகத்தின் இலக்கணத்தை அறிந்து கொள்ள முடிகிறது.

நாடகப் பேருறுப் பங்க மதுதான்
பலகள முடைத்தாய்ப் பண்புறு முடிவுகொண்
டிலகுறு வதுவா மிசைக்குங் காலே.[38]

மேற்கண்ட நூற்பாக்களின் ஊடாக நாடகத்திற்கும் ஓரங்க நாடகத்திற்கும் உள்ள இலக்கணப் பொருண்மையை விளங்கிக் கொள்ளமுடிகிறது.

ஓரங்க நாடகத் தோற்றமும் பொருள் வேறுபாட்டுப் பின்புலமும்

கி.பி. 19, 20 ஆம் நூற்றாண்டுகளில் மேலை நாட்டினர் இந்தியாவை ஆட்சி செய்த காலத்தில் கல்வி, தொழில், வேலைவாய்ப்பு, தபால்துறை, போக்குவரத்து எனப் பல்வேறு துறைகளில் சீர்திருத்தம் கொண்டுவந்தனர். அதன் விளைவாக இந்தியாவில் புதிய சிந்தனைக் கருத்துக்கள் பல துறைகளில் தோற்றம் பெறலாயின. அதன் அடிப்படையிலேயே நாடக இலக்கியத்தில் மாற்றங்கள் ஏற்பட்டு அரங்க அமைப்பிலும்

---

38 மேலது, 1934, சூ.188.

கதைக்கருவிலும் புதிய சிந்தனைகள் ஏற்படலாயின. இக்கால நாடகங்கள் நவீன நாடகங்கள் என்று அழைக்கப்பெறுகின்றன. இந்நிலையில் சமஸ்கிருதம், ஆங்கிலம் ஆகிய நாடகங்களின் தாக்கத்தின் விளைவாகத் தமிழ் நாடகம் நவீன வடிவம் பெற்றதாகப் பம்மல் சம்பந்தம் மொழிவதாவது:

...ஷேக்ஸ்ப்பியர் ஷெரிடன் முதலிய நாடகாசிரியர்கள் ஆங்கிலத்தில் எழுதிய நாடகங்களையும் தழுவி, தமிழில் எழுதப்பட்ட தற்காலத்திய நாடகங்களைக் கருதலா. இவைகளில் பொதுவாகத் தெய்வ வணக்கம் தவிர பழைய தமிழ் நாடகங்களில் நாம் முன்பு குறித்தபடி, விநாயகர் ஸ்துதி, சரஸ்வதி துதி, அவையடக்கம், மங்களம், தோடயம் முதலியன கிடையாதென்றே கூறலாம். அன்றியும் சூத்திரதாரன் நடி முதலியவைகளும் கிடையா; கட்டியக்காரன் என்பது கிடையவே கிடையாது. சம்ஸ்கிரத நாடகங்களைப்போல் அங்கங்களாகப் பிரிக்கப்பட்டு, ஒவ்வொரு அங்கமும் ஆங்கில நாடகங்களைப் போல், களம் அல்லது காட்சிகளாகப் பிரிக்கப்பட்டுள்ளது. இவைகளில் பொது வசனமானது, பொது விருத்தங்களாவது கிடைக்கா. பழைய நாடகங்களில் ராக தாளங்கள் அமைத்த பாட்டுக்கள் அதிகமாய் இருந்தது போலல்லாமால், அப்படிப்பட்ட பாட்டுக்கள் ஆங்காங்கு சிலவாகப் புலப்படும். அன்றியும் பெரும்பாலும் வசன நடையில், அல்லது ஏறக்குறைய வாசக நடைக்குச் சமானமான அகவற்பாவில் எழுதப்பட்டுள்ளன.[39]

தமிழ் நாடகம் பிறமொழி நாடக இலக்கியத்தின் விளைவாகப் பல மாற்றங்களைப் பெற்றுள்ளன என்பனவற்றை மேற்கண்ட கூற்று விளக்குகின்ற நிலையில் நாடகத்தின் வகைகளில் ஒன்றான ஓரங்க நாடகத் தோற்றம் பற்றி சந்திரகுப்த வித்யாலங்கார் மொழிவதாவது:

1903, அக்டோபரில் லண்டனின் புகழ்பெற்ற வெஸ்ட் எண்ட் தியேட்டரில் லூயி என். பார்க்கரின் 'தி மங்கீஸ் பா' (குரங்கின் பாதம்) என்ற பெயருள்ள ஓரங்க நாடகம் நடை பெற்றுவந்தது. மக்களுக்கு அது மிகவும் பிடித்துப் போய் பிரதான, முழு நீள நாடகத்தையே ஒதுக்கத் தொடங்கியது தற்செயல். லூயி என். பார்க்கர், டபிள்யூ.ஜேகப்பின் கதை ஒன்றினை ஆதாரமாய்க் கொண்டு ஓரங்க நாடகத்தினைப் புனைந்திருந்தனர்...

39 பம்மல் சம்பந்த முதலியார், *நாடகத் தமிழ்*,1933, பக்.63-64.

விமரிசர்களின் கவனம் இந்தப் புதுவகை ஓரங்க நாடகங்களின் பக்கம் திரும்பியது...[40]

ஓரங்க நாடகம் மேலை நாட்டில் நிகழ்த்தப்பட்டபோது அது திறனாய்வாளர்களிடமும் மக்களிடமும் செல்வாக்கடைந்து பிற்காலத்தில் தனி இலக்கியமாகப் பல்கிப் பெருகின என்று குறிப்பிடும் சந்திரகுப்த வித்யாலங்கார். ஓரங்க நாடகத் தோற்றப் பின்புலத்தைக் கீழ்வருமாறு குறிப்பிடுகிறார்.

வெளி நாடுகளில் பெரிய நாடகங்கள் நடிக்கப் படுகையில் இடைப் பொழுது போக்குக்காகத்தான் ஓரங்க நாடகம் உருவாக்கப்பட்டது. நீண்ட நாடகங்களில் ஓர் அங்கம் முடிவுற்றுத் திரை விழுந்ததும், அடுத்த அங்கத்தைத் தொடங்குமுன் மேடை ஜோடனை செய்யச் சில சமயம் அரைமணி நேரம் பிடிக்கும். டிக்கட் வாங்கிக்கொண்டு காட்சி காண வந்தவர்களுக்குப் பத்து நிமிடங்களுக்குள்ளேயே அலுப்புத் தட்டத் தொடங்கிவிடும்......நீண்ட இடைவேளைகளின் போது, நாடகம் பார்க்க வந்தவர்களை மகிழ்விப்பதற்கென ஓரங்க நாடகங்கள் எழுதப்பட்டு நடிக்கப்படலாயின. இவை நாடகத்திரைக்கு வெளியில் சில நிமிடங்களுக்கு நடத்தப்பட்டன.[41]

உலகத்தின் எல்லா மொழி இலக்கியங்களிலும் முதலில் ஓரங்க நாடகமே தோன்றி இருக்கக்கூடும் என்ற கருத்தினைத் தெரிவித்துள்ள ஆறு. அழகப்பன் ஓரங்க நாடகத் தோற்றம் பற்றிக் கீழ்வருமாறு கூறுவதாவது:

கி.பி.13,14ஆம் நூற்றாண்டுகளில் ஆங்கில நாடக இலக்கியம் தொடங்கியது. கத்தோலிக்கக் கிறித்துவர்கள் தங்கள் கொள்கைகளை மக்களிடையே பரப்ப மாதா சம்பந்தமான நாடகங்களை நடித்துவந்தனர். மறைபொருள் நாடகம், அற்புத நாடகம் ஆகிய இரண்டையும் மாதா கோயில்களிலேயே நடித்து வந்தனர். இவை எல்லாம் ஓரங்க நாடகங்களே.[42]

ஓரங்க நாடகங்கள் தொடக்க காலத்தில் எழுதப்பட்டது என்று கூறினாலும் அதனுடைய வளர்ச்சி என்பது ஆங்கிலேயர்

---

40 எம்.வி. வெங்கட்ராம் (த.ஆ), *இந்தி ஓரங்க நாடகங்கள்*, 1978, முன்,vii.

41 *மேலது*, 1978, முன்,vii.

42 ஆறு. அழகப்பன், *தமிழ் நாடகத்தின் தோற்றமும் வளர்ச்சியும்*, 2011, ப.33.

இந்தியாவிற்கு வருகை புரிந்ததின் விளைவாக உருவானது என்பது மேற்கண்ட கூற்றுகளின் வழி புலப்படுகின்றது.

ஓரங்க நாடகத்தின் தனித் தன்மைகள்

கால அளவு, நாடகக்கதைக்கரு, பொருள், வடிவம், பாத்திர எண்ணிக்கை முதலிய பல்வேறு நிலைகளில் முழு நீள நாடகத்திலிருந்து ஓரங்க நாடகம் தனித்துக் காணப்படுகின்றது. முழு நீள நாடகத்திற்கும் ஓரங்க நாடகத்திற்கும் உள்ள வேறுபாட்டை அறிவதின் மூலம் ஓரங்க நாடகத்தின் தனித் தன்மைகளைக் காணமுடியும். இந்நிலையில் ஓரங்க நாடகம் பற்றி ஏ.என் பெருமாள் மொழிவதாவது:

ஒரேயொரு கருத்தை மையமாகக் கொண்டு, அதை விளக்கும் நிகழ்ச்சிகளை இணைத்து ஒரு சில களங்களில் நாடகத்தைப் பின்னிக் காட்டுவது ஓரங்க நாடகமாகும். ஒரு களமாகவும் அமையலாம். சிலவற்றில் ஆறு களங்களும் வருகின்றன. ஓரங்க நாடகம் விறுவிறுப்பாகத் தொடங்கி மையக்கருத்தை விரைவாக விளக்கித் திடீரென முடிவதைக் காணலாம்.[43]

ஓரங்க நாடகம் என்பது ஒரு அங்கமே கொண்ட குறுநாடகம். இதனை ஒற்றையங்க நாடகம் என்றும் சொல்வர் என்று வி.ஆர். எம்.செட்டியார் குமரியின் சபதம் முன்னுரையில் கூறுவதை ஆறு. அழகப்பன் நினைவுறுத்துவதோடு ஓரங்க நாடகம் பற்றியும் அதன் வரையறையைப் பற்றியும் ஆறு. அழகப்பன் கூறுவதாவது:

முழு நாடகம் என்பது ஐந்தங்கங்களை உடையது. இந்நாடகத்தோடு ஓரங்க நாடகத்தை ஒப்பிட்டுப் பார்த்தால் நாவலுக்கும் சிறுகதைக்கும் என்ன வேறுபாடு உண்டோ அதுதான் இங்கும் உண்டு என்பது விளங்கும்.... ஓரங்க நாடகத்திலும் பாத்திர வருணனை, கருத்து முக்கியத்துவம், சம்பவத் தொடர்ச்சி, சிறந்த உரையாடல், கதையம்சம், உணர்ச்சிப் போராட்டம் ஆகியவை இடம் பெற்றாக வேண்டும்.[44]

மேலைக் கலைச்சொல் அகராதி ஓரங்க நாடகத்திற்குத் தரும் பொருள் விளக்கமாகக் க. இரவீந்திரன் தன் நூலில் எடுத்தாண்டுள்ளதாவது:

---

43 ஏ.என் பெருமாள், இருபதாம் நூற்றாண்டில் தமிழ் நாடகம், 1988, ப.419.

44 ஆறு. அழகப்பன், தமிழ் நாடகத்தின் தோற்றமும் வளர்ச்சியும், 2011, ப.332.

சிறிய கதைக் கருவைக் குறைந்த பாத்திரப் படைப்புடன் அழுத்தமாகச் சொல்வதற்கு இவ்வகை(ஓரங்க நாடகம்) நாடக அமைப்புப் பயன்படும். கால அளவைப் பொறுத்தவரை முப்பது நிமிட நேரத்துக்குள்ளாகவே இது அமைந்துவரும். பாத்திரம், நடிப்பு, பின்னணி, உணர்ச்சி போன்ற நாடகத்தின் பல்வேறு கூறுபாடுகளுள் ஒரு சிலவற்றையே இது வெளிப்படுத்தும்.[45]

ஓரங்க நாடகம் காலம் குறுகியதாகவும் நாடகக் கதைக்கருவைச் சுருக்கமாக விளக்குவதாகவும் நாடகப் பாத்திர எண்ணிக்கை ஒன்று அல்லது குறைவான எண்ணிக்கையைக் கொண்டதாகவும் அமைந்து தனித்துவம் பெற்று நிகழ்த்தப்படுகின்றது என்பதை மேற்கண்ட கூற்றுக்கள் விளக்குகின்றன.

இந்தி, தமிழ் ஓரங்க நாடகமும் கருத்துப் புலப்பாடும்

இந்தி மொழியில் நாடக இலக்கியங்கள் தொடக்கத்தில் சமஸ்கிருதம், ஆங்கிலம், வங்காளம் முதலியவற்றைத் தழுவியும், மொழிபெயர்த்தும் எழுதப்பட்டாலும் தற்கால நாடகங்களைப் பொறுத்தவரை உலக நாடக அரங்குகளில் புகழ்பெறும் வண்ணம் இந்தி மொழியில் தனித்துக் காணப்படுகின்றன. இந்நிலையில் இந்தி நவீன இலக்கிய மரபில் புதிய கருத்துக்களை அறிமுகப்படுத்திய இந்தி நவீன இலக்கிய மரபின் கர்த்தாவாகத் திகழ்கின்ற பாரதேந்து அரிச்சந்திரரே இந்தி ஓரங்க நாடகத்தையும் தோற்று வைத்துள்ளவராவர். இவர் *'வித்தியாசுந்தரா' (1868), 'சத்திய அரிச்சந்திரா' (1875)* முதலான பதினெட்டுக்கும் மேற்பட்ட நாடகங்களை எழுதியுள்ளதோடு, *'அந்தேரி நாக்ரீ' (1881)* உள்ளிட்ட ஓரங்க நாடகங்களையும் எழுதியுள்ளார். *'அந்தேரி நாக்ரீ'* பற்றி மு.சேரன் கீழ்வருமாறு குறிப்பிடுவதாவது:

சமுதாய நோக்கில் எழுதப்பெற்ற 'பாரத் தூர்த', மற்றும் 'அந்தேரி நாகரி' ஆகிய இரு நாடகங்களும் அக்காலத்தில் சமூக அமைப்பை அடிப்படையாகக் கொண்டு எழுதப்பெற்றதாம்.'அந்தேரி நாகரி' ஓரங்க நாடகம் எனினும் அதில் ஆறு உபகாட்சிகளைச் சேர்த்திருந்தார் பாரதேந்து.[46]

---

45 க.இரவீந்திரன், *தமிழ் நாடக வெளிப்பாட்டுக் களங்கள், 2008,* ப.225.
46 மு.சேரன், *இந்திய நாடகம் ஒரு கூர்ந்த கண்ணோட்டம்,1996,* ப.96.

இவரைத் தொடர்ந்து உதயசங்கர் பட் என்பவர் ‘தஸ் ஹஜார்’ (பத்தாயிரம்), ‘கமலா’, ‘விசுவாமித்திரன்’, ‘இத்தியாதி’, ‘ஆதியுகம்’, ‘பிரச்சனையின் முடிவு’ முதலான பத்துக்கும் மேற்பட்ட ஓரங்க நாடகங்களை எழுதியுள்ளார். அவருக்குப் பின் புவனேச்வர் என்பவர் ‘காரவான்’ (1935) என்ற தொகுப்பில் ஆறு ஓரங்க நாடகங்களை எழுதியுள்ளார். அவரைத் தொடர்ந்து ராம்குமார் வர்மா ‘வெண்ணிலாத் திருவிழா’ என்ற ஓரங்க நாடகத்தையும், சேட் கோவிந்த தாஸ், ‘சாபமும் வரமும்’ என்ற ஓரங்க நாடகத்தையும் எழுதியுள்ளனர். அவர்களை அடுத்து உபேந்திர நாத் அஷ்க், ‘துவாலைகள்’ என்ற நாடகத்தையும் விஷ்ணு பிரபாகர், ‘இடியும் கோட்டைச் சுவர்’ என்ற நாடகத்தையும் ஜகதீஷ்சந்திர மாதுர், ‘கைதி’ என்ற நாடகத்தையும் லட்சுமி நாராயண் லால், ‘காபி ஹவுஸில் எதிர்ப்பார்த்திருத்தல்’ என்ற நாடகத்தையும் தர்மவீர் பாரதி, ‘சிருஷ்டியின் இறுதி மனிதன்’ என்ற நாடகத்தையும் எழுதியுள்ளதோடு ‘தாஜ்மகாலின் கண்ணீர்’, ‘அம்மாவின் பிள்ளை’, ‘ஆறு தாகமாயிருந்தது’ முதலான பல ஓரங்க நாடகத் தொகுதிகளையும் எழுதியுள்ளனர். இந்தியச் சுதந்திரத்திற்குப் பின் மோகன் ராகேஷ், பாரத் பூஷண் அகர்வல், மம்தா காலியா முதலியோர் ஓரங்க நாடகங்கள் பலவற்றை எழுதியுள்ளனர். இந்தி மொழியில் பாரதேந்து காலத்தில் ஓரங்க நாடக வடிவம் இயற்றப்பட்டது என்றாலும் 1930களிலிருந்தான் ஓரங்க நாடகம் தனது முழு வடிவில் இயற்றப்பட்டு வளர்ச்சி பெறலாயின என்பது குறிப்பிடத்தக்கதாகும்.

தமிழில் ஓரங்க நாடகங்கள்

தமிழில் ஓரங்க நாடகம் பற்றிய கருத்துக்களில் நாடக ஆய்வாளர்கள் இருவேறு கருத்துக்களைக் கொண்டுள்ளனர். தமிழில் சங்க காலத்தில் ஆடப் பெற்றதாகக் கூறப்படும் சாக்கியர் கூத்து ஓரங்க நாடக வகையைச் சார்ந்தது என்றும் கலித்தொகை, பரிபாடல் முதலானவற்றின் பெரும்பாலான செய்யுட்கள் ஓரங்க நாடகக் கூறுகளின் தன்மையில் அமைந்துள்ளவையாக இருக்கின்றன என்றும் கூறுவதின் ஊடாக ஓரங்க நாடகம் தமிழின் தொன்மையான வடிவம் என்பது புலப்படுகிறது. இந்நிலையில் தமிழ் ஓரங்க நாடகத்தோற்றம் பற்றி ஆறு. அழகப்பன் மொழிவதாவது:

தமிழ் நாட்டில் பல அங்கங்களை உடைய நாடகங்கள் வெளிவருவதனை விட ஓரங்க நாடகங்கள் தான் மிகுதியாக வெளிவருகின்றன... பழந்தமிழ் இலக்கியங்களில் கலித்தொகைப் பாடல்கள் நல்ல ஓரங்க நாடகக் கூறுகள் நிறைந்தவைகள் என்பது நினைவு கொள்ளத்தக்கது. அப்பாடல்களை அடிப்படையாக வைத்துப் பலர் நாடகங்கள் எழுதி வருகின்றனர்.[47]

தமிழ் ஓரங்க நாடக வடிவம் தமிழ் மரபினுக்கு உரியது என்பதாக மு.சேரன் கீழ்வருமாறு குறிப்பிடுவதாவது:

சமஸ்கிருத நாடகத்தைப் போலவே தமிழ் நாடக்கத்திலும் ஓரங்க நாடகங்கள் ஏராளம் ஏராளம் எனலாம். இன்னும் சொல்லப்போனால் சமஸ்கிருதத்தைக் காட்டிலும் தமிழில் ஓரங்க நாடகங்கள் மிகுதியென்பதை மறுப்பதற்கில்லை. சங்கக் காலத்தில் ஆடப் பெற்றதாகக் கூறப்படும் 'சாக்கியர் கூத்து' என்ற நாடக வகையும் ஓரங்க நாடக வடிவமாகவே ஆடப்பெற்றது என்பர். கி.பி. ஐந்தாம் நூற்றாண்டில் இயற்றப்பெற்ற கலித்தொகைப் பாடல்கள் பல, ஓரங்க நாடகக் கூறுகளில் இயற்றப் பெற்றுள்ளன என ஆராய்ச்சியாளர் கூறுவதை இங்குக் குறிப்பிடலாம்.[48]

கி.பி. பத்தொன்பது இருபதாம் நூற்றாண்டுகளில் ஆங்கிலேயர்களின் ஆட்சியினாலும் நவீனக் கருத்துக்களின் தாக்கத்தினாலும் பல துறைகளில் புதிய மாற்றம் ஏற்பட்டதைப் போன்று நாடகத்திலும் புதிய மாற்றம் ஏற்படலாயின. அதன் விளைவாகவே முழு நாடகத்திலிருந்து ஓரங்க நாடகம் தோற்றம் பெற்று இக்காலத்தில் மிகுதியான ஓரங்க நாடகங்கள் எழுதப்பட்டுள்ளன என்று பம்மல் சம்பந்தம், க. ரவீந்திரன் உள்ளிட்ட நாடக அறிஞர் கூறுகின்றனர். இந்நிலையில் தமிழில் ஓரங்க நாடகம் பற்றிய வரையறையைத் தேடப் புகின் முழுமையின்மையே கிடைக்கிறது. அதாவது தமிழில் எப்பொழுது யாரால் முதலில் ஓரங்க நாடகம் எழுதப்பட்டது முதலிய குறிப்புகள் ஒன்றும் கிடைக்காததால் இதனை வரையறுக்க முடியவில்லை. இருந்தும் கிடைப்பனவற்றைக் கொண்டு ஆராயின் தமிழில் 'நாடகவியில்' எழுதிய வி.கோ. சூரிய நாராயண சாஸ்திரியாரே தமிழில் ஓரங்க நாடகத்தையும்

---

47 ஆறு. அழகப்பன், *தமிழ் நாடகத்தின் தோற்றமும் வளர்ச்சியும்*, 2011, ப.333.
48 மு.சேரன், *இந்திய நாடகம்ஒரு கூர்ந்த கண்ணோட்டம்*, 1996, ப.350.

தொடங்கி வைத்தவர் என்று கருதமுடிகிறது. அவருடைய 'மானவிஜயம்' என்ற நூல் 'அங்கம்' என்ற நாடக வகையில் ஓர் அங்கம் கொண்ட நாடக வகையின் அடிப்படையில் எழுதப்பட்டதாகும். அவருக்குப் பிறகு கி.பி.20ஆம் நூற்றாண்டில் ஓரங்க நாடகங்கள் என்ற பெயரில் நாடக ஆசிரியர் பலர் ஓரங்க நாடகங்களை எழுதியுள்ளனர். அவர்களில் கலைவாணர் 'ஓரங்க நாடகங்கள்' என்ற பெயரிலும் வி.சி. கோபால ரத்தினம் 'சுவராஸ்ய நாடகங்கள்' என்றும் ந. சுப்பிரமணியம் 'ஊர்வசி' என்ற பெயரிலும் ஓரங்க நாடகங்களை எழுதியுள்ளனர். இந்நிலையில் தமிழ்ச் சூழலில் ஓரங்க நாடகம் என்றவுடன் மு. வரதராசனாரின் 'மனச்சான்று' என்ற ஓரங்க நாடகத் தொகுதியும் சுகி. சுப்பிரமணியனின் 'காட்சி கண்காட்சியே' என்ற தொகுப்பு நூலும் அ.ச. ஞானசம்பந்தனின் 'தெள்ளாறெறிந்த நந்திவர்மன்' என்ற ஓரங்க தொகுப்பு நூலும், பூர்ணம் விசுவநாதனின் 'சோம்பலே சுகம்' என்ற ஓரங்க தொகுப்பு நூலும், தமிழ்வாணனின் 'ஓரங்க நாடகங்கள்' என்ற நாடக நூலும் மிகவும் புகழ் பெற்றதாகும். இவற்றோடு வ.சுப. மாணிக்கத்தின் 'மனைவியின் உரிமை', அண்ணாவின் 'நீதிதேவன் மயக்கம்', ரா. சீனிவாசனின் 'சொல்லின் செல்வன்', கி.ஆ.பெ. விசுவநாதத்தின் 'தமிழ்ச் செல்வம்', கருணாநிதியின் 'சேரன் செங்குட்டுவன்', கே.ஏ. தங்கவேலுவின் 'எழுத்தாளனின் பைரைவன்', ஆலந்தூர் கோ. மோகன சுந்தரத்தின் 'வைரமூக்குத்தி', சுஜாதாவின் 'மறுமணம்' எனத் தமிழில் ஓரங்க நாடகத்தின் பட்டியல் நீள்கிறது.

இந்தி, தமிழ் ஓரங்க நாடகக் கதைப்பொருள்

தமிழ், இந்தி ஆகிய இரு மொழியிலும் ஏறக்குறைய சம அளவில் ஓரங்க நாடகங்கள் இயற்றப்பட்டுள்ளன. அதாவது இந்தியச் சுதந்திரப் போராட்டம் உச்சக் கட்டத்திலிருந்த 1930 களிலும் இந்தியா சுதந்திரம் பெற்றபின் காலமான 1970 களிலும் இந்தியாவில் ஓரங்க நாடகங்கள் மிகுதியாக எழுதி நிகழ்த்தபட்டுள்ளன. தொடக்கத்தில் பொழுது போக்கிற்காக நகைச்சுவை வடிவில் எழுதப்பட்ட ஓரங்க நாடகங்கள் பிறகு வானொலிக்காக எழுதப்பட்டன. நாளடைவில் அதன் முக்கியத்துவம் கருதியும் தேவை கருதியும் தனி நாடகமாக எழுதப்பட்டன. அவ்வளவில் இந்தி, தமிழ் ஆகிய இரு மொழிச் சூழலிலும் பண்பாட்டுச் சூழலிலும் தனித்துக் காணப்படும்

இவ்விரு மொழி நாடகங்களிலும் நாடகக் கதைக் கருவானது விடுதலை, சமூகப் பிரச்சனை, இந்து முஸ்லீம் ஒற்றுமை, காந்தியம், குடும்பம், பெண், தனிநபர் உளவியல் பிரச்சனை என இன்னும் பல்வேறு நிலைகளில் ஒத்துள்ளதைக் கண்டறிய முடிகின்றது.

இந்தி மொழியில் ஓரங்க நாடகங்களின் பாடுபொருள் பற்றிக் காணுகின்ற போது வரலாறு, குடும்பம், பெண்ணியம், தனிமனித உளவியல் பிரச்சனை, இந்திய பாகிஸ்தான் எல்லைப் பிரச்சனை முதலானவற்றை அடிப்படையாகக் கொண்டு அமைந்துள்ளன. அந்த வகையில் இயற்கையாய் உள்ளத்தின்கண் இருக்கும் அன்பினைச் செலுத்தி வாழுதலின்றி எந்நேரமும் பணத்தை மையமிட்டு இச்சமூகம் இயங்கிக் கொண்டிருக்கிறது என்பதைத் தன்னுடைய 'தஸ் ஹஜார்' (பத்தாயிரம்) என்ற ஓரங்க நாடகத்தின் மூலம் உதயசங்கர் பட் பதிவுசெய்கிறார். குடும்பத் தலைவன் பிசாகாராம், மகன் சுந்தர்லால், ராஜோவின் தாய், ராஜோ, கணக்குப்பிள்ளை என ஐந்து பாத்திரங்களைக் கொண்டு அமைந்துள்ள இந்நாடகம் தந்தையின் பணத்தாசைக்கும் தாயின் பிள்ளைப் பாசத்திற்கும் இடையில் நடைபெறும் போராட்டத்தினை வெளிப்படுத்துவதாக அமைகின்றது. கொள்ளைக்காரர்கள் சுந்தர்லாலைக் கடத்திச்சென்று பத்தாயிரம் ரூபாய் கேட்டுத் தந்தை பிசாகாராத்தை எச்சரிக்கை செய்கின்றனர். ஆனால் பிசாகாராமோ பணம்தான் முக்கியம் என்று கருதிப் பணம் கொடுக்க மறுத்துவிடுகிறான். பிறகு தாயின் பாசம் கணக்குப்பிள்ளையின் உதவியின் மூலம் கொள்ளைக்காரர்களிடமிருந்து சுந்தர்லால் வீட்டுக்குத் திரும்பி வந்து விடுகிறாள். மகன் மீண்டு வந்ததை நினைத்து மகிழாமல் பத்தாயிரம் பணம் போனது என்று வருத்தப்படுகிறான். அப்பொழுது ராஜோவின் தாய் மொழிவதாவது:

> *சம்பாதித்து என்ன பயன்? ஒரு தீர்த்தமா, ஜபதாபமா, தருமமா, ஒன்றும் இல்லை. ஒருமுறை ஹரித்துவாருக்கு அழைத்துப் போயிருப்பீர்களா! உங்கள் பணத்தைப் பற்றி எனக்குத் தெரியவே தெரியாது. நாலு பங்களாக்கள் இருக்கின்றன... இந்தமாதிரிப் பணம் எதற்காக?*[49]

---

49 எம்.வி. வெங்கட்ராம் (த.ஆ), *ஹிந்தி ஓரங்க நாடகங்கள்,* 1978, ப.10.

இந்தியில் சேட் கோவிந்த தாஸ் என்பவர் எழுதிய ‘சாபமும் வரமும்’ என்ற நாடகத்தில் சமூகத்தில் பெண்கள் படும் துன்பங்களை இரண்டு பாத்திரங்களின் மூலம் வெளிப்படுத்துகிறார். நாடகத்தினை முன்பாதி என்றும் பின்பாதி என்றும் வகைப்படுத்தி முதல் பாதியில் பெண்ணியப் பிரச்சனைகளை மையமிட்டுப் நாடகம் முழுதும் பெண்பாத்திரம் பேசுவதாகச் சித்திரித்துள்ளார். ஒரு பெண் குழந்தையை ஈன்றெடுக்க முடியாமல் போனால் புகுந்த வீட்டில் படுகின்ற துன்பங்களையும் கணவன் முதல் புகுந்த வீட்டினர் வரை எவ்வாறு கருதுகின்றனர் என்பதையும் நாடகத் தலைவி மூலம் சித்திரித்துக் காட்டுகின்றார். நாடகத் தலைவி கணவனைப் பார்த்துப் பேசுவதாவது:

நீங்கள் என்னிடம் எவ்வித அன்பாலும் வரவில்லை. உங்களுடைய வமிசத்தின் பெயரைக்காக்கவும், உங்களுடைய சொத்தையும், உங்களுடைய பெருமையையும் பொறுப்பேற்கவும் தேவையான ஒரு பொம்மையை என் எலும்புகளிலிருந்தும், சதைகளிலிருந்தும், ரத்தத்திலிருந்தும் உண்டாக்க வேண்டும் என்பதற்காகவே நீங்கள் என்னிடம் வருகிறீர்கள் என்று எனக்குத் தெரியும்...[50]

சந்திரகுப்த வித்யாலங்கார் என்பவர் ‘இந்தியில் ஹிந்துஸ்தானம் சென்று சொல்லுங்கள்’ என்ற தலைப்பில் இந்திய பாகிஸ்தான் எல்லைப் பகுதியில் வசிக்கும் காவல்படையினரின் வாழ்க்கைமுறை பற்றியும் தேசப்பற்று மிகுதிபெறக் கருதியும் ஓரங்க நாடகத்தை எழுதியுள்ளார். அம்மக்களின் துன்பங்களையும் உயிர்த் தியாகங்களையும் தம்முயிர் போன்று படிப்பவர்களுக்குள் உணர்வினை உண்டாக்கும் வகையில் இந்நூல் அமைந்துள்ளதாகும். நாடகத் தலைமைப் பாத்திரம் கிழவன். இவன் எல்லைப் போரில் பங்கேற்கிறான் போர் உச்சநிலை அடைந்து பல சேதங்கள் ஏற்படுகின்றன. அப்பொழுது கிழவன் தன் குழந்தைகளிடம் நீங்கள் ஹிந்துஸ்தானம் என்று சொல்லுங்கள் அவர்கள் உங்களுக்கு வேண்டிய உதவிகளைச் செய்வர் என்று கூறிக் குழந்தைகளை அனுப்பிவிட்டு மீண்டும் போர்க்களத்தில் பங்கேற்று உயிர்த் தியாகம் செய்கிறான் என்பதாக நாடகம் அமைகிறது.

---

50 மேலது, 1978, ப.50.

அவர்கள் எல்லாவற்றையுமே இழந்துவிட்டார்கள் – தந்தை, தமையன், உறவினர், நண்பர், வீடு, நிலம் எல்லாவற்றையுமே. ஆயினும், ஒரு விந்தையான நம்பிக்கை அவர்களை ஹிந்துஸ்தானத்தின் பக்கம் இழுத்துக் கொண்டு வருகிறது. தங்களுடைய முனிவரைப் போன்ற, பூசிப்பதற்கு ஏற்ற தந்தையின் குரல் அவர்களுடைய செவிகளில் ஒலித்தவண்ணம் இருக்கிறது. கிழவரின் மிகுதியும் புனிதமான, மிகுதியும் கம்பீரமான குரல்: ஹிந்துஸ்தானம் சென்று சொல்லுங்கள். நம் கிழத்தந்தை 71ஆம் வயதில் நாட்டுக்காகச் சிரித்தவாறு தம் உயிரை ஈந்தார். ஹிந்து ஸ்தானம் சென்று சொல்லுங்கள். ஹிந்து ஸ்தானம் சென்று சொல்லுங்கள். நாங்கள் எல்லைப்புறக் காவலர்கள். ஹிந்து ஸ்தானம் சென்று சொல்லுங்கள்.[51]

இந்தி ஓரங்க நாடகங்கள் மேற்கண்ட நாடகக் கதைப் பொருளில் அமைவதற்கு அவ்வகால வாழ்க்கை முறையும் அக்கால மக்களிடம் புழக்கத்தில் இருந்த பண்பாட்டுச் சூழலும் காரணமாகத் திகழ்கின்றன. தமிழ் ஓரங்க நாடகப் பொருளைப் பற்றி ஆராயும் போது, புராணம், இதிகாசம், வரலாறு முதலியவற்றிலிருந்து நாடகத்திற்குக் கதைக் கருவைத் தேர்ந்தெடுப்பதோடு, காந்தியம், பெண்ணியம் முதலான பொருண்மையிலும் நாடகங்களை எழுதியுள்ளனர். அவ்வகையில் மு. வரதராசன் 'மனச்சான்று' என்ற நாடகத்தைக் காந்தியின் தாக்கத்தின் விளைவாக எழுதியிருப்பது புலப்படுகிறது.

நீ சொன்னதில் தவறு என்ன? உண்மையைத் தானே சொன்னாய்? உன் தந்தையார் காந்தி பக்தரா? காந்தி படத்தை வீட்டில் மாட்டிவிட்டால் போதுமா? சங்கங்களுக்குக் காந்தி படத்தைப் பெரிய அளவில் வாங்கிக் கொடுத்தால் போதுமா? காந்தி பிறந்த நாளில் நூறு ஏழைகளுக்குக் கஞ்சி வார்த்துவிட்டால் போதுமா? உன் வீட்டில் நீ வளரும் வீட்டில் காந்தி வெறுத்த திருடு நடக்கிறதே. இதை நீ கண்ணால் பார்த்துக்கொண்டு காதால் கேட்டுக்கொண்டு, வாயை மூடிக்கொண்டு இருக்க வேண்டுமா? (பெருமூச்சி. நிற்கிறான். தலையை அசைக்கிறான். கையை நொடிக்கிறான்.) நீ கோழை. வாயை மூடிக்கொண்டிருந்தால் நீ கோழை. படிப்பது காந்தி நெறி. பேசுவது காந்தி புகழ், தின்பது திருட்டுச் சோறு –சீ! சீ! இந்தத்

---

51 *மேலது*, 1978, ப.241.

துரோக வாழ்க்கை, உள்ளொன்று வைத்துப் புரம்பொன்றாக வாழும் வாழ்க்கை, ஏமாற்றும் வாழ்க்கை, ஏழைகளை உறிஞ்சும் வாழ்க்கை – இந்தச் சீர்கெட்ட வாழ்க்கையில் உனக்கும் பங்கு இருக்க வேண்டுமா? *(பரபரப்பாக உலவுகிறான்.)*[52]

நந்தி கலம்பகத்தை மூலமாகக் கொண்டு நந்தியினுடைய வரலாற்றைக் கூறும் நாடகங்களையும் நாட்டின் நிலமைகளையும் சாதாரண மக்கள் பிரச்சனைகளையும் எனத் தமிழ் ஓரங்க நாடகக் கதைப் பொருள் தமிழ்ச் சூழலுக்கு ஏற்றவாறு அமைந்துள்ளன.

மோகன் ராகேஷ், இந்திரா பார்த்த சாரதியின் ஓரங்க நாடகங்கள்

இந்தி மொழியில் மோகன் ராகேஷ் அவர்கள் 'ஆடி மாதத்தில் ஒரு நாள்', 'அரையும் குறையும்' முதலான முழுநீள நாடகங்களை எழுதியுள்ளதோடு, 'அண்டே கே சில்கே', 'ஷாயத்' முதலான ஓரங்க நாடகங்களையும் எழுதியுள்ளார். அவருடைய ஓரங்க நாடகங்களில் 'குக்குர் முத்தா' என்ற நாடகத்தை 1974இல் 'குடைகள்' என்ற பெயரில் சரஸ்வதி ராம்நாத் அவர்களும் 'ஷாயத்' என்ற நாடகத்தை1991இல் ஒருவேளை என்ற பெயரில் ரெங்கராஜன் அவர்களும் தமிழில் மொழிபெயர்த்துள்ளனர். அவர்களைத் தொடர்ந்து 'அண்டே கே சில்கே' என்ற நாடகத்தைப் பேராசிரியர் எச். பாலசுப்பிரமணியன் அவர்களின் அஉதவியுடன் இந்த ஆய்வாளர் 'முட்டை ஓடுகள்' என்ற பெயரில் மொழிபெயர்த்துள்ளார். ஆக, மோகன் ராகேஷின் மூன்று ஓரங்க நாடகங்கள் தமிழில் மொழிபெயர்க்கப்பட்டுள்ளன என்பது குறிப்பிடத்தக்கதாகும். மோகன் ராகேஷுடன் காலம், வாழ்க்கைச் சூழல் முதலான பலநிலைகளில் ஒத்துக் காணப்படுகின்ற இந்திரா பார்த்த சாரதி 'மழை', 'நந்தன் கதை', 'ராமானுஜர்' முதலான நாடகங்களை எழுதியுள்ளதோடு, 'பசி' (1972), 'கோயில்' (1972), 'புனரபி ஜனனம், புனரபி மரணம்' (1995) முதலான ஓரங்க நாடகங்களையும் எழுதியுள்ளார். தமிழில் வெளிவந்துள்ள மோகன் ராகேஷின் 'குடைகள்', 'ஒருவேளை', 'முட்டை ஓடுகள்' என்ற இம்மூன்று ஓரங்க நாடகங்களுடன் இந்திரா பார்த்த சாரதியின் 'பசி', 'கோயில்', 'புனரபி ஜனனம், புனரபி மரணம்' என்ற நாடகங்களுடன் நாடகக் கதைப் பொருள், பாத்திர வார்ப்பு,

---

52 மு. வரதராசன், *மனச்சான்று (ஓரங்க நாடகங்கள்)*, 1963, பக்.24-25.

நாடக வடிவம் முதலான வகைகளில் ஒப்பிட்டாராய்வதாக இப்பகுதி அமைகிறது.

நாடகக் கதைப் பொருள்

இந்தி மொழிச் சூழலில் எழுதியுள்ள மோகன் ராகேஷின் நாடகக் கதைப் பொருளும் தமிழ்ச் சூழலில் எழுதியுள்ள இந்திரா பார்த்த சராதியின் நாடகக் கதைப் பொருளும் ஒத்த தன்மையுடையனவாகத் திகழ்கின்றன. அதாவது 'ஒரு வேளை' (ஷாயத்) என்ற நாடகம் கணவன், மனைவி இருவருக்குள் நடைபெறும் உளவியல் பிரச்சனைகளைச் சித்திரித்துக் காட்டுவதாகத் திகழ்கிறது. இந்நாடகத்தில் இடம்பெறும் கணவன் பாத்திரம் வாழ்க்கையில் யார் மீதும் நம்பிக்கையற்றவனாகவும் ஏமாற்றபட்ட உணர்வு உடையவனாகவும் குழப்பமான மனநிலை உடையவனாகவும் எதிர்காலம் குறித்த பயம் கொண்டவனாகவும் சித்திரிக்கப்பட்டுள்ளான். அதே போன்று இந்நாடகத்தில் இடம் பெறும் மனைவி பாத்திரம் கணவனுக்கு ஏற்றவாறு தன்னை வடிவமைத்துக் கொள்பவளாகவும் கணவனின் மனநிலையைப் புரிந்து கொண்டு அதற்கேற்றவாறு தனது ஆசைகளை விட்டுக் கொடுத்து வாழ்பவளாகவும் சித்திரிக்கப்படுகின்றாள். கணவன், மனைவி இருவரும் மனம் அமைதி பெற வேண்டி வெளியூர் சுற்றுலா செல்ல திட்டமிடுதல்; நண்பர்கள் வீட்டுக்குப் போகலாம் என்று முடிவு செய்த கணத்தில் எங்கும் போக வேண்டாம் என்று மனம் மாறுதலடைதல்; வேலையில் பதவி உயர்வு கிடைக்க வேண்டும் என்று விரும்புதல்; உடன் வேலை செய்பவர்கள் இடம் மாற்றிச் சென்றதற்கு மகிழ்ச்சியடைந்த நேரத்திற்குள் அவர்கள் இல்லை என்று வருத்தமடைதல்; தனது உடல் நலத்தின் மீது அக்கறை கொள்ளுதல் முதலான முறைகளில் தெளிவில்லாத சிந்தனையில் உள்ளவர்களாகச் சித்திரிக்கப் பெறுகின்றனர். இந்நாடகத் தொடக்கத்தில் தனது டிரெஸ்ஸிங் கவுன் பைகளுக்குள் கைவிட்டபடி எதையோ சிந்தித்துக் கொண்டிருப்பவனாகச் சித்திரிக்கப்பட்டுள்ள கணவன் பாத்திரம் ஒன்றைப் பற்றி நல்லது என்று நினைக்கும் கணத்தில் அதனுடைய தீய குணத்தை நினைத்துப் பார்த்து மனம் அமைதியற்றவனாய்க் காணப்படுகின்றான். கணவனின் குணத்தை அறிந்து கொண்ட மனைவி கணவனுக்கு ஏற்றவாறு தனது விருப்பங்களை மாற்றிக் கொண்டு வாழ்ந்து வருகிறாள்.

மனதில் உள்ளதை வெளிப்படையாகப் பேசிக் கொள்ளாத கணவன், மனைவி இருவரும் ஒருவரை ஒருவர் புரிந்து கொண்டு ஒற்றுமையாக வாழ்ந்து வருகின்றனர் என்பது இந்நாடகத்தின் மூலம் வெளிப்படுகின்றது. ஒரு வேளை நாடகத்தில் இடம்பெறும் கணவன் எந்நேரமும் எதையோ சிந்தித்துக் கொண்டிருப்பதனால் எதிலும் மனநிறைவற்றவனாய் நிமிடத்திற்கு நிமிடம் தனது செயல்பாடுகளை மாற்றிக் கொண்டிருப்பவனாய்க் காட்சிப்படுத்தப்படுகின்றான். இதனைக் கீழ்வரும் சான்று புலப்படுத்துகின்றது.

கொஞ்ச நாள் தனியாக இருக்கட்டுமா? (பதிலுக்காக நிறுத்துகிறான். பிறகு பதில் கிடைத்து விட்டது போல்) ...ஆனால் அங்கே போனால் தனிமையில் கஷ்டப்படுவேன் என்று நினைக்கின்றேன்.[53]

தன்னைப் பற்றிக் கணவன் பாத்திரம் மேற்கண்டவாறு கூறுவதன் மூலம் அதனுடைய குணம் வெளிப்படுவதோடு, கணவனின் மனநிலையைப் பற்றி மனைவி பாத்திரம் மேலும் வெளிப்படுத்துவதாவது:

...நான் நினைக்கிறேன் நீங்கள் யோசித்து கவலை அடைவதில்லை. ஆனால் கவலை அடைவாதல் யோசித்தபடி இருக்கிறீர்கள். ...அதுதான் விஷயம். நீங்கள் உங்களிடம் இல்லாததைத்தான் விரும்புகிறீர்கள்.[54]

குடும்பம், பொருளாதாரம், பணிச்சுமை முதலானவற்றிற்கு ஆளாகுகின்றவர்களின் மனநிலையைச் சித்திரித்துக் காட்டும் முறையில் கணவன் பாத்திரம் திகழ்கின்றது. இதைப் போன்று இந்திரா பார்த்த சாரதியின் ‘பசி’ என்ற நாடகம் சமூகத்தில் நிகழ்கின்ற அறிவுப் பசி, உடல் பசி முதலானவை பற்றிச் சித்திரித்துக் காட்டுகின்றது. பசியினால் ஏற்படுகின்ற பிரச்சனைகளைக் கணவன், மனைவி இருவரும் ஊடாடிக் கொள்வதன் மூலம் வெளிப்படுகிறது. மனிதர்களின் முக்கியத் தேவையாகக் கருதப்படுகின்ற பசியினால் ஏற்படுகின்ற பிரச்சனைகளை விளக்குவதாக இந்நாடகம் அமைகிறது. உலகில்

---

53 ரெங்கராஜன் (மொ.ஆ), *ஒரு வேளை, வெளி நாடக இதழ் – 3 (ஜனவரி – பிப்ரவரி)*, 1991, ப.54.

54 *மேலது*, 1991, ப.57.

உள்ள ஒவ்வொரு பொருளும் ஏதோ ஒன்றின் இயக்குதலில் இயங்குகின்றது என்பதைக் கெடியாரம் சாவி கொடுப்பதினால் இயங்குகிறது என்று மனைவிப் பாத்திரம் கூறுவதன் மூலம் புலப்படுகிறது.

கெடியாரம் நின்னு போய் நாளாறது? சாவியே கொடுக்கலே... (சில விநாடிகள் மௌனம்)

எதுக்காகச் சாவி கொடுக்கணும்?

நல்ல வேளை, வீட்டில் ஒரு காலெண்டர்கூட கிடையாது. இல்லாட்டி என்ன? என்ன குடி முழுகிப் போச்சு?

காலெண்டர் இருந்தா மாசா மாசம் கிழிச் சிண்டிருக்கணும்... (சில விநாடிகள் மௌனம்)[55]

சாவி கொடுப்பதின் மூலம் கெடியாரத்தினுடைய பசி போக்கப்படுவதைப் போன்று ஒவ்வொன்றும் அதனதன் பசியைப் போக்கிக் கொள்வதற்கு ஏதோ ஒன்று மூலக் காரணமாகத் திகழ்கிறது என்பதை நாய்க்குட்டியின் பசியைப் போக்குவதற்கு எடுக்கும் முயற்சியின் மூலம் இந்நாடகம் விளக்குகிறது. உலகில் உள்ள பொருள்கள் அனைத்திற்கும் பசி மூலக் காரணமாகத் திகழ்கிறது என்றும் பசியைப் போக்குவதே பிரதான தேவை என்றும் இந்நாடகம் சித்திரித்துக் காட்டுகின்றது.

குடைகள் என்ற நாடகம் சமூகத்தில் நிகழும் அவலங்களை நாய்க் குடைகளைக் குறியீடாக் கொண்டு சித்திரித்துக் காட்டுகின்றது. இந்நாடகத்தை மோகன் ராகேஷ் புதிய கோணத்தில் நிகழ்த்தியுள்ளார். அதாவது நாடகத்தில் பாத்திரங்கள் நேரடியாக உரையாடிக் கொள்வது போன்று அமையாமல் நாடகப் பயிற்சி கற்பிப்பது போன்று இந்நாடகம் அமைந்துள்ளது. நாடகத்தில் இடம்பெறும் பாத்திரங்களின் பெயரினைக் குறிப்பிடாமல் மனிதன், குரல், பல குரல் என்று பாத்திரங்களைச் சித்திரித்து அரசியல், பொருளாதாரம், தொழில், உரிமைப் போராட்டம் முதலான பிரச்சனைகளைச் சித்திரித்துக் காட்டும் வகையில் இந்நாடகத்தைச் சித்திரித்துள்ளார். மனிதன் ஒருவன் அரங்கத்தில் உள்ள நாய்க்குடைகளைத் தொட்டுப் பார்க்க விரும்புகிறான். அப்பொழுது பெரிய குடையைத் தொட்டதும் குண்டுகள் வெடிக்கின்றன. பின்பு அதன் மீதிருந்து அவன் கை

---

55 இந்திரா பார்த்த சாரதி, *இந்திரா பார்த்த சாரதி நாடகங்கள்*, 2007, ப.712.

விலகியதும் குண்டுகள் வெடிப்பதில்லை மீண்டும் அந்தக் குடையைத் தொட்டதும் குண்டுகள் வெடிக்கின்றன. குண்டுகள் வெடிப்பதைப் பொருட்படுத்தாமல் குடையைப் பிடுங்கிக் கொள்கிறான். அப்போது அவனை ஏசும் வகையில் பல குரல்கள் எழுகின்றன. குழந்தை அழும் சத்தம் கேட்டுத் துடிக்கிறான். சிங்கம் உறுமுகின்ற ஓசை கேட்டு அதனுடன் சண்டை போடுகின்றான். ரேடியோவில் தேசியம் பற்றிய கருத்துரை வழங்கப் படுகின்றது. இறுதியாக நான் யார் எனக்கு என்று உறவு யாருமில்லையே ஏன்? என்று பரத வாக்கியம் பொழியப்படுகிற போது அவன் கையிலிருந்து ஒவ்வொரு குடையும் கீழே விழுவதாக நாடகம் முடிவுறுகிறது. குடையை மனிதன் தொடுவதன் மூலம் சமூகத்தில் நிகழும் அரசியல், உரிமைப் போராட்டம் முதலான பிரச்சனைகள் சித்திரிக்கப்படுகின்றன. இந்நாடகத்தில் இடம் பெறும் குரலின் மூலம் கீழ்வரும் சமூகப் பிரச்சனைகள் கூறப்படுகின்றன.

பார்லிமெண்ட், வட்டித் தொழில், காதி கிராம உத்யோக், விண்வெளிக் கலம், சாவி கொடுத்தல், ஓடும் குரங்கு, நிலவுக் கற்கள், கோதுமை, பிழைப்பு, காக்காய் வலிப்பு...[56]

இவ்வாறு பார்லிமெண்ட், வட்டித் தொழில் முதலான பிரச்சனைகளைச் சித்திரிப்பதாக திகழ்கின்ற இந்நாடகத்தில் இடம்பெறும் டேப் ரிக்கார்டர் குரலின் மூலம் சமூகப் பிரச்சனை வெளிப்படுவதாவது:

பற்பல பிரச்சனைகள் முன்னே வருகின்றன. அவற்றில் ஒவ்வொரு பிரச்சனையும் வேறு பல பிரச்சனைகளுக்கு நம்மை இட்டுச் செல்லுகின்றது. பிரச்சனைகள் குடைகள்: ஒவ்வொன்றும் முக்கியமானவை. ஆனால் காலத்தின் தேவையானது இப்பிரச்சனைகள் எல்லாவற்றையும் விட முக்கியமானது. அந்தத் தேவை என்ன, அது எதைப் பொறுத்தது என்பது பற்றித்தான் நாம் இப்பொழுது முக்கியமாகக் கவனம் செலுத்தவேண்டும். ஏன் என்றால் நமது உண்மையான தேவை எதுவென்று நாம் புரிந்து கொண்டுவிட்டால், பல்வேறு பிரச்சனைகளுக்கு விடை தானாகவே கிடைத்துவிடும். இதனால் இப்பொழுது நாம் கவனிக்க வேண்டியது இன்றையத் தேவை.

---

56 சரஸ்வதி ராம்நாத் (மொ.ஆ), *மோகன் ராகேஷ் எழுதிய மூன்று நாடகங்கள் அரையும் குறையும்*, 1974, ப.237.

இன்றையது மட்டுமல்ல...அடுத்து வரப்போகும் நாளையின் தேவை. அதன்பின் வரப்போகும் நாட்களின் தேவை...[57]

இவ்வாறு குடைகள் நாடகம் மூலம் சமூகப் பிரச்சனைகள் பேசப்படுவதைப் போன்று கோயில் நாடகத்திலும் கோயிலின் மூலம் சமூகப் பிரச்சனைகள் சித்திரித்துக் காட்டப்பெறுகின்றன. கோயில் என்ற நாடகம் தெய்வங்களைக் காரணம் காட்டி ஏழை மக்களின் சொத்துக்களை எவ்வாறு ஏமாற்றுகின்றனர் என்பதை விளக்குவதாக அமைகின்றது. கோயில் கட்டுவதற்குப் பணம் வசூலித்தல்; கோயில் இடங்களை வாடகைக்கு விடுதல்; கோயில் பெயரில் வரி வசூலித்தல் முதலான முறைகளினால் மக்கள் சுரண்டப்படுவதைச் சித்திரிப்பதாக இந்நாடகம் திகழ்கிறது. பெரியண்ணன் என்ற பாத்திரம் இந்து, முஸ்லீம், கிருத்துவம் ஆகிய மூன்று மதங்களின் கோயில்களும் ஒன்றாய் திகழும் வகையில் கோயில் ஒன்றைக் கட்ட முயற்சிக்கிறான். அதனால் மக்களிடமிருந்து கற்களை நன்கொடையாகக் கொடுக்கும்படி கட்டளையிடுகிறான். சில நாட்களில் பெரியண்ணனன் மறைந்ததும் அவனுடைய ஆசையைச் சின்னண்ணன் நிறைவேற்றும் பொருட்டு மீண்டும் கோயில் கட்ட விரும்புவதாகக் கூறுகிறான். மக்கள் தங்கள் பசியைப் போக்கிக் கொள்வதற்கு உணவினை ஏற்பாடு செய்யுமாறு சின்னண்ணனை எதிர்த்துக் குரல் எழுப்புகின்றனர். அவர்களிடம் சின்னண்ணன் கண்டிப்பாகக் கோயிலைக் கட்டி முடிப்பதாக உறுதிகூறி மக்களைத் தொடர்ந்து ஏமாற்றுவதாக நாடகம் முற்று பெறுகிறது. இதன் மூலம் கோயில் பெரியரில் மக்களை ஏமாற்றிப் பிழைக்கும் செயலைச் செய்து வருவோரைச் சித்திரித்துக் காட்டுவதாகக் கோயில் நாடகம் திகழ்கிறது.

இந்த விபசாரிகளுக்கு அயல் ஊர்க்காரங்க ஆதரவும், நம்ம வியாபாரி தயவும் இருக்குன்னு எனக்குத் தெரியாமெ இல்லே... அதனால்தான் எல்லாரையும் உள்ளே தள்ளி வச்சிருக்கோம்... நம்ம ஊர் கஷ்டத்துக்கெல்லாம் இவங்கதான் காரணம்... இல்லாட்டா, எப்பவோ நாம கோயிலைக் கட்டி முடிச்சிருக்கலாம், கவலைப்படாதீங்க...கோயிலைக் கட்டி முடிக்கத்தான் போறேன். ஒரு பக்கம் பாத்தா மசூதி... இன்னொரு பக்கம் பாத்தா நம்ம கோயில்...பிரும்மாண்டமான கோயில்...பெரியண்ணன் கண்ட கனவு...அதோ கோயில்

57 *மேலது, 1974, ப.245.*

உருவாயிட்டிருக்கு...(கோயில் மணி ஒலிக்கும் சத்தம்...குர்ஆன், சர்ச், 'ஆர்கன்' இசை...[58]

குடைகள் என்ற நாடகம் நாய்க் குடைகள் மூலமும் கோயில் என்ற நாடகம் கோயில் மூலமும் சமூகப் பிரச்சனைகளைச் சித்திரித்துக் காட்டுவதாகத் திகழ்கின்றன.

மோகன் ராகேஷின் 'முட்டை ஓடுகள்' என்ற நாடகம் வைணவக் குடும்பத்தினர் தங்களது விருப்பத்திற்கிணங்க எவ்வாறு தங்கள் வாழ்முறையை மாற்றிக் கொள்கின்றனர் என்பதை விளக்குவதாகத் திகழ்கிறது. வைணவக் குடும்பத்தில் நிகழும் நிகழ்வுகளைச் சாடும் வகையில் இந்நாடகம் அமைகின்றது. மழையில் நனைந்தபடி வீட்டிற்குள் வரும் இளையமகன் சியாம் அண்ணி வீனாவிடம் முட்டை அல்வா செய்து தரும்படி நேராகக் கேட்காமல் மறைமுகமாகக் கேட்கிறான். இதனை, அறிந்து கொண்ட வீனா ஐந்து, ஆறு முட்டை வாங்கிக் கொண்டு வந்தால் முட்டை அல்வா செய்து தருகிறேன் என்கிறாள். அதற்கு சியாம் முட்டையின் பெயரைச் சொல்லாதே அம்மாவின் காதில் கேட்டால் என்தலை உருளும் என்று பயப்படுகிறான். அப்போது வீனா அவன் மறைமுகமாக அவனுடைய அறையில் முட்டை சாப்பிடுவதைச் சுட்டிக் காட்டுவதோடு, அவனுடைய அண்ணனும் வீனாவின் கணவனுமாகிய கோபால் தனது அறையில் முட்டை செய்து சாப்பிடுவதையும் சுட்டிக் காட்டி அவர்களுடைய வேடத்தைக் களைக்கிறாள். மூத்த மருமகள் ராதா சந்திரகாந்தா முதலான காதல் காவியங்களை வீட்டில் ஒருவருக்கும் தெரியாமல் மறைமுகமாகப் படிப்பதை அறிந்த வீனா வெளிப்படையாகப் படிக்கச் சொல்கிறாள். சியாமுவிற்காக முட்டை அல்வா செய்து கொண்டிருக்கும் போது அம்மாவாகிய ஜமுனா பார்க்காதவாறு மறைக்கின்றனர். ஆனால் மூத்த மகன் மாதவ் அனைவரின் செயல்பாடுகளையும் அம்மா அறிந்தவர் என்று கூறும் போது அனைவரும் ஆச்சரியத்தில் வாயடைத்துப் போகிறவர்களாக நாடகம் முற்றுப் பெறுகிறது.

ஏன் தெரியாது. நான் அம்மாவுக்குத் தெரியாது என்று நினைத்துக் கொண்டிருக்கிற விஷயங்கள் எல்லாம் கூட அம்மாவுக்குத் தெரியும் (சிரித்துக் கொண்டு) இன்றிலிருந்து முட்டை ஓடுகளை ஓடையில் போடு இதற்கென ஒரு டப்பா

58 இந்திரா பார்த்த சாரதி, *இந்திரா பார்த்த சாரதி நாடகங்கள்*, 2007, பக்.756-757.

வைக்க வேண்டிய அவசியம் இல்லை அம்மாவைப் பொறுத்த வரையிலும் அவள் இதை ஓடையில் போட்டாலும் பார்க்கப் போவதில்லை.[59]

இந்நாடகத்தின் மூலம் வைணவக் குடும்பத்தினரின் கொள்கைகளைக் கேள்விக்குட்படுத்துவதோடு, காலத்திற்கேற்றவாறு மக்களின் வாழ்முறைகளும் நம்பிக்கைகளும் மாற்றமடைகின்றன என்பவற்றையும் இந்நாடகம் சித்திரித்துக் காட்டுவதாகத் திகழ்கின்றது. இதனைப் போன்றே 'புனரபி ஜனனம், புனரபி மரணம்' என்ற நாடகமும் பண்பாட்டுச் சீரழிவு ஏற்படுவதை விளக்குவதாக அமைகின்றது. பணத்தின் மீதுள்ள பற்றின் காரணமாக இச்சமூகத்தில் மனிதத் தன்மையற்ற செயல்கள் நிகழ்கின்றன என்பதைச் சித்திரித்துக் காட்டுகின்றது. கடவுள் வழிபாடு, சடங்கு, மூட நம்பிக்கை முதலானவற்றின் மீது பற்றற்ற பகுத்தறிவாளர் ஒருவர் இறக்கும் நேரத்தில் அவர் உயிர் பிரிந்து போவதைப் பற்றிக் கவலைக்கொள்ளாமல் பணத்திற்காக அவருடைய கொள்கைகள் சீரழிவுக்குட்படுத்தப்படுகின்றன என்பதை இந்நாடகம் சித்திரிக்கின்றது.

மோகன்: இதிலே ஏகப்பட்ட துட்டு உண்டுய்யா... நீங்க இதே முடிச்சுக் கொடுங்க...கஞ்சத்தனம் பார்க்காமெ கமிஷன் தரோம்...புரியுதா?

நடேசன்: ஆளே இன்னும் போகலேன்னு சொல்லிட்டிருக்கேன், அப்படியிருக்கிறப்போ...

மோகன்: குட்...அப்படின்னா எப்போ வேணுமானாலும் போகலாம். அப்படித்தானே...ரெண்டு நாள், மூன்று நாள்... (மோகன் ப்ரீஃப்கேஸைத் திறந்து ஒரு கட்டிலிருந்து பணம் உருவுகிறான். நடேசன் அதை ஆவலுடன் பார்க்கிறார்.[60]

இவ்வாறு இரு மொழி நாடக ஆசிரியர்களும் வெவ்வேறு மொழி, பண்பாட்டுச் சூழலில் தமது நாடகங்களை எழுதியிருப்பினும் இந்நாடகக் கதைப் பொருளைக் காணுகையில் குடும்பம், பொருளாதாரம், பண்பாடு முதலான பிரச்சனைகளைச் சித்திரித்துக் காட்டுவதில் இவ்விரண்டு நாடக ஆசிரியர்களும்

59 ந.ஆறுமுகம், (மொ.ஆ), *முட்டை ஓடுகள்*, 2017, ப.310

60 இந்திரா பார்த்த சாரதி, *இந்திரா பார்த்த சாரதி நாடகங்கள்*, 2007, ப.798.

நாடகக் கதைப் பொருள் தேர்வில் ஒத்திருப்பதைக் காணமுடிகின்றது.

நாடகப் பாத்திர வார்ப்பு

இந்தி மொழி, தமிழ் மொழி என இரு மொழியில் அமைந்துள்ள நாடகங்களின் பாத்திர வார்ப்பினைக் காண்கின்ற போது இருவரின் நாடகங்களும் பெரும்பாலும் ஒத்துள்ளனவாக அமைந்துள்ளன. மோகன் ராகேஷின் 'ஒருவேளை' என்ற நாடகம் கணவன், மனைவி என இரண்டு பாத்திரங்கள் மட்டும் கொண்டதாகத் திகழ்வதைப் போன்று இந்திரா பார்த்த சாரதியின் 'பசி' என்ற நாடகமும் கணவன், மனைவி என்ற இரு பாத்திரங்களை மட்டும் கொண்டதாகத் திகழ்கின்றது. ஒரு குடும்பத்தில் கணவன், மனைவி இருவர் மட்டும் வாழ்ந்து வருகையில் அவர்கள் தங்களின் தனிமையைப் போக்கிக் கொள்ளும் பொருட்டும் குழந்தைகள் இல்லாத துன்பத்தைத் துடைத்துக் கொள்ளும் பொருட்டும் பூனை, நாய் முதலான விலங்குகளை வளர்க்கும் வழக்கம் மக்களிடம் காணப்படுவதைச் சித்திரித்துக் காட்டுவதாக 'ஒருவேளை' நாடகம் திகழ்கின்றது. ஒரு வேளை நாடகப் பாத்திரங்களான கணவன், மனைவி ஆகிய இருவரும் பூனைக் குட்டியைப் பார்த்ததும் அது தமக்கு மிகவும் பிடித்திருக்கிறது என்று கூறுவதாவது:

கணவன்: பூனைக்குட்டிகளில் வெள்ளைப் புள்ளிகளுடன் இருக்கிறதே அது. அதை யாருக்கும் கொடுக்க வேண்டாம்.

மனைவி: எனக்கு இரண்டாவதுதான் பிடிக்கிறது. அந்த...[61]

ஒரு வேளை நாடகத்தில் இடம்பெற்றுள்ள பாத்திரங்களின் பெயரினைச் சுட்டாதது போன்று பசி என்ற நாடகமும் இரண்டு பாத்திரங்களைக் கொண்டு அவற்றின் பெயரினைச் சுட்டாமல் அவன், அவள் என்று வழங்குகின்றது. அதோடு, பசி நாடகத்தில் நாய்க் குட்டி ஒன்றைத் தூக்கி வைத்துக் கொண்டு மனைவி கொஞ்சுவதின் மூலமும் அதனைச் சரியாக வளர்ப்பது பற்றிக் கணவன் கீழ்வருமாறு கூறுவதன் மூலமும் அப்பாத்திரங்களின் பண்பு வெளிப்படுகிறது.

அவன்: இப்போ ஒரு டாக் புக் வாங்கியாகணும்...(அவன் சிகரெட் பற்ற வைத்துக் கொள்கிறான்.) அப்புறம் இதே

---

61 *ரெங்கராஜன் (மொ.ஆ), ஒரு வேளை, வெளி நாடக இதழ் – 3 (ஜனவரி – பிப்ரவரி), 1991,* ப.59.

டாக்டர்கிட்டே அழைச்சிண்டு போய் 'இன்ஃபெக் ஷன்' வராம இருக்க ஊசி போடணும், இதோட விளையாடணும்...வர்றவங்க போறவங்கக் கிட்டல்லாம் இதைப் பத்திப் பேசணும்... வெளியிலே அழைச்சிண்டு போகணும்...காலைச் சுத்திண்டு வளைய வளைய வர்றபோதெல்லாம் கொஞ்சணும்...ஐ ஹாவ் ஸம்திங் டு லிவ் ஃபார்! (சிரிக்கிறான்) (அவள் நாற்காலியில் போய் உட்காருகின்றாள்...தடவிக் கொடுத்துக் கொண்டே இருக்கிறாள்)

அவள்: (தனக்குள்) கறுப்பா இருந்தா அழகாதான் இருக்கு... எனக்கு இருட்டைக் கண்டாத்தான் பிடிக்கும்.[62]

மோகன் ராகேஷின் 'ஒரு வேளை' நாடகத்தில் இடம்பெறும் பூனைக்குறியீடும், 'பசி' நாடகத்தில் இடம் பெறும் நாய்க் குட்டி குறியீடும் கணவன், மனைவி மட்டும் உடைய குடும்ப அமைப்பைக் காட்சி படுத்துவதாகத் திகழ்கின்றது.

குடைகள் என்ற நாடகத்தை மோகன் ராகேஷ் பாத்திரங்கள் உரையாடுவதைப் போன்று அமைக்காமல் நாடகப் பயிற்சி கற்பிக்கும் முறையில் நிகழ்த்தியுள்ளார். இருந்தும் இந்நாடகத்தில் குரல், பல குரல், அனௌன்சர் என்ற முறையில் உரையாடலை வெளிப்படுத்துகின்றார்.

(வசவுகளிலிருந்து தப்பும் முயற்சியில் அம் மனிதனின் கரங்கள் அசைவற்றுப் போய்விடுகின்றன. அவனது நிராசை முன்னைவிட பன்மடங்காகத் தெரிகிறது. நாற்புறமிருந்தும் அவன் மீது வசவுகள் சொல்லம்புகளாய் வீசப்படுகின்றன.)

ஏய் ! போய்ப் பார்...உன் வீட்டு குதிரை லாயத்திலே எந்தச் சிறுத்தைப் புலி புல் மேய்ந்து கொண்டிருக்கிறதென்று பார்... பொ...

உன் மனைவியின் உள் பாவாடையில் கருங்குரங்கு எச்சமிட்டு இருக்கிறது. நீ முதலில் அதைப் போய்...பார்த்து...[63]

இவ்வாறு 'குடைகள்' நாடகம் பாத்திரங்களின் உரையாடாலின்றி அரங்கத்தின் பின்னணியிலிருந்து குரல்கள்

---

62 இந்திரா பார்த்த சாரதி, *இந்திரா பார்த்த சாரதி நாடகங்கள்*, 2007, ப.723.

63 சரஸ்வதி ராம்நாத் (மொ.ஆ), *மோகன் ராகேஷ் எழுதிய மூன்று நாடகங்கள் அரையும் குறையும்*, 1974, பக்.238-239..

ஒலிப்பது போன்று இயற்றப்பட்டிருக்கின்றது. இதனைப் போன்றே 'கோயில்' நாடகமும் பாத்திரங்களின் பெயரினைச் சுட்டாமல் பெரியண்ணன், சின்னண்ணன், முதல்வன், இரண்டாமவன், மூன்றாமவன், நான்காமவன், ஐந்தாமவன், ஆறாமவன் எனப் பாத்திரங்களை அழைப்பதாக அமைகின்றதைக் காணமுடிகின்றது.

பெரியண்ணன்: நான் இப்போ கட்டப் போற கோயில் பிரும்மாண்டமான கோயில்...

முதல்வன்: எல்லாப் பண்பாட்டையும் இணைச்சு ஒரு கோயில்

இரண்டாமவன்: ஒரு பக்கம் பார்த்தா மசூதி.
மூன்றாமவன்: இன்னொரு பக்கம் சர்ச்.
நான்காமவன்: மொத்தமா பார்த்தா நம்ம கோயில்.
ஐந்தாமவன்: பிரும்மாண்டமான கோயில்.
ஆறாமவன்: ஒரு கோடி டன் பேப்பர். [64]

மோகன் ராகேஷும் இந்திரா பார்த்த சாரதியும் முறையே குடைகள், கோயில் என்ற நாடகங்களில் பாத்திரங்கள் பற்றிக் கூறுகையில் அவற்றின் பெயரினைச் சுட்டாமல் படைத்திருப்பது குறிப்பிடத்தக்கதாகும்.

முட்டை ஓடுகள் நாடகம் சியாம், வீனா, கோபால், ராதா, மாதவ், ஜமுனா என ஆறு பாத்திரங்களைக் கொண்டு திகழ்கிறது. புனரபி ஜனனம், புனரபி மரணம் என்ற நாடகம் மோகன், நடேசன், சபாபதி, முத்து, ஐயர், பழனி, சிறுமி, காமிராமென், கிராமத்துக்காரர்கள் என ஒன்பது பாத்திரங்களைக் கொண்டு முட்டை ஓடுகளிலிருந்து வேறுபட்டுத் திகழ்கின்றது எனினும் பாத்திரப் பண்பு நலனில் இரண்டும் ஒத்துள்ளதாகத் திகழ்கின்றன. அதாவது முட்டை ஓடுகள் நாடகத்தில் இடம் பெறும் வீனா என்ற பாத்திரம் தைரியம் உள்ளவளாகவும் தனக்குப் பிடித்ததை யாருக்கும் பயப்படாமல் செய்பவளாகவும் பிறருக்கு அறிவுரை கூறி அவர்களை ஊக்கப் படுத்துபவளாகவும் திகழ்கின்றாள்.

வீனா: தம்பி, உங்க விஷயம் எல்லாம் எனக்குப் புரிகிறதில்லை. சாப்பிட வேண்டும் என்றால் அதில் மறைக்க வேண்டி என்ன இருக்கு? எல்லோர் முன்னாலேயும் சாப்பிடுங்க.

---

64 இந்திரா பார்த்த சாரதி, *இந்திரா பார்த்த சாரதி நாடகங்கள்*, 2007, ப.738.

அம்மா சாப்பிடுவதில்லை, அதனால், சமையலறையில் செய்வதற்குப் பதிலாக இந்த அறையில் செய்கிறோம். முட்டைக்குள் ஒரு உயிர் எங்கே இருக்கு? பால் எப்படியோ, அது போலவே முட்டையும்.[65]

முட்டை ஓடுகள் நாடகத்தில் வீனா பாத்திரம் அதனுடைய செயல்பாடுகளினால் தனித்துக் திகழ்வதாக அமைகிறது. அதனைப் போன்று புனரபி ஜனனம், புனரபி மரணம் என்ற நாடகத்தில் இடம்பெறும் மோகன் பாத்திரம் வீனாவின் பண்பு நலனில் ஒத்துள்ளதைக் காணமுடிகின்றது.

மோகன்: அது ஏதோ தத்துவார்த்த விஷயம், அதெப் பத்தி நமக்கென்ன? வெள்ளைக் காரங்களுக்கச் சாவைக் கண்டா பயம்...ஏன்னா அவங்களுக்கு மறு பிறவியிலே நம்பிக்கையில்லே. ஒரு ஜீவனுக்குச் சாவுதான் முற்றுப்புள்ளின்னு ஏத்துக்கலேங்கற நம்ப பிடிவாதந்தான்...[66]

'முட்டை ஓடுகள்' நாடகத்தில் இடம்பெறும் ராதா என்ற பாத்திரமும் 'புனரபி ஜனனம், புனரபி மரணம்' என்ற நாடகத்தில் இடம்பெறும் நடேசன் என்ற பாத்திரமும் அதனுடைய பண்பு நலனில் ஒத்துக் காணப்படுவதாய் திகழ்கின்றன. அதாவது ஜமுனாவின் மூத்த மருமகளான ஜமுனா தைரியம் அற்றவளாகவும் வீனா உள்ளிட்டோர் கருத்துச் சொன்னால் அதனை ஏற்றுக் கொண்டு செய்பவளாகவும் திகழ்கின்றாள். வீட்டில் ஒருவருக்கும் தெரியாமல் சந்திரா காந்தா என்ற காதல் புதினத்தைப் படிக்கும் போது வீனா பார்த்துவிடுகிறாள். அக்கா இந்தப் புத்தகத்தை எல்லோர் முன்னாடியும் படியுங்கள் மறைத்துப் படிக்காதீர்கள் என்று கூறுகிறாள். அதற்கு ராதா கீழ்வருமாறு பதில் கூறுவதன் மூலம் அவளுடைய பண்பு வெளிப்படுகின்றது.

அப்படியில்லப்பா, நாம் அம்மா முன்னால் இம்மாதிரி விஷயங்களைப் படிக்கக் கூடாது. இதில் கெடுதலான விஷயம் எதுவும் இல்லாமல் இருந்தாலும் அம்மா பார்த்தால் என்ன நினைத்துக் கொள்வாள். இவர்கள் இராமாயணமோ, மகாபாரதமோ படிக்காமல் இந்தமாதிரி புத்தகங்களைப்

65 ந. ஆறுமுகம், (மொ.ஆ), முட்டை ஓடுகள், 2017, ப.271.
66 இந்திரா பார்த்த சாரதி, *இந்திரா பார்த்த சாரதி நாடகங்கள்*, 2007, ப.799.

படிக்கிறார்களே என்று நினைப்பார். நாம் எங்கே படிக்கிறோம்? எனக்கு கௌசல்யா அண்ணி கட்டாயப் படுத்தி தந்தாள். அதனால் எடுத்து வந்தேன். இல்லை என்றால் நான் இந்த மாதிரி விஷயம் படிப்பதில்லை வீட்டு வேலைகளிலிருந்து ஓய்வு கிடைத்தால்தானே ஏதாவது படிப்பதற்கு. மேலும் என்னிடம் சிறிய அளவிளான இராமாயணம் இருக்கிறது. சில சமயம் அதிலிருந்து கொஞ்சம் வாசிக்கிறேன். இந்த வீட்டில் இதெல்லாம் படித்தால் உயிரை எடுத்து விடுவார்கள் என்று தெரிந்துகொள். கௌசல்யா அண்ணி என் பின்னால சுற்றி இதைக் கட்டாயம் படிக்க வேண்டும் என்று சொன்னால் இல்லையென்றால்...[67]

முட்டை ஓடுகள் நாடகத்தில் இடம் பெறும் ராதா பாத்திரம் போன்று ஏன் என்று கேள்வி கேட்காமல் சொன்னதைச் செய்பவனாகப் புனரபி ஜனனம், புனரபி மரணம் நடேசன் பாத்திரம் திகழ்கிறது. மோகன் என்ற பாத்திரம் பணம் கொடுப்பதாகக் கூறியவுடன் அவன் சொல்வதைச் செய்பவனாக நடேசன் பாத்திரம் திகழ்வதைக் கீழ்வரும் கூற்று உறுதிப்படுத்துகிறது.

(இடைமறித்து) விருப்பமில்லேன்னு நான் சொல்லலீங்க... வந்து...அவங்க பகுத்தறிவு வாதிங்க. அவங்களை நம்ம ஏற்பாட்டுக்குச் சம்மதிக்க வைக்கணும்னா...அது அவ்வளவு சுலபமில்லீங்க. அதான் பாக்கறேன். சரி...நீங்க வேற எங்கேயானும் போய் இப்போ இருங்க...நான் அவங்ககிட்டே பேசி ஒரு முடிவுக்கு வந்தப்புறம் உங்களை அவங்ககிட்டே கூட்டிக் கிட்டுப் போறேன். [68]

மோகன் ராகேஷின் குடைகள் உள்ளிட்ட நாடகங்களின் பாத்திரங்களும் இந்திரா பார்த்த சாரதியின் பசி உள்ளிட்ட நாடகங்களின் பாத்திரங்களும் எண்ணிக்கை, பண்பு நலன் முதலானவற்றில் ஒத்துக் காணப்படுவதை மேற்கண்ட சான்றுகள்

நாடக வடிவம்

இந்தி, தமிழ் என இரு மொழியில் படிப்பதற்கும் நடிப்பதற்கும் ஏற்ற வகையில் அமைந்துள்ள இவ்விருவரின்

---

67 ந. ஆறுமுகம், (மொ.ஆ), *முட்டை ஓடுகள்*, 2017, ப.278.

68 இந்திரா பார்த்த சாரதி, *இந்திரா பார்த்த சாரதி நாடகங்கள்*, 2007, ப.799.

நாடகங்களும் நாடகத் தொடக்கம், நாடக மொழி நடை, நாடக அளவு முதலான வகைகளில் ஒத்துள்ளன. மோகன் ராகேஷின் குடைகள் உள்ளிட்ட மூன்று ஓரங்க நாடகங்களும் நாடகத் தொடக்கத்தில் அரங்க அமைப்பைக் காட்சிப்படுத்தும் முறையில் அமைந்திருப்பதோடு, நாடகங்களை நிகழ்த்தும் முறையில் காட்சி மொழிகளை அடைப்புக்குறிக்குள் கொடுக்கப்பட்டுள்ளன. இவற்றினைப் போன்றே இந்திரா பார்த்த சாரதியின் பசி உள்ளிட்ட நாடகங்களும் நாடகத் தொடக்கத்தில் அரங்க அமைப்பைக் கட்சிப்படுத்துதல், நாடகப் பாத்திரத்தைக் காட்சிப்படுத்தும் முறையில் காட்சி மொழிகளை அடைப்புக் குறிக்குள் கொடுத்தல் முதலான முறைகளில் ஒத்துக் காணப்படுகின்றன.

மோகன் ராகேஷ் இந்தி மொழியில் எழுதிய குடைகள் நாடகத்தில் ராம நாமம் சொல்லும் பாடல் ஒன்று பயன்படுத்தப்பட்டுள்ளது. உரைநடை வடிவில் அமைந்த இந்நாடகத்தில் குடைக்காக மக்கள் தங்களுக்குள் சண்டையிட்டுக் கொள்ளும் போது அவர்களுக்கு அறிவுரை கூறும் முறையில் செய்யுள் பாடல் ஒன்று கீழ்வருமாறு பயன்படுத்தப்படுகின்றது.

ஹரே ராமா ஹரே ராமா
ராமா ராமா ஹரே ஹரே
ஹரே கிருஷ்ணா ஹரே கிருஷ்ணா
கிருஷ்ணா கிருஷ்ணா ஹரே ஹரே[69]

இந்திரா பார்த்த சாரதி உரைநடையில் எழுதியுள்ள பசி என்ற நாடகத்தில் நாய்க் குட்டியைத் தாலாட்டும் போது மனைவிப் பாத்திரம் பாடல் ஒன்று படுவதாவது:

மன்னு புகழ்க் கௌசலை தன்
மணிவயிறு வாய்த்தவனே!
தென்னிலங்கைக் கோன் முடிகள்
செய்துவித்தாய்! செம் பொன் சேர்
....
என்னுடைய இன்னமுதே
இராகவனே தாலேலோ[70]

இவ்வாறு உரை நடைவடிவில் அமைந்துள்ள தனது

---

69 சரஸ்வதி ராம்நாத் (மொ.ஆ), *மோகன் ராகேஷ் எழுதிய மூன்று நாடகங்கள் அரையும் குறையும்*, 1974, ப.246.

70 இந்திரா பார்த்த சாரதி, *இந்திரா பார்த்த சாரதி நாடகங்கள்*, 2007, ப.728.

நாடகங்களில் தேவை கருதிச் சில இடங்களில் செய்யுளைப் பயன்படுத்தும் முறையை இரு மொழி நாடகாசிரியர்களிடமும் காணமுடிகின்றது. இந்தி, தமிழ் என இரு மொழியில் அமைந்துள்ள இவ்விரு நாடகங்களும் காலம், இடம், மொழி, பண்பாடு முதலானவற்றில் வேறுபாடு கொண்டதாகக் காணப்படினும் நாடகக் கதைப் பொருள், பாத்திர வார்ப்பு, நாடக வடிவம் ஆகிய முறைகளில் ஒத்துக் காணப்படுவதோடு, இரு மொழி நாடகங்களும் அக்காலச் சமூகத்தைச் சித்திரித்துக் காட்டுகின்ற வகையிலும் ஒத்துள்ளவை என்பது குறிப்பிடத்தக்கதாகும். ஓரங்க நாடகங்களின் மூலம் நகைச்சுவையில் சமூகப் பிரச்சனைகளைச் சாடுவதாக இரு மொழி ஓரங்க நாடகங்களும் அமைந்திருப்பது நோக்கத்தக்கதாகும்.

நிறைவாக

இந்தி, தமிழ் ஓரங்க நாடகங்களை ஒப்பீட்டாராய்ந்ததின் மூலம் இரு மொழி நாடகங்களும் இரு வேறு மொழி, பண்பாட்டுச் சூழலில் எழுதப்பட்டிருப்பினும் நாடகக் கதைப் பொருள், பாத்திர வார்ப்பு, நாடக வடிவம் முதலானவற்றில் இவ்விரு நாடகங்களும் ஒத்துள்ளதை இவ்வாய்வின் மூலம் அறிந்து கொள்ள முடிகின்றது.

தமிழ் நாடக மரபில் கலித்தொகையில் ஓரங்க நாடகக் கூறுகள் காணப்பட்டாலும் இன்றைய தமிழ் ஓரங்க நாடக இலக்கியம் என்பது மேலை நாட்டுத் தாக்கத்தின் விளைவாக வளர்ச்சி பெற்றுள்ளது என்பதை மேற்கண்ட நாடக ஆசிரியர்களின் கூற்றுகள் சான்று பகர்கின்றன. இந்தி நாடக மரபு சமஸ்கிருதத்தின் தாக்கத்தில் தொடக்கத்தில் எழுதப்பட்டாலும் ஆங்கில நாடக இலக்கியத்தினால் வளமைப் படுத்திக் கொண்டு இன்றும் அதன் தன்மையும் வடிவமும் மாறாமல் அதே பெயரில் நூல்களாக எழுதப்படுவது போன்று நிகழ்கலையாகவும் நிகழ்த்தப்படுகின்றன. ஆனால் தமிழ் ஓரங்க நாடக வடிவம் அதன் தன்மை இழந்து சிறுகதை, நாவல் முதலிய கதைகளை நாடகக் கதைக் கருவாக எடுத்துக் கொண்டு நிகழ்த்தப்பட்டு வருகின்றது என்பது நோக்கத்தக்கது. தமிழ் இந்தி ஓரங்க நாடகங்களை ஒப்பீட்டு ஆராய்ந்ததின் மூலம் தமிழினும் இந்தியில் ஓரளவிற்கு வரையறுக்கக் கூடியதாகவும் தற்காலத்திலும் ஓரங்க வடிவிலே நிகழ்த்தப்படுவதாகவும் திகழ்வதைக் காணமுடிகின்றது. ஆகையால், தமிழ் நாடக எழுத்தாளர்கள் இதன்மேல் கவனம் செலுத்தி ஓரங்க நாடக வடிவத்தை மீட்டுருவாக்கம் செய்வதின் மூலம் தமிழ் நாடக இலக்கிய வளர்ச்சிக்கு வழிவகுப்பர்.

மோகன் ராகேஷ் நாடகங்களில் பாத்திர வார்ப்பும் வளர்த்தெடுத்த முறைமையும்

நாடகம் முழுமை அடைவதற்குக் கதைக்கரு உள்ளிட்டவை முக்கியமானவையாகத் திகழ்வன போன்றே நாடகப் பாத்திரங்களும் முக்கியமானவையாகத் திகழ்கின்றன. நாடக ஆசிரியன் தம் கருத்தினை வெளிப்படுத்த பாத்திரங்களின் துணையை நாடுகிறான். நாடகத்தில் கூறப்படுகின்ற கருத்துக்களை மக்களிடம் கொண்டு சேர்ப்பதற்குப் பாத்திரங்களின் துணையைக் கையாளுகின்றான். சமூகப் பிரச்சனைகளை நாடகத்தின் வாயிலாக நிகழ்த்திக் காட்டுவதின் ஊடாக நாடகப் பாத்திரம் மக்களிடம் நேரடியாக ஊடாடிக் கொள்ள முடிகின்றது. சமூகத்தைச் சித்திரித்துக் காட்டுகின்றனவாகத் திகழ்கின்ற நாடக இலக்கியத்தில் நாடக ஆசிரியனினும், நாடகப் பாத்திரங்கள் மக்களிடம் நேரடித் தொடர்பு கொண்டவையாக விளங்குகின்றன. இவ்வாறு மக்களிடம் நேரடியாக ஊடாடுகின்றனவாகவும் நாடகம் முழுமை பெறுவதற்கு முதன்மைக் காரணங்களாகவும் விளங்குகின்ற நாடகப் பாத்திரங்கள் மோகன் ராகேஷ் நாடகங்களில் சித்திரிக்கப் பெற்றுள்ளனவற்றை ஆராயும் முறையில் தமிழில் மொழிபெயர்ப்பாகியுள்ள மோகன் ராகேஷின் முழு நீள நாடகங்களான ஆடி மாதத்தில் ஒருநாள், அலைகளிலே அன்னம், அரையும் குறையும் ஆகியவற்றை நாடகப் பாத்திர வளர்த்தெடுப்பு முறையில் திறனாய்வதாக இவ்வியல் அமைகிறது.

நாடகப் பாத்திரப் பொருள்

நாடகக் கதையில் தொடர்புள்ள அனைத்தும் பாத்திரங்கள் எனப்படும். இவற்றில் ஆண், பெண் எனப்படும் மக்கள் உள்ளிட்ட உயர்திணை முதல் ஆடு, மாடு உள்ளிட்ட அஃறிணை வரை என இரு திணைக்குரியவையும் அடங்கும். பாத்திரம் என்ற சொல்பொருள் இரு திணைக்கும் உரியதாகப் பொருள் கொள்ளினும் நாடகத்தில் மனிதப் பாத்திரமே பெரும்பான்மை உயர்திணைப் பாத்திரமாகவும் அஃறிணைப் பாத்திரமாகவும் ஏற்று நடிப்பதனால் பாத்திரம் என்ற சொல் பெரும்பான்மை மனிதப் பாத்திரங்களுக்கே உரியதாகும். அதனடிப்படையிலேயே

மோகன் ராகேஷ் நாடகங்களின் பாத்திரச் சித்திரிப்பு அமைகிறது. நாடகம் முழுமை அடைவதற்கும் மக்களிடம் கருத்துகளைச் செறிவாகக் கொண்டு செல்வதற்கும் நாடகப் பாத்திரங்கள் துணை செய்வதன் ஊடாக நாடகத்தில் முதன்மையானவையாகத் திகழ்கின்றன. நாடகத்தில் இடம் பெறும் பாத்திரங்கள் அனைத்தும் நாடகப் பாத்திரங்கள் என்றும் அவை நாடகக் கதை முழுமை அடைவதற்குத் துணை புரிகின்றன என்றும் கீழ்வருமாறு வி.கோ. சூரியநாராயண சாஸ்திரியார் கூறுவதாவது:

> கதையி னிகழ்ச்சியிற் கலந்தவர் யாவரும்
> பாத்திர மென்று பகரப் படுவர்.[71]

நாடகத்தில் இடம்பெறும் பாத்திரங்கள் மனிதர் பலரின் பண்புகளைக் கொண்டு நிகழ்த்திக் காட்டுகின்றனவாகத் திகழ்கின்றன என்று ச.சு. ராமர் இளங்கோ நாடகப் பாத்திரங்களின் பண்பு, நாடகப் பாத்திரப் பொருள் வரையறை முதலானவை பற்றிக் கீழ்வருமாறு மொழிவது இங்குக் குறிப்பிடத்தக்கதாகும்.

> கதை நிகழ்ச்சியில் பங்கு பெறும் யாவரும் ‘நாடக மாந்தர்’ அல்லது ‘பாத்திரம்’ எனக் கருதத் தக்கவராவார். பல்வேறு பண்புகளைக் கொண்ட மக்களை இலக்கியத்தில் – நாடகத்தில் உருவாக்கிக் காட்டுவது ‘பாத்திரம்’ எனப்படும்.[72]

நாடக ஆசிரியனின் சமூகச் சித்திரிப்பே நாடகத்தில் இடம்பெறும் பாத்திரங்கள் எனப்படும். அதாவது நாடக ஆசிரியன் தம் வாழ்வில் பார்த்து, கேட்டவற்றின் விளைவாக உருவானதே நாடகப் பாத்திரங்கள் என்பதாகச் செ. உலகநாதன் நாடகப் பாத்திரம் பற்றிக் கூறுவது நோக்கத்தக்கதாகும்.

> நாடகத்தினுள் அமையும் நடிப்புக்குரிய உறுப்பினரையே பாத்திரங்கள் எனக் குறிப்பிடுகிறோம். பாத்திரம் என்பது நாடகப் பண்புரு அல்லது குறிவடிவமாக அமைவது; நாடக மாந்தர் எனவும் குறிப்பிடுவர். நாடக மாந்தர் எனப்படுவோர் நாடகாசிரியனால் படைக்கப்பெற்ற பண்போவியங்கள்.[73]

நாடகப் பாத்திரம் எனப்படுவது ஒழுங்காகக் கூட்ட பெற்ற செயல் வடிவம் உள்ளிட்ட மூன்று தன்மைகளைக் கொண்டதாக

---

71 வி,கோ.சூரியநாராயண சாஸ்திரியார், *நாடகவியல்*, 1934, சூ.81.

72 ச.சு. இராமர் இளங்கோ, *பாரதிதாசன் நாடகங்கள் ஓர் ஆய்வு*, 1990, ப. 550.

73 செ.உலகநாதன்,*சங்கரதாஸ் சுவாமிகள் நாடகங்கள் – ஆய்வு*, 1993, ப.193.

விளங்குவது என்று பாத்திரத்தின் தன்மைகள் பற்றிக் கே.பி. குல்கர்னி கூறியுள்ளதைச் செ. உலகநாதன் நினைவுறுத்துவதாவது:

பாத்திரம் எனப்படுவது ஒழுங்காகக் கூட்டப் பெற்ற செயல், நன்மை தீமைகளாக அதனுள் அடங்கியுள்ள இருவேறு ஆக்கக் கூறுகள், சூழல் என்னும் மூன்றன் கூட்டமாக அமைந்த விளைவுகளின் வெளிப்பாடு.[74]

நாடகப் பாத்திரப் படைப்பு என்பது சூழ்நிலையின் வெளிப்பாடாகத் திகழ்வது என்று சோ. கருப்பசாமியின் கருத்தாவது:

பாத்திரப் படைப்பு என்பது ஒரு பெயர் சூட்டி விடுவதோ அங்க வருணனை நடத்திவிடுவதோ அல்ல. மனம், அறிவு, சிந்தனை, குண இயல்பு, சூழ்நிலைகளின் போது வெளிப்படும் உணர்ச்சிகள் இவற்றையெல்லாம் கூர்ந்து அறிந்து அனுபவமாக வெளிப்படுவதைத் தீட்டுவதாகும்.[75]

ஒரு நாடகம் முழுமை பெறுவதற்கு அல்லது மக்கள் நினைவில் நீங்கா இடம் பிடிப்பதற்குப் பாத்திரங்கள் துணை செய்கின்றனவாக அமைகின்றன. உயிர்ப்புள்ள பாத்திரங்களின் வாயிலாகவே ஒரு நாடகம் முழுமை பெறுகின்றது என்பதைக் கீழ்வரும் ஏ. என். பெருமாளின் கூற்றுச் சான்று பகர்கின்றது.

ஒரு நாடகத்தின் சிறப்பு அதன் அறிய செயலோட்டத்திலும் பாத்திரப் படைப்பிலும் அடங்கி இருக்கின்றது. மனிதனின் பொதுப் பண்புகள் நாடகப் பாத்திரங்களுக்கு அமைந்து, அவை உயிர்ப்புடன் மேடையில் செயல்பட வேண்டும்... நிகழ்ச்சிகளை ஒழுங்காகப் பின்னி, இறுதியில் பண்புகளை முழுமைப் படுத்திக் காட்டுவதில் சிறந்த பாத்திரப் படைப்பு அமைந்துள்ளது.[76]

பாத்திரப் படைப்புகள் பற்றியும் அதன் பண்புகள் பற்றியும் நாடக அறிஞர்கள் மேற்கண்டவாறு கூறியுள்ளதன் வழிக் காணும் போது ஒரு நாடகம் முழுமை பெறுவதற்கான கூறுகளில் உயிர்ப்புள்ள பாத்திரங்களே பெரும்பான்மை துணை செய்கின்றனவாக அமைகின்றன என்பவற்றை விளங்கிக் கொள்ள முடிகின்றது.

---

74 *மேலது, 1993,* ப.193.

75 சோ.கருப்பசாமி, *கா.நமச்சிவாயரின் நாடகங்கள் – ஓர் ஆய்வு,1990,* ப.51.

76 ஏ.என்.பெருமாள், *தமிழ் நாடகம் - ஓர் ஆய்வு, 1979,* ப.229.

நாடகப் பாத்திரத்தின் பண்பும் முக்கியத்துவமும்

தொடக்ககால நாடகங்களின் கதைக் கரு என்பது இதிகாசப் புராணக் கதைகளோடும் மக்களின் வாழ்வியல் வழிபாட்டுச் சடங்குகளோடும் தொடர்பு கொண்டவையாகப் பெரும்பான்மை இருப்பதனால் அந்நாடகங்களில் வரும் பாத்திரங்கள் கடவுளாகவும் தேவர்களாகவும் அசிரீரிகளாகவும் படைக்கப் பெற்றனர். இப்பாத்திரங்களின் இயல்பற்ற தன்மையால் மக்கள் விலகிக் காணப்பட்டனர். இவற்றால் பாத்திரங்களின் குறை நிறைகளை மக்கள் பேசுவதின்றி அப்பாத்திரங்களிலிருந்து தனிமைப் படுத்தப்பட்டனர். இதனைத் தொடர்ந்து பிற்காலத்தில் அதாவது, கி.பி. பதினெட்டு, பத்தொன்பதாம் நூற்றாண்டுகளில் நவீனச் சிந்தனையின் தாக்கத்தால் சாதாரண மக்களின் பிரச்சனைகளை மையமிட்ட கதைக்கருக்களின் அடிப்படையில் நாடகங்கள் நிகழ்த்தபெற்றன. இவற்றில் இடம் பெறும் பாத்திரங்கள் சாதாரண மனிதர்களைக் காட்சிப்படுத்தியதனால் மக்களின் நேரடி திறனாய்விற்கு நாடகப் பாத்திரங்கள் உள்ளாக நேர்ந்தன. இதனால், நாடகங்களும் நாடகப் பாத்திரங்களும் முக்கியமானவைகளாகக் கருதப்பெற்றன. அவ்வகையிலேயே நாடகப் பாத்திரம் சாதாரண மக்களின் பிரச்சனைகளை மையமிட்டனவாக அமைய வேண்டும் என்ற கருத்து நாடக அறிஞர்களிடம் தோன்றலாயிற்று. இந்நிலையில் நாடக மாந்தர்களின் ஒழுகலாறுகள் இயற்கை தன்மை உடையதாக விளங்க வேண்டும் என்ற கருத்துடையவராக மறைமலையடிகள் மொழிவதாவது:

நாடக மாந்தர்களின் ஒழுகலாறுகளெல்லாம் அவரவர் இயற்கையின் வழியவாய்த் தோன்றி நாடகக் கதையினை நடாத்துமென்றுணர்தல் வேண்டும்.[77]

நாடகப் பாத்திரங்கள் கடவுள், பேய், அதீத சக்தி என்று படைக்கப்படும் பாத்திரங்களின் மூலம் மனிதனாகிய பார்வையாளன் அவற்றிடமிருந்து விலகிக் காணப்படும் நிலை உருவாகிறது. ஆகவே, மனிதர்களிடம் நாடகப் பாத்திரங்கள் ஊடாட வேண்டுமெனில் அப்பாத்திரங்கள் இயல்பானதாய் மனிதர்களின் வாழ்வியலுடன் தொடர்புள்ளதாய் அமையின் அப்பாத்திரங்கள் மக்களிடம் வெற்றி பெறும் என்பதை

77 மறைமலையடிகள், *சாகுந்தல நாடக ஆராய்ச்சி*, 1934, ப.45.

உணர்ந்து கொள்வதோடு, அப்பாத்திரங்கள் இயற்கை தன்மையோடு நம்பக் கூடியதாகவும் திகழ்கின்றன என்பதாகப் பண்டிதமணி மொழிவதாவது:

நம்பமுடியாத, வரம்பில்லாத ஆற்றலும் குறையிலாத் தன்மையும் நிரம்பிய பாத்திரங்களைவிட, நம்பக்கூடிய இயல்பான ஆற்றலுடைய குறைபாடுடைய பாத்திரங்கள் தாம் நம்மைக் கவர்வனவாக இருக்க முடியும். அவ்வாறிருந்தால்தான் அப்பாத்திரங்கள் நல்லன செய்கின்ற பொழுது பாராட்டவும் தீயன செய்கின்ற பொழுது வெறுக்கவும், துன்புறுகின்ற பொழுது இரங்கவும் நம்மால் முடியும்.[78]

மனிதனிடம் இருந்து விலகிக் காணப்படும் எதுவும் போற்றப் படுவதில்லை அதுபோலவே நாடகப் பாத்திரமும் இயல்பானதாக மக்களிடம் நேரடித் தொடர்புடையதாக இருக்க வேண்டும். அவ்வாறு அமையும் பாத்திரமே மக்கள் மனதில் நீங்கா நின்று, காலம் கடந்து வாழும் நிலை ஏற்படக்கூடும் என்ற கருத்தைக் கீழ்வரும் கூற்று உறுதிப் படுத்துகின்றது.

இலக்கியத்தில் பாத்திரப் படைப்பு என்பது தனியாக, புதியதாக, உலக நடவடிக்கை, உலகத் தொடர்பு இல்லாத ஒன்றாக, உலகுடன் மோதிக் கொள்ளாத ஒன்றாகப் படைக்க இயலாது. அவ்வாறு படைக்கப்படும் பாத்திரம் உண்மைக்குப் புறம்பானதாகவே இருக்கும்.[79]

நாடகம் முழுமை அடைவதற்கும் மக்களிடம் சிறப்படைவதற்கும் நாடகப் பாத்திரங்கள் துணை செய்வதோடு நாடகப் பாத்திரங்கள் மக்களிடமிருந்து விலகியதாகக் காணப்படாமல், அவர்கள் வாழ்வுடன் இணைந்திருப்பவையாகவும் சாதாரண மக்களின் வாழ்க்கையைப் பிரதிபலிக்கும் முறையில் நன்மை, தீமை, இன்பம், துன்பம் முதலானவற்றைக் கொண்ட இயல்பான பாத்திரமாகவும் இருப்பின் அவை நாடக வளர்ச்சிக்கு வழிவகுக்கக்கூடும் என்பன போன்ற கருத்துக்கள் மேற்கண்ட கூற்றுகளின் மூலம் தெளிவுபெறுகின்றன. இந்நிலையில் புராணக் கதையிலிருந்து நாடகக் கதையைத் தேர்வு செய்து கொண்டாலும் அதில் நடப்பியல் பிரச்சனைகளை மையமிட்டு மனிதனின் வாழ்வியலோடு தொடர்பு

---

78 ஆ.பழநி, *பண்டிதமணியின் நாடகத் தமிழ்*, 1983, ப.199.

79 ச.சு.இராமர் இளங்கோ, *பாரதிதாசன் நாடகங்கள் ஓர் ஆய்வு*, 1990, ப.550.

கொண்டவையாக மோகன் ராகேஷின் நாடகங்கள் அமைந்துள்ளதனால், மோகன் ராகேஷ் நாடகங்களும் அவற்றில் இடம் பெறும் பாத்திரங்களும் மக்கள் மனதில் ஆழ்ந்து விடுவதாகத் திகழ்கின்றன.

நாடகப் பாத்திரத்தின் வகைகள்

நாடகத்தில் இடம் பெற்றுள்ள பாத்திரங்களை அவற்றின் தன்மை அடிப்படையில் கீழ்வருமாறு நாடக ஆசிரியர்கள் வகைப்படுத்துகின்றனர். நாடகத்தில் இடம்பெறும் பாத்திரங்களைச் செ. உலகநாதன் மூன்று வகைப்படுத்துகிறார்.

- தலைமைப் பாத்திரங்கள்
- இணைப் பாத்திரங்கள்
- துணைப் பாத்திரங்கள்

நாடகப் பாத்திரத்தின் முக்கியத்துவம் கருதிச் சோ. கருப்பசாமி மூன்று வகைப்படுத்துகிறார். அவை

- தலைமாந்தர்கள் அல்லது முக்கிய பாத்திரங்கள் (*Main Characters*), தலைவன் (*Hero*), தலைவி (*Heroine*), முரணன் (*Villain*).
- துணை மாந்தர்கள் அல்லது சாதாரண பாத்திரங்கள் (*Minor Characters*)
- பெருநிலை உதவும் மாந்தர்கள் (*Full fraught Characters*)

சிலம்பில் துணைப் பாத்திரங்கள் என்ற நூலில் நாடகப் பாத்திரங்களை மூன்று வகைப்படுத்துகிறார் கா. மீனாட்சி சுந்தரம்.

- தலைமைப் பாத்திரம்
- துணைப் பாத்திரம்
- ஊன்றுப் பாத்திரம்

நாடகப் பாத்திரங்களை அதன் தன்மையின் அடிப்படையில் மேற்கண்டவாறு நாடக அறிஞர்கள் வகைப்படுத்துகின்ற நிலையில் மோகன் ராகேஷ் நாடகப் பாத்திரங்கள் இரண்டு வகைகளில் ஆராயப்படுகின்றன. அவை

1. முதன்மைப் பாத்திரம்: தலைவன், தலைவி.
2. துணைமைப் பாத்திரம்: தலைவன் தலைவியைத்

தவிர்த்து நாடகத்தில் இடம்பெறும் பாத்திரங்கள் அனைத்தும் என இரு வகைப்படுத்தப்படுகின்றன.

முதன்மைப் பாத்திரத்தின் இலக்கணம்

நாடகப் பாத்திரங்களுள் முக்கியமான பாத்திரங்கள் தலைமக்கள் என்றும் அவர்கள் ஆண்மக்கள், பெண்மக்கள் என்ற இரண்டு வகையினராவார்கள் என்றும் அவர்களைப் பல மக்கள் சூழ்ந்திருப்பர் என்றும் அவர்களைச் சுற்றியே கதைப் பின்னப்பட்டிருக்கும் என்றும் வி.கோ. சூரியநாராயண சாஸ்திரியார் தலைமைப் பாத்திரத்திற்கு இலக்கணம் வகுக்கிறார்.

ஒளிமிக்க பாத்திரந் தலைமக்க டாமவ
ராடவர் பெண்டிரென் றாயிறு வகையர்.[80]

நாடகக் கதைப்பொருளை மையமிட்டதாக அமைந்திருப்பதோடு ஏனைய பாத்திரத்தையும் தன்னுள் இயக்கிக்கொண்டதாக அமைந்துள்ள தலைமைப் பாத்திரம் பற்றிக் கருப்பசாமி கீழ்வருமாறு மொழிகிறார்.

நாடகக் கதைப் பின்னல் எந்தக் குறிப்பிட்ட ஒரு மாந்தனைப் பின்பற்றி இயங்குகின்றதோ, அம்மாந்தனே நாடகத் தலைவனாவான் மனிதன் நல்லதும், தீயதும் கலந்த தன்மையுடையவன். நாடகத் தலைவனின் பண்புகள் அடிப்படையில்தான் நாடகம் வளர்ச்சியுறும். நாடகத் தலைவனிடம் நாடகம் பார்ப்போர் கொள்ளும் அச்சம், இரக்கம் போன்ற உணர்வுகளே நாடகத்துள் வெளிப்படுத்தப்படும். இத்தகைய போக்கே நாடகத்தை வெற்றியுடன் நிறைவுரச் செய்யும்.[81]

நாடகத்தின் தலைமைப் பாத்திரம் பற்றியும் அதன் தனித்துவம் பற்றியும் கீழ்வரும் கூற்றின் மூலம் தெளிவாக விளங்கிக் கொள்ள முடிகிறது.

நாடகக் கதைக்கு இன்றியமையாமை காரணமாகவும் மற்ற பாத்திரங்களிலும் தனித்தன்மை கொண்டிருப்பதாலும் உயரிய பண்புகள் பொருட்டும் பொதுவாகத் தலைமைப் பாத்திரங்கள் எனக் குறிப்பிடப்படுகின்றன.[82]

---

80 வி.கோ.சூரியநாராயண சாஸ்திரியார், *நாடகவியல்*, 1934, சூ.84.

81 சோ.கருப்பசாமி, *கா.நமச்சிவாயரின் நாடகங்கள் – ஓர் ஆய்வு*, 1990, ப.52.

82 செ.உலகநாதன், *சங்கரதாஸ் சுவாமிகள் நாடகங்கள் – ஆய்வு*, 1993, ப.195.

நாடகக் கதைக் கரு என்பது தலைமைப் பாத்திரத்தை மையமிட்டனவாக அமைந்து பிற பாத்திரங்களை அவற்றிற்கு வலுசேர்ப்பவையாக அமைத்துக்கொள்ளும் தன்மைக் கொண்டதாகும். நாடகம் இயங்குவதற்கும் அல்லது தலைமைப் பாத்திரத்தை மையமிட்டே நாடகம் இயங்குவதற்கும் மூலக் காரணமாகத் திகழ்வது தலைமைப் பாத்திரங்களேயாகும். அவ்வகையில் மோகன் ராகேஷ் நாடகங்களிலும் முறையே, காளிதாஸ், மல்லிகா, நந்தன், சுந்தரி, மகேந்திரன், சாவித்திரி என்ற பாத்திரங்களை மையமிட்டே நாடகம் அமைந்திருப்பது குறிப்பிடத்தக்கதாகும்.

நாடகப் பாத்திரங்களும் வளர்த்தெடுக்கும் முறைகளும்

ஒருசில மனிதர்களின் பண்புகளைச் சித்திரித்துக்காட்டும் நாடகங்கள் என்ற தன்மையின் அடிப்படையில் மோகன் ராகேஷ் நாடகங்களும் அமைந்துள்ளனவாகும். அதாவது, அவருடைய மூன்று நாடகங்களும் தலைமைப் பாத்திரங்களின் பண்புகளைக் காட்சிப்படுத்துவனவாக அமைந்துள்ளன. தலைமைப் பாத்திர வளர்த்தெடுப்பு என்பது மோகன் ராகேஷ் நாடகங்களில் மூன்று நிலைகளில் அமைந்துள்ளன. அவை

தலைமைப் பாத்திர முன்னிலைக் கூற்றுகள்:

தலைவியின் ஊடாக நாடகத் தலைவன் பண்பையும் தலைவன் ஊடாகத் தலைவியின் பண்பையும் வெளிப்படுத்திக் கொள்வதன் மூலம் நாடகச் சிக்கல் அறிமுகப்படுத்தல்.

தலைமைப் பாத்திரத் தன்னிலைக் கூற்றுகள்:

தலைமைப் பாத்திரம் தன்னைத் தானே அறிமுகப் படுத்திக் கொள்ளுதல் மூலம் நாடகச் சிக்கல் வளர்ச்சி பெறுதல்.

துணைமைப் பாத்திரப் படர்க்கைக் கூற்றுகள்

நாடகத் தலைவன், தலைவியின் பண்புகளை நண்பன், தோழி முதலான துணைமைப் பாத்திரங்கள் வெளிப்படுத்துதல் மூலம் நாடகச் சிக்கல் அவிழ்த்தல்.

இவ்வாறு மூன்று வகையில் தலைமைப் பாத்திரங்கள் வளர்த்தெடுக்கப்பெறுகின்றன.

தலைவன் பாத்திரம் வளர்த்தெடுக்கும் முறைகள்

மோகன் ராகேஷ் எழுதிய மூன்று முழு நீள நாடகங்களும் முறையே காளிதாசன், நந்தன், மகேந்திரன் ஆகிய மூன்று தலைவன் பாத்திரங்களின் பண்பு நலனை விளக்குவதாக அமைகின்றன.

காளிதாசன் தலைமைப் பாத்திரம்

காளிதாசனின் வாழ்க்கை மூலம் நடுத்தரக் குடும்பத்தின் பிரச்சனையைச் சித்திரித்துக் காட்டுவதாக ஆடி மாதத்தில் ஒரு நாள் என்ற நாடகம் அமைகின்றது. இந்நாடகத் தலைவன் காளிதாசனின் காதலுக்கு முந்தைய வாழ்க்கை, காதலுக்குப் பிந்தைய வாழ்க்கை என விளக்குவதன் மூலம் காளிதாசனின் பண்பினைச் சித்திரித்துக் காட்டுவதாகத் திகழ்கின்றது. மல்லிகாவைக் காதலிக்கும் சாதாரணக் கவி காளிதாசனின் பண்புகளையும் உஜ்ஜைனி சென்று இளவரசியை மணந்து அரசகவியாக உயர்ந்த காளிதாசனின் பண்புகளையும் விளக்கும் வகையில் இந்நாடகம் திகழ்கின்றது. மூன்று அங்கங்களாக அமைந்துள்ள இந்நாடகத்தில் காளிதாசனின் பண்பு நலன் பற்றியும் அவனால் மல்லிகா பாதிப்புக்குள்ளாக்கப்படுவதைப் பற்றியும் அம்பிகாவின் மூலம் காட்சிப்படுத்துவதின் ஊடாக நாடகக் கதைப் பொருள் பற்றிய எதிர்பார்ப்பினைப் பார்வையாளர்களிடம் ஏற்படுத்துகிறார் மோகன் ராகேஷ்.

ஆடிமாதத்தில் ஒரு நாள் நாடகத் தலைவன் காளிதாசனும் நாடகத் தலைவி மல்லிகாவும் காதல் கொள்கின்றனர். இவர்களுடைய காதலை அறிந்த அம்பிகா காளிதாசனின் காதல் பொய்யானது; தன் நலன் கருதி வாழும் காளிதாசனால் தன் மகள் ஏமாற்றத்திற்குள்ளாவாள் என்று நினைத்து அக்காதலை ஏற்க மறுப்பதோடு சூழ்நிலைகளுக்கு ஏற்றவாறு மல்லிகாவிற்குப் புரியவைக்கவும் முயற்சி செய்கிறாள். அம்பிகா, மல்லிகாவிற்கு உணர்த்துவதன் மூலம் காளிதாசனின் பண்பு சித்திரிக்கப்படுகின்றது எனினும், மல்லிகாவின் மூலம் காளிதாசனின் பண்பு தெளிவு படுத்துவதன் வாயிலாக நாடகச் சிக்கல் தோற்றுவிக்கப் பெறுகிறது. இந்நிலையில் காளிதாசனைப் பற்றி மல்லிகா கூறுவது; காளிதாஸ் தன்னைப் பற்றித் தானே கூறிக் கொள்வது; காளிதாசனைப் பற்றித் துணைப் பாத்திரம் விலோம் கூறுவது

என்ற முறையில் இந்நாடகத் தலைமைப் பாத்திர வார்த்தெடுப்பு வெளிப்படுகின்றது.

மல்லிகா காளிதாசன் ஆகியோரின் காதலை விரும்பாத அம்பிகா காளிதாசனால் தனது மகள் துன்பத்திற்கு ஆளாகக் கூடும் என்று கருதி அவர்கள் காதலை ஏற்க மறுப்பதோடு காளிதாசன் மீது தனக்கு நம்பிக்கை இல்லை என்பதையும் மல்லிகாவிற்கு நினைவூட்ட முனைகிறாள். ஆனால், மல்லிகா காளிதாசன் மீதுள்ள அன்பின் காரணமாகச் செவிமடுக்க மறுத்து விடுகிறாள். இச்சூழலில் நாடகச் சிக்கல் தோற்றம் பெறுவதாக அமைகின்றது. அம்பிகாவிடம் காளிதாசனின் மீதுள்ள காதலைப் பற்றி மல்லிகா கூறுவதாவது:

பழி ஏற்படும் என்று எனக்கு நன்றாகத் தெரியும் உன் வருத்தமும் எனக்குத் தெரியும் ஆனால் எனக்கு எந்தக் குற்ற உணர்வும் ஏற்படவில்லை. எனது உணர்வு மற்ற ஓர் உணர்வைத் தனதாக்கிக் கொண்டுவிட்டது. அந்த உறவு ஏனைய உறவுகளைவிட உயர்ந்தது. நான் என் உணர்வைக் காதலிக்கிறேன். அது புனிதமானது. மென்மையானது. என்றும் அழியாதது.[83]

இவ்வாறு மல்லிகா பதில் கூறுவதன் ஊடாகக் காளிதாசன் மீதுள்ள நம்பிக்கை வெளிப்படுவதுடன் நாடகச் சிக்கலும் வளர்ச்சியுறுகின்றது. அம்பிகா உள்ளிட்ட பாத்திரங்கள் மூலம் காளிதாஸ் சித்திரித்துக் காட்டப்படுகிறான். தனது மகள் மல்லிகாவின் வாழ்வை நினைத்துத் துன்பப்படும் அம்பிகாவின் மன வருத்தத்திற்கு முக்கியத்துவம் கொடுக்காத காளிதாசனின் செயல்பாட்டைக் கீழ்வரும் அவனது கூற்று விளக்குகின்றது. அம்பினால் தைக்கப்பட்ட மான்குட்டியுடன் மல்லிகாவின் வீட்டிற்குள் நுழைந்த காளிதாசனிடம் தனது தாயின் வருத்தத்தைக் கூறுகிறாள் மல்லிகா. ஆனால் காளிதாசன் அவளுக்கு நேரடியாகப் பதில் கூறாமல் அடிப்பட்ட மான் குட்டியிடம் உரையாடுவதாவது:

நாம் பிழைத்து விடுவோம்... அப்படித்தானே! ஒரு அம்பினால் அடிபட்டு நாம் உயிர் துறக்க மாட்டோம். நாம் மென்மைதான். ஆனால் என்ன? நாம் வலியைப் பொறுத்துக் கொள்வோம் 'ஒரு அம்பு உயிரை எடுத்தால் ஒரு விரல் தடவி

---

83 காமாட்சி தரணிசங்கர், இந்தி நாடகப்பனுவல் (ஆடி மாதத்தில் ஒரு நாள்), 2009, ப.46.

தடவி உயிர் கொடுக்கும்' நாம் புதிய வாழ்க்கையைத் தொடங்குவோம்...[84]

அம்பிகாவின் வருத்தத்தை மல்லிகா காளிதாசனிடத்தில் எடுத்துக் கூறும் போது அதற்கு நேரடியாகப் பதில் கூறாமல் மறைமுகமாகக் காளிதாசன் பதில் கூறுவதை மேற்கண்ட கூற்று உறுதிப்படுத்துவதன் மூலம் நாடகத் தலைமைப் பாத்திரத்தின் குணத்தை மோகன் ராகேஷ் காட்சிப்படுத்துவதை நோக்கமாகக் கொண்டுள்ளார் என்பது தெளிவுபெறுகிறது. காளிதாசன் உஜ்ஜைனி அரசு கவிஞர் பதவி கிடைத்ததும் மல்லிகாவைப் பிரிந்து சென்று வேறு திருமணம் செய்து கொண்டு வாழ்கிறான். சில ஆண்டுகள் கழித்து அந்த வாழ்க்கையில் விரக்தியடைந்து மீண்டும் மல்லிகாவை நாடி வருகிறான். அப்பொழுது உஜ்ஜைனி வாழ்க்கையைப் பற்றி மல்லிகாவிடம் காளிதாசன் கூறுவதன் மூலம் அவனுடைய எண்ணப் போக்கினை விளங்கிக் கொள்ள முடிகிறது.

நான் இங்கிருந்து ஏன் போக விரும்பினேன் தெரியுமா? எனக்கு என் மீதே நம்பிக்கை இல்லை என்பதும் ஒரு காரணம். வறுமைக்கும் நிந்தனைக்கும் மத்தியில் வாழ்ந்த பிறகு பெருமையும், மரியாதையும் கலந்த வாழ்க்கை அனுபவமும் எப்படி இருக்கும் என்று நான் அறியவில்லை. அந்த வாழ்க்கை என்னை முற்றிலும் ஆட்கொண்டுவிடும்... என் வாழ்க்கைப் பாதையே மாறிவிடும் என்ற சந்தேகம் இருந்து கொண்டே இருந்தது... இந்த சந்தேகத்திற்குக் காரணம் இருந்தது.[85]

உஜ்ஜைனி அரச கவிஞனாகப் பதவி ஏற்கச் சென்ற காளிதாசன் இளவரசியைத் திருமணம் செய்து கொண்டு காஷ்மீர் அரசப் பதவி வகிக்க நேரிடுகிறது. அக்காலங்களில் மல்லிகாவைப் பார்க்கவோ, அவளிடம் பேசவோ முயற்சி செய்யாத காளிதாசன் தற்பொழுது மல்லிகாவிடம் இணையும் பொருட்டு அரசப் பதவி ஏற்றதற்கான காரணம் கூறுவதன் மூலம் அவனுடைய குணம் வெளிப்படுவதோடு, நாடகச் சிக்கலும் வளர்ச்சியுறுவதைக் காணமுடிகிறது.

மல்லிகாவைப் பிரிந்து சென்ற காளிதாஸ் உஜ்ஜைனி

---

84 மேலது, 2009, ப.47.

85 மேலது, 2009, ப.118.

இளவரசியைத் திருமணம் செய்து கொண்டு சில ஆண்டுகள் கடந்த பிறகு மீண்டும் மல்லிகாவை விரும்பி வருகிறான். அப்பொழுது காளிதாசனின் செயல்பாடுகள் பற்றி விலோம் சுட்டிக் காட்டுவதன் ஊடாக நாடகச் சிக்கல் முற்றுப் பெறுவதாக அமைகிறது.

நீ இல்லாவிட்டால் வாழ்க்கையின் ஓட்டம் இல்லை... ஓட்டம் உன்னால்தான். மற்றவர்களினால் அல்ல... ஆனால் காலம் இரக்க மற்றது அன்று. அது மற்றவர்களுக்கும் அதிகாரம் அளித்துள்ளது. உரிமை அளித்துள்ளது. அது தூப தீப நிவேதனத்தைக் கையில் எடுத்துக்கொண்டு வீட்டு வாயிலில் நிற்கவில்லை. அது மற்றவருக்கும் வாய்ப்பு அளித்துள்ளது. படைத்துள்ளது. உனக்கு அந்தப் படைப்பைப் பார்க்க வெறுப்பாக உள்ளதா? ஏனென்றால் நீ எங்குத் தன்னைப் பார்க்க விரும்பினாயோ அதைப் பார்க்க இயலவில்லை.[86]

மல்லிகாவின் வாழ்க்கையைப் பற்றி எண்ணாமல் அரசப் பதவியின் பொருட்டுப் பிரிந்து சென்ற காளிதாஸ் காலம் கடந்த பிறகு மீண்டும் பழைய மல்லிகாவையே எதிர்பார்த்து வருகிறான். அவனுடைய இத்தகைய செயல்பாட்டினை விலோம் சாடுவதன் ஊடாகக் காளிதாசனின் பண்பு வெளிப்படுவதோடு மல்லிகா காளிதாசனின் சொத்து அல்ல என்பதையும் குறிப்பாக உணர்த்துவதன் வழி நாடகச் சிக்கல் முற்றுப்பெறச் செய்கிறது. காளிதாசனும் மல்லிகாவும் வாழ்வில் இணைகிறார்களா? இல்லையா? என்ற நாடகச் சிக்கலின் மூலம் காளிதாசன் பாத்திரம் சித்திரிக்கப்படுவதாக அமைந்துள்ளது. மல்லிகா காளிதாசனின் காதல் பற்றிக் கூறுகையிலும் காளிதாசன் உஜ்ஜைனி வாழ்க்கைப் பற்றித் தானே கூறிக்கொள்வதிலும் காளிதாசனின் செயல்பாடுகள் பற்றி விலோம் பாத்திரம் கூறுவதன் மூலமும் தலைமைப் பாத்திர வளர்த்தெடுப்பு முறையினை விளங்கிக் கொள்ளமுடிகின்றது.

நந்தன் தலைமைப் பாத்திரம்

பௌத்த மதக் கொள்கையில் ஈடுபாடுகொண்டு துறவறம் ஏற்றதின் விளைவாகக் குடும்பத்தில் ஏற்பட்ட சிக்கல்களை நந்தன், சுந்தரி என்ற பாத்திரங்களின் வாயிலாகச் சித்திரித்துக் காட்டுவதாக அலைகளிலே அன்னம் என்ற நாடகம்

---

86 மேலது, 2009, ப.126.

அமைகின்றது. நாடகத் தலைவன் நந்தன் இல்லறம், துறவறம் என்பவைகளுக்கிடையில் மனம் அமைதியின்றி ஊடாடுவதன் மூலம் அப்பாத்திரத்தின் பண்பு நலன் சித்திரிக்கப்படுகின்றது.

நாடகத் தலைவி சுந்தரி தன் கணவன் நந்தனுக்குள் துறவறம் பற்றிய சிந்தனை ஏற்படாத வகையில் நந்தன் எந்நேரமும் காமத்தில் திலைத்திருக்கும் பொருட்டுக் காம விழாவிற்கு ஏற்பாடு செய்கிறாள். வழக்கம்போல் வேட்டைக்குச் சென்ற நந்தன் காம விழாவன்று தாமதமாக வீட்டிற்கு மீள்கிறான். அச்சூழலில் சுந்தரி நந்தனைப் பற்றி எண்ணுவதன் மூலம் நாடகக் கதைக்கருவை விளங்கிக் கொள்வதோடு நாடகத் தலைவனின் குணத்தையும் அறிந்து கொள்ள ஏதுவாக அமைகின்றது. வேட்டைக்குச் சென்று திரும்பும் நந்தனிடம் சுந்தரி 'நான் எத்தனை நேரமாக எதிர்பார்த்துக் கொண்டிருந்தேன்! நினைத்தேன் – ஒருகால்'... என்று கூறும் பொழுது 'வரமாட்டேன் என்றா'? என்று நந்தன் எதிர் கேள்வியினைக் கேட்பதன் மூலம் நாடகத்தின் சிக்கலை விளங்கிக் கொள்ளவதோடு நந்தனின் பண்பும் வெளிப்படுகின்றது. வேட்டைக்குச் சென்ற நந்தன் குறிப்பிட்ட நேரத்தில் திரும்பி வராததனால் அவனுக்கு இந்த விழாவில் உடன்பாடு இல்லை என்றும் அவன் இன்றிரவு இந்த விழாவில் கலந்து கொள்ள மாட்டான் என்றும் சுந்தரி எண்ணியதைக் கீழ்வரும் கூற்று உறுதிப்படுத்துவதாவது:

அப்படி எவ்வாறு என்னால் நினைக்க முடியும். வேட்டையாடிக் கொண்டே நெடுந்தூரம் சென்று விட்டீர்களோ என நினைத்தேன். அதிதிகள் யாவரும் வர ஆரம்பித்தபின் தாங்கள் கடைசியாக வரும் அதிதியாக இருந்துவிடக் கூடாதேயென பயந்து கொண்டே இருந்தேன்.[87]

வேட்டைக்குச் சென்று தாமதமாக வருவதற்குள் நந்தனைப் பற்றிப் பலவாறு சுந்தரி எண்ணுவதன் ஊடாக நாடகச் சிக்கலுக்கு விதை போடப்பட்டு அவ்விதை சுந்தரியின் அடுத்தடுத்த செயல்பாடுகளின் மூலம் வளரச்செய்வதையும் காணமுடிகின்றது. நந்தன் துறவறம் சென்று விடுவான் என்ற பயத்தில் அவனுடைய சிற்சில செயல்களில் சுந்தரி ஐயம் கொள்வதன் வழி நாடகச் சிக்கல் வளர்ச்சியடைகிறது. நந்தனும்

---

87 சரஸ்வதி ராம்நாத் (மொ.ஆ), *மோகன் ராகேஷ் எழுதிய மூன்று நாடகங்கள்: அரையும் குறையும்,* 1974, ப.159.

சுந்தரியும் வீட்டில் பேசிக் கொண்டிருக்கையில் வெளியில் பௌத்தப் பிக்ஷுக்களின் குரல் ஒலி கேட்கிறது. அச்சூழலில் சுந்தரி நந்தனிடம் கேட்பதாவது:

அந்த பிக்ஷுக்களின் கும்பலில் பிக்ஷுணி யசோதராவும் இருந்திருப்பாள், அவள் தங்களின் பிக்ஷை பெறவேண்டி இம் மாளிகையின் வாசலில் வந்து நின்றிருப்பாள் என்றெல்லாம் தாங்கள் நினைக்கவில்லையா.[88]

இவ்வாறு சுந்தரி கேட்பதின் மூலம் நந்தனின் பண்பு வெளிப்படுவதோடு, நாடகச் சிக்கலும் தோற்றம் பெறுகின்றது.

நாடகத் தலைவன் நந்தன் இல்லறத்தில் மனைவியுடன் இன்பமாகத் திலைத்திருக்க முடியாமலும் பௌத்தக் கொள்கையில் நாட்டம் கொண்டு முழுவதுமாகத் துறவறத்தை ஏற்க முடியாமலும் வேதனையில் ஆழ்ந்திருப்பவனாகக் காணப்படுகிறான். சுந்தரி நந்தனின் செய்லபாடுகளில் ஐயமுற்று அவனை இல்லறத்தில் திலைத்திருக்க வழி கோலிய போதும் அதில் மனம் ஒன்றிடாமல் இருப்பதைப் போன்றே துறவத்தின் மீதும் பற்றற்றவனாகத் திகழ்வதை நாடகத்தின் பல்வேறு இடங்களில் சுட்டிக் காட்டப்படுகின்றன. பிக்கு கோலத்தினை ஏற்றுக் கொண்டு வந்துள்ள நந்தன் இக்கோலத்தைக் கண்டு சுந்தரி கேட்கும் கேள்விக்குக் காரணமாகத் தன்னுடைய மனநிலையைத் தானே வெளிப்படுத்துவதன் மூலம் அவனுடைய குணத்தை அறிந்து கொள்வதோடு நாடகச் சிக்கல் வளர்ச்சியடைவதையும் கீழ்வரும் கூற்று உறுதிப்படுத்துகிறது.

...என் வாழ்க்கை முழுவதையும் இங்கேயே என்னால் கழித்துவிட முடியாது. இங்கிருந்து முற்றிலும் என்னை வெட்டிக்கொண்டு ஒதுங்கிவிடவும் முடியாது. எங்கே...எப்படி எந்த லட்சியத்திற்கு வாழவேண்டும் என்ற கேள்விக்கு என்னால் எனக்கே பதில் கூற முடியவில்லை. ...நான் நாற்சந்தி முனையில் நிற்கும் நிர்வாணமான ஒரு மனிதன். ...அவரிடம் இருந்த பொழுது என் மனம் இங்கு வர ஏங்கித் தவித்தது. இப்பொழுதோ இங்கே...உன் எதிரே நிற்கின்றேன்; மனம் எங்கோ...எதற்காகவோ ஏங்குகின்றது. இங்கிருந்தாலும் அங்கிருந்தாலும், எல்லா இடத்திலும் நான் என்னை முழுமையற்றவனாய் உணருகின்றேன். நீயானாலும்...அவரானாலும்...ஒருவராலும் எனது இந்த

88 *மேலது*, 1974, ப.193.

ரூபத்திலோ அல்லது அந்த ரூபத்திலோ...எதனுடனும் இனி என்னைப் போலியாக இணைத்துக் கொண்டு வாழமுடியாது. ஏன் என்றால்...நான்தான் இது...அதுவும் நான்தான்... இவ்விரண்டிலும் ஏதோ ஒன்றல்ல நான். நீங்கள் ஒவ்வொருவரும் தனித்தனியே நான் அதுதான் எனக் கருதும் அந்த உண்மை நானல்ல.[89]

நாடகத் தொடக்கம் முதல் முடிவுவரை நாடகத் தலைவன் நந்தன் துறவறம், இல்லறம் என்பவைகளுக்கிடையில் மனம் அல்லலுறுவதை ஒவ்வொரு காட்சியிலும் காட்சிப் படுத்தப்பட்டுள்ளது குறிப்பிடத்தக்கதாகும். நந்தன் சுந்தரியுடன் இருக்கும் தருணங்களில் அவன் மனம் புத்தரை நாடுவதாகவும் புத்தருடன் இருக்கையில் சுந்தரியை நினைத்து வருந்துவதாகவும் என இரண்டிலும் மனம் ஒன்றிப் போகாதவனாகக் காட்சிப்படுத்தப்பட்டுள்ளதன் மூலம் நாடகச் சிக்கல் வளர்ச்சியடைகிறது.

இல்லறம், துறவறம் என்பவற்றுள் மனம் அமைதியின்றி உழலும் நந்தனிடம் மனம் அமைதிபெறுவதற்கான வழியைப் பௌத்தப் பிக்கு ஆனந்தன் கூறிச்செல்வதன் மூலம் நாடகச் சிக்கல் முடிவுறுகின்றது. நந்தனைப் பற்றியும் அவன் மனம் அமைதி பெறுவதற்கான வழியினைப் பற்றியும் பௌத்தப் பிக்கு ஆனந்தன் நந்தனிடம் கூறுவதாவது:

...வீட்டைப் பார்க்க விரும்பினேன் நந்தா. அறையையோ, மலர்வனத்தையோ அல்ல உன்னிடம் அறை இருக்கிறது, மலர்வனமிருக்கிறது. வீடு இல்லை. எதில் உனது ஆத்மாவிற்கு அமைதி கிட்டுமோ அந்த வீடு இல்லை ...என்றேனும் ஒரு நாள் உனக்கு அந்த அடைக்கலம் கிட்டும். அதுதான் உனது உண்மையான வீடாக இருக்கும். ...யாரால் உன்னுடைய எந்தக் கேள்விக்கும் பதிலளிக்கக்கூடுமோ, அந்த ஆள் நானல்ல. எத்தகைய கேள்விக்கும் உரிய விடை உனக்கு ஒரே ஒருவனிடம்தான் கிடைக்கும். அந்த ஒருவனின் பெயர் நந்தன்.[90]

இல்லறம், துறவறம் என்பவற்றுக்கிடையில் மனம் அமைதியின்றி உழலும் நந்தனிடம் ஆனந்தன் மேற்கண்டவாறு

89 *மேலது, 1974, பக்.231-232.*

90 *மேலது, 1974, ப.217.*

'உனக்கு நீயேதான் ஒளி; உன் மன அமைதிக்கு நீயே வழிகோல முடியும்' என்ற பௌத்தக் கருத்தை முன்மொழிவதன் மூலம் நந்தன் தெளிவு பெறுவதோடு நாடகச் சிக்கல் முடிவை நோக்கிச் செல்வதையும் விளங்கிக் கொள்ள முடிகின்றது. நந்தனின் பண்பு நலனைப் பற்றிச் சுந்தரி கூறுவதும் நந்தன் தன்னைப் பற்றித் தானேக் கூறிக் கொள்வதும் நந்தனைப் பற்றி பிக்கு ஆனந்தன் கூறுவதுமாக மூன்று நிலைகளில் தலைமைப் பாத்திரம் வளர்த்தெடுக்கப் பட்டுள்ளதைக் காணமுடிகின்றது.

மகேந்திரன் தலைமைப் பாத்திரம்

அரையும் குறையும் நாடகத் தலைவன் மகேந்திரன் நடுத்தரக் குடும்பத்தைச் சேர்ந்தவன் அவனுடைய பண்பு நலனை விளக்கும் முறையில் இந்நாடகம் அமைகின்றது. மகேந்திரனின் பண்பு நலனை மூன்று நிலைகளில் இந்நாடகம் வார்த்தெடுக்கிறது. நாடகத் தலைவி சாவித்திரியின் கூற்று, தலைவன் மகேந்திரன் கூற்று, மகேந்திரனின் நண்பன் ஜூனேஜாவின் கூற்று என்ற மூன்று முறையில் நாடகச் சிக்கல் காட்சிப் படுத்தப்படுகின்றது. கணவன் என்ற முறையில் மகேந்திரனால் தனது ஆசைகள் எதுவும் ஈடேற வில்லை என்பதனாலும் பல எதிர்ப்பார்ப்புகளுடன் இருந்த தனது வாழ்வில் வெறுமையே வாழ்க்கையாக அமைந்ததற்கு மகேந்திரனே காரணம் என்பதனாலும் மகேந்திரனைப் பல நிலைகளில் சாவித்திரி சாடுகின்ற பொழுதெல்லாம் மகேந்திரனின் பண்பு வெளிப்படச் செய்கிறது. மகேந்திரனின் குணத்தைச் சாவித்திரி கீழ்வருமாறு கூறுவதன் மூலம் நாடகச் சிக்கல் வெளிப்படுவதாவது:

ஒரு மனிதன் திருமணம் செய்து கொள்வது எதற்காக? ஒரு தேவையைப் பூர்த்திச் செய்துகொள்ள; தன்னுள்ளே உணரும் வெறுமையை நிரப்ப. முழுமை பெறாத ஒன்றிற்கு முழுமை தரவேண்டி தன்னுள்ளே, தனக்காக, தன்னிலே ஒரு நிறைவைத் தேடுகிறேன். ஆனால், உங்கள் மகேந்திரன் இதற்காகத் திருமணம் செய்துகொள்ளவில்லை... அவரது வாழ்வின் லட்சியமே, பிறருடைய வாழ்வில் காலியான கட்டங்களை நிரப்புவதுதான். பிறர் அவரிடமிருந்து எதை எதிர் பார்க்கிறார்களோ, விரும்புகிறார்களோ, அல்லது தங்களுடைய வாழ்க்கையில் அவரை எந்தவிதமாகப் பயன்படுத்திக் கொள்ள நினைக்கிறார்களோ...[91]

---

91 மேலது, 1974, பக்.115 –117.

மகேந்திரனைப் பற்றிச் சாவித்திரி மேற்கண்டவாறு கூறுவதன் வழி மகேந்திரன் குடும்பப் பொறுப்பு அற்றவனாகவும் நண்பர்களுடன் பொழுது போக்குபவனாகவும் பணத்தை விரையம் செய்பவனாகவும் வாழ்கின்றவன் என்ற எண்ணம் பார்வையாளர்களிடத்தில் புலப்படுகிறது.

மகேந்திரன் தொழிலில் இழப்பு ஏற்பட்டு விரக்தியடைந்தவனாகக் காணுகின்றான். தொழிலும் கையில் வருமானமும் இல்லை என்பதனால் தன்னுடைய குடும்பத்தினர் மதிப்பு மிகுந்தவராகத் தன்னைக் கருதுவதில்லை என்று உணர்கிறான். வீட்டில் மனைவியும் பிள்ளைகளும் தங்களுடைய விருப்பத்திற்கிணங்கச் செய்கைகளைச் செய்து கொள்வதை விரும்பாதவனாகவும் அதனைப் பொருட்படுத்த முடியாதவனாகவும் துன்பமடைகிறான். மகேந்திரன் தனது குடும்பத்தினரால் போற்றப் படாததற்கான காரணம் என்ன என்பதை விளக்குவதன் மூலம் நாடகச் சிக்கல் வளர்த்தெடுக்கப்படுகின்றது. மகேந்திரன் வீட்டில் சிறிய மகள் கின்னியும் மகன் அசோக்கும் புத்தகம் ஒன்றை எடுத்ததன் காரணமாக என்னிடம் கொடு அம்மாவிடம் காட்டாதே என்று ஒருவருக்கொருவர் சத்தம் செய்து கொண்டிருக்கிறார்கள். அதனைச் சிறிது நேரத்திற்குப் பிறகு பொருட்படுத்த முடியாதவனாய் மகேந்திரன் கூறுவதாவது:

இந்த வாழ்க்கையெனும் சுமையைச் சுமக்க ஆரம்பித்து எத்தனை ஆண்டுகளாகிவிட்டன? இதில் எத்தனை ஆண்டுகள் இந்தக் குடும்பத்தைக் கவனிப்பதில் கழித்திருக்கின்றன? இதற்கெல்லாம் அப்புறம் இன்று நான் எங்கே? எந்த இடத்தில் வந்து நிற்கிறேன்? என் நிலைதான் என்ன? யாரானாலும் சரி... என்னிடம் ஏன் ஏறு மாறாகப் பேசுகிறார்கள்? ஒவ்வொருவரும் என்னிடம் ஏன் மரியாதையில்லாமல் நடந்துக் கொள்கிறார்கள்?[92]

இவ்வாறு மகேந்திரன் குறிப்பிடும் பொழுது குடும்பத் தலைவி சாவித்திரி நீங்கள் ஏன் கோபப்படுகிறீர்கள் இந்தச் சாதாரணமான நிகழ்ச்சியைப் பெரிது படுத்தாதீர்கள் என்று எதிர் வாதம் செய்கிறாள். அப்பொழுது மகேந்திரன் மேலும் கூறுவதாவது:

---

92 *மேலது*, 1974, ப.45.

...அதிகாரம், அந்தஸ்து, மரியாதை யெல்லாம் வெளியாரிடமிருந்துதான் இந்த வீட்டிற்கு கிடைக்கும். இந்த வீட்டில் இன்றுவரை நடந்த தெல்லாம், இனி நடக்கப் போவது எல்லாமே வெளியாரை மட்டும்தான் நம்பி இருக்கிறது. என்னை நம்பி இதுவரை எல்லாமே குட்டிச் சுவராகப் போய் விட்டது. இனியும் போய்விடும். (பிள்ளையை சுட்டிக் காட்டி) இவன் இன்று வேலைவெட்டி இல்லாமல் ஏன் திரிந்து கொண்டிருக்கிறான்? என்னால்தான். (மூத்த மகளைச் சுட்டிக் காட்டி) இவள் யாரிடமும் சொல்லாமல் கொள்ளாமல் ஏன் வீட்டிலிருந்து ஓடிப் போனாள்? என்னால்தான். மனைவியின் முகத்திற்கு நேரே வந்து நின்று) நீ... நீயும் இத்தனை வருடங்களாக எதற்காக... வந்து?[93]

இவ்வாறு மகேந்திரன் கூறுவதன் வழிப் பார்க்கும் போது அவனுடைய உரிமை பறிபோய் விட்டதையும் அதனால் அவன் வருத்தமடைந்து தனது முந்தைய வாழ்க்கையையும் அதில் தனது பங்களிப்புப் பற்றியும் நினைவுப்படுத்திக் கொள்ளும் முறையில் தன்னுடைய பண்பு நலன்களைப் பற்றித் தானே கூறிக்கொள்வதன் மூலம் தலைமைப் பாத்திரம் சித்திரிக்கப்பட்டுள்ளதைக் காணமுடிகின்றது. தனது உரிமை பறிபோகும் நிலையில் தன்னைத் தானே அறிமுகப் படுத்திக் கொள்ளுதல் என்பதன் மூலம் நாடகச் சிக்கல் வளர்ச்சியடைகின்றது.

குடும்பத் தலைவி என்ற முறையில் சாவித்திரி மகேந்திரன் குணத்தைக் குறிப்பிடுவதைப் போல நெருங்கிய நண்பன் என்ற முறையில் ஜூனேஜா மகேந்திரனைப் பற்றிக் கூறுவதன் மூலம் நாடகச் சிக்கல் முடிவுறுவதோடு நாடகத் தலைவனின் நற் பண்பும் வெளிப்படுகிறது. சாவித்திரியுடன் ஊடல் கொண்டு மகேந்திரன் வீட்டை விட்டுச் சென்று விடுகிறான். அத்தருணத்தில் அவர்களின் ஊடலைத் தீர்க்கும் முறையில் சாவித்திரியிடம் மகேந்திரனின் இயல்பைப் பற்றி ஜூனேஜா கூறுவதாவது:

இன்று மகேந்திரன் கோபமும் ஆத்திரமும் கொண்ட மனிதன். ஆனால் ஒரு காலத்தில் அவன் சிரித்த முகமும் இனிமையான இயல்பும் கொண்டவனாக இருந்தான். அது

93 *மேலது*, 1974, ப.47.

உள்ளத்திலிருந்து பொங்கி வரும் சிரிப்பு அது எப்பொழுது தெரியுமா? அவன் உள்ளத்தில் தாழ்மை உணர்ச்சியை விதைக்காதிருந்த காலத்தில் ஒவ்வொரு விசயத்திலும் நீ அவனைவிட, இவனைவிட, என்னைவிட தாழ்ந்தவன், மோசமானவன் என்று சுட்டிக் காட்டி சிறுமைப் படுத்தாத காலத்தில், நீ எதுவாக இல்லை, எதுவாக இருந்திருக்க வேண்டும் என்று கூறுபவர்கள் இல்லாதிருந்த காலத்தில்.[94]

குடும்பத் தலைவன் மகேந்திரன் மனம் அமைதி இன்றிக் காணப்படுவதற்கும் தொழிலில் நட்டம் ஏற்பட்டு வறுமையில் வாடுவதற்கும் அதனால், பித்துப் பிடித்தவன் போன்று செயல்படுவதற்கும் குடும்பத் தலைவிதான் காரணம் என்பதாக ஜூனேஜா மேலும் கூறுவதாவது:

...இன்று அவன் தன்னை முற்றிலும் நிராதவராய் உணர்ந்து கொண்டிருக்கிறான். இந்தச் சூழ்நிலையில், அவனுக்கு வாழ்க்கையில் வேறெந்த வழியுமில்லை. உன்னோடு வாழ்வதைத் தவிர அவனுக்குக் கதியில்லை என்ற தொரு உணர்வை நீ அவன் உள்ளத்திலே மிகமிக ஆழமாகப் பதித்து விட்டிருக்கிறாய். ...அவன் நினைப்பது போல் அத்தனை நிராதரவான நிலை அவனுக்கில்லை. அவன் மட்டும் துணிவுடன் நிமிர்ந்தால் இந்த உலகமே தன்முன் விரிந்து கிடப்பதை உணரலாம்.[95]

நடுத்தரக் குடும்பத்தினர் வாழ்க்கையில் ஏற்படும் பிரச்சனைகளை விளக்குவதாக அமைந்துள்ள இந்நாடகத்தில். நாடகத் தலைவன் மகேந்திரன் மூலம் அவனுடைய பண்பு நலன் வெளிப்படுவதோடு, பெரும்பாலான நடுத்தரக் குடும்பங்களில் ஏற்படுகின்ற சமூகப் பிரச்சனைகளை வெளிப்படுத்துவதையும் காணமுடிகின்றது. வருமானத்திற்கு மிகுதியாகச் செலவு செய்வதனாலும் போதும் என்ற மனநிலையில் இருப்பதைக் கொண்டு மகிழ்ச்சியாக வாழப் பழகிக் கொள்ளாமையினாலும் குடும்பத்தில் ஏற்படுகின்ற பிரச்சனைகளை மகேந்திரன், சாவித்திரியின் வாழ்க்கை மூலம் சித்திரித்துக் காட்டுவதாக இந்நாடகம் திகழ்கிறது.

---

94 *மேலது*, 1974, ப.124.
95 *மேலது*, 1974, ப.129.

மோகன் ராகேஷ் நாடகங்களில் ஆண் தலைமைப் பாத்திரங்களான காளிதாசன், நந்தன், மகேந்திரன் ஆகியோரின் பண்பு நலனை வெளிப்படுத்தும் முறையில் முறையே தலைவியின் முன்னிலைக் கூற்று, தலைவனின் தன்னிலைக் கூற்று, துணைமைப் பாத்திரத்தின் படர்க்கைக் கூற்று என்ற முறையில் அமைந்து தலைவனின் பண்பு நலனை வெளிப்படுத்துவதாக அமைந்துள்ள இந்நாடகங்களின் மூலம் மூன்று தலைமைப் பாத்திரங்களும் ஏதோ ஒரு சூழலின் காரணமாக மனைவிகளிடமிருந்து விலகிவிடுகின்றவர்களாகச் சித்திரிக்கப்பட்டுள்ளதன் வழி நாடகாசிரியனின் குடும்பம் பற்றிய பார்வை புலப்படுகிறது. நாடகத் தலைவனின் பண்பு நலனைத் தலைவன், தலைவி, நண்பன் என்ற முறையில் மேற்கண்ட மூன்று கூற்றுகளின் வழிச் சித்திரித்து நாடக ஆண் தலைமைப் பாத்திரத்தை வளர்த்தெடுத்துள்ளதைப் போன்றே நாடகத் தலைவிப் பாத்திரங்களும் கீழ் வருமாறு வளர்த்தெடுக்கப்படுகின்றன.

தலைவிப் பாத்திரம் வளர்த்தெடுக்கும் முறைகள்

மோகன் ராகேஷ் எழுதிய மூன்று முழு நீள நாடகங்களின் தலைவிப் பாத்திரங்களான முறையே மல்லிகா, சுந்தரி, சாவித்திரி ஆகியவற்றின் பண்பு நலனை விளக்குவதாக இப்பகுதி அமைகிறது.

மல்லிகா தலைமைப் பாத்திரம்

ஆடி மாதத்தில் ஒரு நாள் நாடகத் தலைவி மல்லிகாவின் பண்பு நலனை நாடகத் தலைவன் காளிதாசன் கூறுவதன் மூலமும் மல்லிகா தன்னைப் பற்றித் தானே கூறிக்கொள்வதன் ஊடாகவும் மல்லிகாவைப் பற்றி விலோம் கூறுவதன் பொருட்டும் மல்லிகா பாத்திரம் வளர்த்தெடுக்கப்படுகின்றது. உஜ்ஜைனி சென்ற காளிதாசன் மீண்டும் தன்னைத் தேடி வருவான் என்று கருதிக் காத்திருப்பதோடு புதுக் காவியம் ஒன்றை அவன் படைக்கக் கருதி ஓலை ஏடுகளைத் தயார் செய்து வைத்துருக்கிறாள் மல்லிகா. ஆனால், காளிதாசன் அவள் எதிர்பார்த்த நேரத்தில் திரும்பி வராமல் காலம் கடந்து வருகிறான். அத்தருணத்தில் ஓலை ஏடுகளை அவன் கையில் ஒப்படைக்கிறாள். அந்த ஓலை ஏடுகளின் தன்மையைப் பற்றிக் காளிதாசன் கூறுவதன் மூலம் மல்லிகாவின் பண்பு

வெளிப்படுகிறது. காளிதாசன் ஓலை ஏடுகளின் தன்மைகளைப் பற்றிக் கூறுவதாவது:

...அங்கங்கு இவற்றில் கண்ணீர்த் துளிகள் விழுந்துள்ளன. இவை கண்டிப்பாக மழைத்துளிகள் அல்ல. நீ உன் கண்ணீர் துளிகளினால் இந்த எழுதாத நறுக்குகளில் அதிகமாகவே எழுதியுள்ளாய் என்று எனக்குத் தோன்றுகிறது. கண்ணீர்த் துளிகள் மட்டும் அல்ல. அங்கங்கே வியர்வைத் துளிகளினால் நறுக்குகள் கருத்துக் காணப்படுகின்றன. அங்கங்கே மலர்களின் காய்ந்த இதழ்கள் தங்களின் நிறத்தை இந்த நறுக்குகளில் பதித்துள்ளன. அனேக இடங்களில் உன் நகக்கீரல்கள் காணப்படுகின்றன. உன் பற்களின் தடயங்களும் இதில் காணப்படுகின்றன. இது மட்டுமின்றிக் கோடைக்காலத்து வெய்யிலின் மெல்லிய அடர்ந்த நிறங்கள், ஹேமத்துக் காலத்து இலைத்துளிகள், இது தவிர இந்த வீட்டின் கறையான்...[96]

காளிதாசனின் பிரிவுத் துயரால் மல்லிகா அவன் பொருட்டுத் துன்பமடைந்ததை விளக்குவதாக ஓலை ஏடுகள் காணப்படுவதன் மூலம் அவளுடைய எண்ண அலை தென்படுகிறது.

காளிதாசனின் காதல் பொய்யானது அவனை நம்பாதே என்று அம்பிகா எவ்வளவு எடுத்துச் சொல்லியும் ஏற்றுக் கொள்ளாத மல்லிகா. அவனால் ஊர்த்தூற்றலுக்கு ஆளாகிறாள். தனக்கு இந்நிலைமை ஏற்படுவதற்குக் காரணமான காளிதாசனை நினைத்து வருந்துகிறாள். அச்சூழலில் தனக்குத் தானே தனிமொழியின் மூலம் பேசிக் கொள்வதன் பொருட்டு அவளுடைய பண்பு புலப்படுகிறது. மல்லிகா காளிதாசனால் பாதிப்புக்குள்ளானதை நினைத்துத் தனிமொழி மூலம் கூறிக்கொள்வதாவது:

உன்னிடம் என்ன உணர்வு இருந்ததோ அது மற்றவரிடம் காணப்படவில்லை. ஆனால் குறைகளின் ரூபத்தில் எத்தனை எத்தனை மனித உருவங்கள்? நான் எனது பெயரை இழந்து மற்றொரு அடைமொழியைச் சம்பாதித்திருக்கிறேன். மேலும் எனது நோக்கிலேயே பெயரற்ற அடைமொழியாக மட்டும் உள்ளேன் என்பது உனக்குப் புரிந்திருக்குமா?[97]

---

96 காமாட்சி தரணிசங்கர், *இந்தி நாடகப்பனுவல் (ஆடி மாதத்தில் ஒரு நாள்)*, 2009, ப.123.

97 *மேலது*, 2009, ப.113.

காளிதாசனை நம்பி ஏமாற்றத்திற்குள்ளான மல்லிகா. அம்பிகா இறந்த பின்பு வறுமையின் காரணமாக விலோம் என்பவனுடன் வாழ்ந்து வருகிறாள். மனதில் மகிழ்ச்சியின்றி வாழ்க்கையில் எந்த வகை எதிர்பார்ப்பும் இன்றி வாழ்ந்து வரும் மல்லிகாவின் வாழ்வில். காளிதாசன் மீண்டும் வருவான் என்ற நம்பிக்கையிலும் அவனால், தனக்கு ஏற்பட்ட நிலமையைப் பற்றி அவனுக்கு உணர்த்தும் பொருட்டும் தனக்குத் தானே கூறிக்கொள்வதன் வழி அவள் மனநிலை வெளிப்படுகிறது.

அரசப் பதவி கருதிப் பிரிந்து சென்ற காளிதாசன் சில ஆண்டுகள் கழிந்த பிறகு மீண்டும் ஒரு நாள் மல்லிகாவை நாடி வருகிறான். அத்தருணத்தில் விலோம் மல்லிகா எனது சொத்து நீ சொந்தம் கொண்டாட முடியாது என்பதாகக் காளிதாசனுக்கு எடுத்துக் கூறும் போது மல்லிகாவின் நிலைமை வெளிப்படுகிறது. காளிதாசனை விலோம் சாடுவதாவது:

ஏனென்றால் வருடக்கணக்காக நீ விட்டுச் சென்ற பூமி ஒன்று மறுபடியும் உனக்குத் தனதாகத் தோன்றுகிறது? ஏனென்றால் உன்னுடைய அதிகாரங்கள் நிலையானவை? நீ இல்லாவிட்டால் வாழ்க்கையின் ஓட்டம் இல்லை... ஓட்டம் உன்னால்தான். மற்றவர்களினால் அல்ல... ஆனால் காலம் இரக்கமற்றது அன்று. அது மற்றவர்களுக்கும் அதிகாரம் அளித்துள்ளது... படைத்துள்ளது. உனக்கு அந்தப் படைப்பைப் பார்க்க வெறுப்பாக உள்ளதா? நீ எங்குத் தன்னைப் பார்க்க விரும்பினாயோ அதைப் பார்க்க இயலவில்லை...மல்லிகா...உபசரிப்பதில் எந்தக் குறைவும் இருக்க வேண்டாம். விருந்தாளி பல வருடங்களுக்குப் பிறகு வந்துள்ளார் மறுபடியும் வருவாரோ இல்லையோ என்று தெரியாது.[98]

மல்லிகாவைப் பிரிந்து சென்ற காளிதாசன் சில ஆண்டுகள் கழித்து மல்லிகாவை நாடி வருகிறான். அப்பொழுது மல்லிகா எனது சொத்து என மல்லிகாவிற்கும் தனக்குமான உறவைப் பற்றிக் குறிப்பாகக் கூறிச்செல்லும் விலோமின் கூற்றினால் மல்லிகாவின் குணம் வெளிபடுத்தப்பட்டு நாடகச் சிக்கல் முடிவு பெறுகிறது. காளிதாசன் தன்னைத் தேடிவருவான் என்று காத்திருந்து காலம் கடந்த பின்பு சூழ்நிலை காரணமாக விலோமுடன் வாழ நேரிடுகின்ற மல்லிகாவின் வாழ்வில்

---

98 மேலது, 2009, பக்.126-127.

மகிழ்ச்சியும் எதிர்பார்ப்பும் இல்லாமல் போனதற்குக் காளிதாசனின் காதலே காரணம் என்பதை மேற்கண்ட மூவரின் கூற்றின் வழி விளங்கிக் கொள்ளமுடிகிறது.

சுந்தரி தலைமைப் பாத்திரம்

மல்லிகாவின் குணத்தை விளக்குவதைப் போன்றே அலைகளிலே அன்னம் நாடகத் தலைவி சுந்தரியின் குணத்தையும் சித்திரித்துக் காட்டும் முறையில் மேற்கண்ட மூன்று முறைகள் பின்பற்றப்பெறுகின்றன. சுந்தரி தன் கணவன் நந்தன் துறவறம் சென்றுவிடுவான் என்ற அச்சத்தில் எந்நேரமும் கணவனின் செய்கைகளில் கவனம் செலுத்தியவளாய்க் காணுகின்றாள். இதனால், ஊரார் பார்வைக்கு நந்தனைத் தன் கைப்பாவைக்குள் வைத்துக் கொள்பவளாகச் சுந்தரி காட்சிப்படுத்தப்பெறுகின்றாள். சுந்தரி நந்தனைத் தன் வசம் வைத்துக் கொள்வதில் முயற்சிப்பதன் மூலம் நாடகச் சிக்கல் ஆரம்பமாவதோடு சுந்தரியின் குணமும் சித்திரிக்கப்படுகின்றது. நந்தன் மீதுள்ள அன்பினால் அவனுள் ஒன்றிவிட்ட சுந்தரி பற்றி நந்தன் கூறுவதாவது:

நீ எதை விரும்புகிறாயோ அதைத்தான் நான் எப்பொழுதுமே செய்யவேண்டும். அதுவும் நீ விரும்புகிற விதத்தில் இல்லையா?[99]

நந்தன் துறவறம் சென்று விடுவான் என்ற பயத்தில் தன்னுடைய விருப்பத்திற்கிணங்க அவனுடைய செயல்பாடுகளை மாற்றி அமைக்கிறாள். இச்செய்கையினால் சுந்தரியின் பண்பு வெளிப்படுகிறது.

நந்தனிடம் தான் கொண்டுள்ள அன்பினை நந்தனும் புரிந்து கொள்ளாமல் ஊராரும் அறிந்து கொள்ளாமல் கணவனை மயக்கி வைத்துக் கொண்டிருக்கும் மாயக்காரி என்று ஊரார் தன்னை ஏசுவதாகச் சுந்தரி தன்னைத் தானே கூறிக் கொள்வதன் மூலம் நாடகச் சிக்கல் வளர்ச்சி பெறுகிறது.

நீங்கள் ஒரு யக்ஷிணியைத் திருமணம் செய்து கொண்டிருப்பதாகவும், அவள் தன் மாய மந்திரத்தினால் உங்களை எப்பொழுதும் ஆட்டிவைப்பதாகவும் கூறுகிறார்கள்.[100]

---

99 சரஸ்வதி ராம்நாத் (மொ.ஆ), *மோகன் ராகேஷ் எழுதிய மூன்று நாடகங்கள்: அரையும் குறையும்*, 1974, ப.201.

100 *மேலது*, 1974, ப.187.

நந்தன் உள்ளிட்ட பாத்திரங்களால் கோபக்காரியாகவும் கணவனைத் தன் கட்டுப்பாட்டிற்குள் வைத்துக் கொள்பவளாகவும் சுந்தரி சித்திரிக்கப்படுகின்ற நிலையில் அவள் வாழ்க்கை குறித்துப் போராடுவதை ஒருவரும் உணரவில்லை என்ற சுந்தரியின் மனநிலை வெளிப்படுவதோடு நாடகச் சிக்கலும் வளர்ச்சி பெறுகிறது.

நந்தன் துறவறக் கோலத்தில் வந்திருப்பதைச் சுந்தரி பார்த்தால் தாங்கிக் கொள்ள முடியாத துயரத்திற்கு ஆளவாள் என்று கருதிச் சுந்தரியின் தோழி அலகா வருத்தப்படுவதன் மூலம் நந்தன்மீது சுந்தரி வைத்துள்ள அன்பு புலப்படுவதோடு நாடகச் சிக்கலும் முடிவுபெறுகிறது. சுந்தரி உறங்கிக் கொண்டிருக்கும் பொழுது நந்தன் துறவுக் கோலம் ஏற்றுக் கொண்டான் என்ற செய்தி கேள்வியுற்றவுடன் அலகா மொழிவதாவது:

...உண்மையில் ஒரு சில நாட்கள் எத்தனை நிகழ்ச்சிகளைத் தம்முள்ளே சூல் கொண்டிருக்கின்றன ! மனம் எத்தனையைத் தாங்கிக் கொள்ள முடியுமோ அதற்கு மேல் தாங்கிக் கொள்ள இயலாத அளவிற்கு ! உண்மையை அறிந்தால் தேவியார் எத்தனை மனக் கிலேசமடைவார் ? தனது வேதனை யாரிடமும் வெளிப்பட்டு விடக் கூடாது என. ஆம் என்னிடமும் கூடத்தான்... அவர் பெரிதும் முயற்சிப்பார்.[101]

அலைகளிலே அன்னம் நாடகத் தலைவி சுந்தரி இன்பத்தில் திளைத்திருக்க விரும்புகின்றவள், கோபம் மிகுதியாகக் கொண்டவள், நந்தனைத் தன் விருப்பத்திற்கு இணங்க முயற்சிப்பவள் எனப் பல நிலைகளில் சித்திரித்துள்ளதன் மூலம் சுந்தரியின் குணம் வெளிப்படுத்தப்படுகின்றது.

சாவித்திரி தலைமைப் பாத்திரம்

மகேந்திரனின் வறுமை காரணமாகக் குடும்பப் பொறுப்பைச் சாவித்திரி ஏற்க நேரிடுகிறது. குடும்ப முன்னேற்றம் கருதியும் தமது குழந்தைகளின் நலன் கருதியும் அலுவலக உதவியை நாடுகிறாள். இதனால், அலுவலக முதலாளிகளுடன் நட்பு வைத்துக் கொள்ள முயல்கிறாள். அத்தருணங்களில் சாவித்திரியின் பண்பு சித்திரிக்கப்படுவதோடு, நாடகச் சிக்கலும் மேற்கண்டவாறு மூன்று நிலைகளில் விளக்கப்படுகின்றது.

---

101 மேலது, 1974, ப.213.

குடும்ப நலன் கருதிச் சாவித்திரி எடுக்கும் முடிவுகளில் உடன் படாதவனாய் மகேந்திரன் அவளுடன் வாதம் செய்கிறான். அப்பொழுது மகேந்திரனின் மூலம் சாவித்திரியின் பண்பு சித்திரிக்கப்படுகின்றது. சாவித்திரி தனது மகனுக்கு வேலை வாங்கிக் கொடுக்கும் பொருட்டு அலுவலக முதலாளி சிங்கானியாவின் உதவியை நாடுகிறாள். அதற்காக அவனைத் தேநீர் விருந்திற்கு வீட்டிற்கு அழைக்கிறாள். இதனை, விரும்பாத மகேந்திரன் சூழலுக்கு ஏற்றவாறு அவளைச் சாடுகிறான். அத்தருணங்களில் சாவித்திரியின் பண்பு வெளிப்படுவதோடு நாடகச் சிக்கலும் ஆரம்பமாகிறது.

ஆமாம் ஆமாம்...சிங்கானியா கட்டாயம் வேலை போட்டு வைத்துவிடுவான். அதற்காகத் தானே பாவம்...இங்கே வருகிறான்.[102]

சிங்கானியா வீட்டிற்கு வந்து போவதைப் பற்றி மகள் பின்னியிடம் மகேந்திரன் கூறுவதன் ஊடாகச் சாவித்திரியின் பண்பு வெளிப்படச் செய்கிறது.

சிங்கானியா. இவளுடைய பாஸ் (Boss) இப்பொழுது வரத்துவங்கியிருக்கும் புதிய உருப்படி.[103]

சாவித்திரி குடும்ப முன்னேற்றம் கருதிச் செல்வம் படைத்தவர்களுடன் நட்புறவு கொள்கிறாளா? அல்லது செல்வத்தின் மீது அவளுக்குள்ள ஈடுபாட்டினால் அவர்களுடன் பழகுகிறாளா? என்ற நாடகச் சிக்கல் மகேந்திரன் எண்ணப் போக்கின் மூலம் ஆரம்பமாகிறது.

சாவித்திரி குடும்ப முன்னேற்றம் கருதி அலுவலக முதலாளிகளுடன் நட்புறவுக் கொள்வதை விரும்பாத மகேந்திரன் உள்ளிட்ட அவர்கள் குடும்பத்தினர் சாவித்திரியின் நடத்தையில் சந்தேகம் கொள்கின்றனர். அப்பொழுது சாவித்திரி தன்னைப் பற்றித் தானே கூறிக்கொள்வதன் வழி அவளுடைய பண்பு வெளிப்படுத்தப்பட்டு நாடகச் சிக்கல் வளர்ச்சி பெறுவதாவது:

எப்படியாவது இந்த வீடு உருப்படி யாகட்டுமே என்றுதான். தாளமுடியாத சுமை என் ஒருத்தி மீதே யிருக்கிறதே, அதை யாரேனும் என் கூடப் பகிர்ந்து கொள்ளட்டும் என்றுதான்!

102 மேலது, 1974, ப.19.
103 மேலது, 1974, ப.39.

இம்மாதிரியான பெரிய புள்ளிகளோடு நான் தொடர்பு வைத்துக் கொள்ள விரும்புவது எனக்காக அல்ல....[104]

சாவித்திரி தன்னைப் பற்றி இவ்வாறு கூறிக்கொண்டாலும் சாவித்திரியின் மகன் அசோக் தனது தாயைப் பற்றி அவளிடம் நேரடியாக உரையாடுவதன் மூலம் சாவித்திரியின் குணம் வெளிப்படச் செய்கிறது.

ஒவ்வொருவரிடமும் உள்ள ஒரு விசேஷமான சிறப்பிற்காக. ஒருவனை அவன் பெரிய இண்டலெக்சுவல் என்பதற்காக... இன்னொருவனை அவனது கொழுத்த சம்பளம் ஐயாயிரம் ரூபாயிக்காக. இன்னொருவனை அவனது சீப் கமிஷனர் பதவிக்காக நீ... எப்பொழுது, யாரை அழைத்தாலும் மனிதனை அல்ல... அவனது பதவியை, சம்பளத்தை, புகழைத் தான் அழைத்திருக்கிறாய்...[105]

அசோக் தனது தாயைப் பற்றிக் கூறியதைப் போன்று மகேந்திரனின் நண்பன் ஜூனேஜா சாவித்திரி பற்றிக் கூறுவதன் மூலம் நாடகச் சிக்கல் முடிவுபெறுவதோடு, சாவித்திரியின் பண்பும் விளக்கப்படுகின்றது. சாவித்திரிக்கும் மகேந்திரனுக்கும் உள்ள ஊடலைத் தீர்த்து அவர்கள் வாழ்வில் இணைந்து வாழும் பொருட்டுச் சாவித்திரியிடம் சமாதானம் பேசுகிறான். அப்பொழுது சாவித்திரியின் விருப்பம் பற்றியும் அதற்காக அவள் செய்த முயற்சிகள் பற்றியும் ஜூனேஜா கூறுவதன் மூலம் சாவித்திரியின் குணம் முழுவதுமாக வெளிப்படுவதோடு நாடகச் சிக்கலும் முற்றுப் பெறுவதாவது:

...உன்னைப் பொறுத்த வரையில் வாழ்க்கையின் அர்த்தம் எத்தனை முடியுமோ, அத்தனை, பல்வேறுபட்ட பலவற்றையும் ஒன்றாக, ஒரே சமயத்தில் அடைய வேண்டும். அநுபவிக்க வேண்டும் என்பதுதான். நீ யாரைத் திருமணம் செய்து கொண்டிருந்தாலும் அந்த ஒருவனால் இதையெல்லாம் உனக்கு அளித்திருக்க முடியாது. அதனால்தான் நீ இன்றிருப்பது போல் என்றுமே வெறுமையாக அமைதியற்றவளாக இருப்பாய்...[106]

---

104 மேலது, 1974, ப.69.

105 மேலது, 1974, ப.68.

106 மேலது, 1974, ப.123.

நவீன மயமாக்கத்தினாலும் தொழில் புரட்சியினாலும் உலக அளவில் மக்கள் மத்தியில் பெரிய மாற்றங்கள் ஏற்படலாயின. அம்மாற்றங்களின் ஊடாகக் காலத்திற்கு ஏற்றாற் போன்ற தேவைகள் மக்கள் வாழ்வில் ஏற்படலாயின. போதமையின் காரணமாக மன அமைதியின்றி வாழ்வில் அன்பின்றி வாழும் சூழல் ஏற்பட்டுக் குடும்பத்திற்குள் பிரச்சனைகள் ஏற்படலாயின. அவ்வகையில் மோகன் ராகேஷ் அவர்காலச் சமூகச் சித்திரிப்பை அரையும் குறையும் நாடகத் தலைவி சாவித்திரியாகச் சித்திரித்துள்ளார்.

மோகன் ராகேஷ் தனது மூன்று முழு நீள நாடகங்களிலும் தலைமைப் பாத்திரங்களின் குணாதிசயங்களை மேற்கண்டவாறு மூன்று நிலைகளில் பொருந்தி வருமாறு படைத்திருப்பது அவருடைய நாடகப் பாத்திரச் சித்திரிப்பு உத்திமுறை என்றுகூட வரையறுக்கத் தோன்றுகிறது.

தலைமைப் பாத்திர வளர்த்தெடுத்தலில் துணைமைப் பாத்திரத்தின் பங்களிப்பு

நாடகத்தில் துணைப் பாத்திரத்தின் செயல்பாடு என்பது தலைமைப் பாத்திரத்தின் பண்புகளை விளக்குவதாக அமைந்து நாடக வளர்ச்சிக்கு வழிவகுப்பதாக அமையும் தன்மை கொண்டதாகும். ஒரு நாடகத்தில் தலைமைப் பாத்திரம் மட்டும் தனித்து இயங்குவதற்கும் துணைப் பாத்திரம் கொண்டு இயங்குவதற்கும் வேறுபாடுகள் உள. நாடகத்தில் தலைமைப் பாத்திரத்தின் பண்புகளைச் சூழலுக்கு ஏற்றவாறு எடுத்துக்காட்டி நாடக வளர்ச்சிக்கு முக்கியப் பங்காற்றுவதாகத் துணைமைப் பாத்திரம் திகழ்கின்றது. காப்பியத்தில் பயின்று வரும் பாத்திரங்கள் பற்றிக் கூறுகையில் துணைப் பாத்திரங்களின் முக்கியத்துவம் கருதி ஒன்றிய பாத்திரங்கள், ஒட்டிய பாத்திரங்கள், ஊன்று பாத்திரங்கள் என்று மூவகைப்படுத்தி விளக்கியுள்ள கா. மீனாட்சி சுந்தரம் அதன் தன்மைகள் பற்றிக் கீழ்வருமாறு மொழிவது நோக்கத்தக்கது.

காப்பியத்தில் வரும் தலைவன் தலைவியர் குருதியும் மூச்சும் போன்றவர்கள். குருதியும், மூச்சும் தனித்தியங்கா. அவையிரண்டும் பல்வேறு உறுப்புக்களோடும் நேரடித் தொடர்போ தொடர்புக்குத் தொடர்போ கொண்டதாய் இருக்கும். ஒவ்வோர் உறுப்பும் இவ்விரண்டிற்கும் ஏதாவது ஒரு வகையில் ஒரு சிறு உதவியைச் செய்யாமலிராது... இது

போலவே காப்பியத்தில் பல்லைப் போன்றும் காலைப் போன்றும் முதன்மைப் பாத்திரங்களோடு மறைமுகமாகவோ, தொடர்புக்குத் தொடர்பாகவோ பாத்திரங்கள் இயங்கும்.[107]

தலைமைப் பாத்திரங்கள் இயங்குவதற்கு அல்லது முழுமை அடைவதற்குத் துணைமைப் பாத்திரங்கள் எவ்வளவிற்கு உறுதுணை செய்கின்றன என்பதை மேற்கண்ட கூற்று உறுதிப் படுத்துவதன் மூலம் விளங்கிக் கொள்ள முடிகிறது. இந்நிலையில் மோகன் ராகேஷ் நாடகங்களில் பயின்று வரும் தலைமைப் பாத்திரங்கள் அல்லாத ஏனைய துணைமைப் பாத்திரங்கள் அனைத்தும் சூழலுக்கு ஏற்றவாறு தலைமைப் பாத்திர வளர்ச்சிக்கு வழிவகுப்பனவாக அமைந்துள்ளன. எனினும், தலைமைப் பாத்திரங்களுடன் நெருங்கிய உறவு கொண்டதாகவும் தலைமைப் பாத்திரங்களின் பண்புகளை விளக்கி நாடகச் சிக்கலுக்குத் தீர்வு காணுவதாகவும் அமைந்துள்ள துணைமைப் பாத்திரங்கள் மட்டும் இங்கு விளக்கப்படுகின்றன.

ஆடி மாதத்தில் ஒரு நாள் நாடகத்தில் அம்பிகா, விலோம், மாதூல் முதலான துணைமைப் பாத்திரங்கள் அவ்வவ் இடத்திற்கு ஏற்பக் காளிதாசன், மல்லிகாவின் நிறை குறைகளை நினைத்து வருந்துவதன் ஊடாகவும் சுட்டிக் காட்டுவதன் பொருட்டும் தலைமைப் பாத்திரங்களின் பண்புகள் வெளிப்படுகின்றன. அவர்களில் அம்பிகாவும், விலோமும் காளிதாசன், மல்லிகாவுடன் நெருங்கிய உறவுடையவர்களாகத் திகழ்வதனால் தலைமைப் பாத்திரத்தின் செயல்பாட்டினை நேரடியாக விமர்சனத்திற்கு உட்படுத்துவதன் மூலம் அவர்களின் பண்புகள் வெளிப்படுகின்றன.

காளிதாசன் மல்லிகாவைத் திருமணம் செய்துகொள்ள மறுத்துவிடப் போகிறான்; அவனை நினைத்து மல்லிகா தனது வாழ்க்கையை ஏமாற்றிக் கொள்ளப் போகிறாள் என்பதை அறிந்த அம்பிகா, மல்லிகாவிடம் காளிதாசனைப் பற்றிக் கூறுகையில் அவனது பண்பு வெளிப்படுகிறது.

அந்த மனிதன் தன்வயப்பட்டவன். உலகத்தில் அவனுக்குத் தன்னைத் தவிர யாரிடமும் பற்றுக் கிடையாது.[108]

---

107 கா.மீனாட்சி சுந்தரம், *சிலம்பில் துணைப் பாத்திரங்கள்*, 1976, பக்.6-7.

108 காமாட்சி தரணிசங்கர், *இந்தி நாடகப்பனுவல்(ஆடி மாதத்தில் ஒரு நாள்)*, 2009, ப.54.

அரசு கவி பதவி ஏற்று உஜ்ஜைனி சென்ற காளிதாஸ் மீண்டும் கிராமத்திற்கு வந்திருப்பதை அறிந்த மல்லிகா அவன் தன்னை விரும்பி வருவான் என்று எதிர் பார்த்துக் கொண்டிருக்கிறாள். மாறாக, காளிதாசனின் மனைவி இளவரசி பிரியங்கு மஞ்சரி மல்லிகாவைத் தேடி வருகிறாள் அவள் மல்லிகாவின் நிலைமையைப் பார்த்து வீட்டைப் புதுபித்துத் தருவதாகவும் அரண்மனையில் பணிப்பெண் வேலை தருவதாகவும் அரசு பணியாளர்களில் ஒருவரைத் திருமணம் செய்து வைப்பதாகவும் கூறி உடன் வரும்படி அழைக்கிறாள். இளவரசி பிரியங்கு மஞ்சரியின் இத்தகைய செய்கையினால் வருத்தமடைந்த மல்லிகா எந்த உதவியையும் வேண்டாம் என்று இளவரசியைத் திருப்பி அனுப்பி விடுகிறாள். இளவரசியின் பின்னிருந்து செயல்படும் காளிதாசனின் இத்தகைய செய்கையைப் பொறுத்துக் கொள்ளாதவளாய் அம்பிகா காளிதாசனைப் பற்றிக் கூறுவதாவது:

இன்று அவன் உன் உணர்வுகளுக்கே விலை பேசவிரும்புகிறான். ஏற்றுக் கொள்வதுதானே? வீடும் மராமத்து செய்யப்படும். உனக்கும் அங்குப் பணிப்பெண் பதவியும் கிடைத்துவிடும். உனக்கு இதைவிட வேற என்ன சௌபாக்கியம் கிடைக்கக்கூடும்... இந்தப் பொன்னான வாய்ப்பைத் தரிசிக்கத்தானே நான் இந்த வாழ்க்கை வாழ்ந்து கொண்டு இருக்கிறேன். இவ்வளவு பெரிய பாக்கியம் இந்த அற்பமான வாழ்க்கையில் எப்படிப் பொருந்தும். வா! எனக்கு எவ்வளவு பெரிய பாக்கியம் கிடைத்துள்ளது என்று இந்தக் கிராமம் முழுவதும் பறை சாற்றி விட்டு வருகிறேன். எங்களுடைய வருடக்கணக்கான தரித்திரமும் வருத்தமும் எவ்வளவு பெரிய நற்பயனை அளித்துள்ளன !...[109]

காளிதாசனின் காதலால் ஊர் ஏசலுக்கு ஆளாகி எவ்வித எதிர்ப்பார்ப்புமின்றித் தவிக்கும் மல்லிகாவின் வாழ்வில் திருமணம் ஒன்றே அவள் துயரத்தைப் போக்குவதாக அமையும். அதற்குக் காளிதாசன் முயற்சிக்காமல் மாறாக இளவரசியின் மூலம் மல்லிகாவிற்கு இன்னும் மிகுதியான வேதனையைக் கொடுப்பதை எண்ணி அம்பிகா சாடுவதன் மூலம் தலைமைப் பாத்திரத்தின் செயல்பாட்டினை விளக்கி நாடகச் சிக்கலுக்குத் தீர்வு காணுகின்ற துணைமைப் பாத்திரத்தின் செயல்பாடு தெளிவாகிறது.

109 மேலது, 2009, பக்.100-101.

காளிதாசனின் நண்பனும் அம்பிகாவின் குடும்ப நலனை விரும்புகின்றவனுமாகத் திகழ்கின்ற விலோம் காளிதாசனின் செயல்பாட்டை விளக்குவதன் மூலம் மல்லிகாவின் நிலைமையும் காளிதாசனின் பண்பும் வெளிப்படுகிறது. காளிதாசன் உஜ்ஜைனி சென்று விட்டால் மல்லிகாவைத் திருமணம் செய்து கொள்ள மறுத்து விடுவான். ஆகையால், அவளைத் திருமணம் செய்து கொண்டு அவன் உஜ்ஜைனி சென்று அரசு கவி பதவி ஏற்றுக் கொள்ளட்டும் என்று அம்பிகாவிடம் எடுத்துச் சொல்வதன் மூலம் தலைமைப் பாத்திரப் பண்புகளை விளக்கி நாடக வளர்ச்சிக்கு வழி வகுக்கின்ற துணைமைப் பாத்திரச் செயல்பாட்டின் தன்மை விளங்குகிறது.

மல்லிகா பொறுக்க மாட்டாள். அவளுக்குப் பிடிக்காது... சரிதானே ! எனக்குத் தெரியும்...அம்பிகா. மல்லிகா பெருவெள்ளந்தி. உலகத்தைப் பற்றியும், வாழ்க்கையைப் பற்றியும் அவளுக்கு ஒன்றும் தெரியாது. ...காளிதாஸ் உஜ்ஜைனி போய் விடுவான். ஆனால் மல்லிகா...எவன் காரணமாக இந்தக் கிராமம் முழுவதும் மல்லிகாவின் மீது வீண் பழி ஏற்பட்டுள்ளதோ...அந்த மல்லிகா இங்கே வீழ்ந்து கிடப்பாளா? அம்பிகா! நீயே சொல்...பழி ஒரு இடம்...பாவம் ஒரு இடமா?[110]

தலைமைப் பாத்திரங்களின் பண்புகளை இடத்திற்கு ஏற்றவாறு அம்பிகா, விலோம் என்ற துணைமைப் பாத்திரங்கள் விளக்குவதன் மூலம் நாடகக் கதை தெளிவு பெற்றுச் சீராக இயங்குவது புலப்படுகிறது. இவ்வாறு நாடகம் தோய்வின்றி விருவிருப்பாய் இயங்குவதற்குத் துணைமைப் பாத்திரங்கள் முக்கியப் பங்காற்றுவதாய் அமைகின்றன.

அலைகளிலே அன்னம் என்ற நாடகத்தில் அலகா, சுவேதாங்கன், சியாமாங்கன், பிக்கு ஆனந்தன், நீஹாரிகா முதலான துணைமைப் பாத்திரங்கள் தலைமைப் பாத்திரங்களின் பண்புகளை விளக்குவதாய் அமைந்துள்ளன. சுந்தரியை அழகுபடுத்திக் கொண்டிருக்கும் நந்தன். வெளியில் பௌத்தப் பிக்குகளின் ஓசை கேட்டுப் புத்தரை ஒரு முறை பார்த்துவிட்டு விரைவில் வந்து விடுவதாகச் சுந்தரியிடம் விடை பெற்றுச் சென்றவன் துறவுக் கோலம் பூண்டு திரும்பி வருகிறான். அப்பொழுது நந்தன் துறவு கோலம் பூண்டதற்கான சூழலைச்

110 மேலது, 2009, ப.65.

சுவேதாங்கன் பாத்திரம் மூலம் விளங்கிக் கொள்ள முடிகிறது. சுவேதாங்கன் நந்தனைப் பற்றிக் கூறுவதாவது:

இல்லை முதலில் அவர் இதை ஆட்சேபித்தார். ஆனால் காமவயப்பட்டு, அவர் இவ்விதம் கூறுவதாகக் குற்றம் சாட்டப்பட்டதும், அவர் ததாகதரையே நிலைத்த பார்வையுடன் பார்த்தவராய் மௌனமாக நின்றார். அவரது கேசம் மழிக்கப்பட்டு கொண்டிருக்கையில் ததாகதர் புலனின்பம், புலனடக்கம், இச்சை, இச்சைகளைத் துறப்பது போன்ற பல விஷயங்களைக் கூறிக் கொண்டே இருந்தார். ஆனால் இளவரசரின் மனத்தில் என்ன இருந்தது என்பது யாருக்கும் தெரியாது. தனது கேசம் மழிக்கப்படுவதை அவர் ஆட்சேபிக்கவுமில்லை, ததாகதர் கூறியவைகளைக் கவனிக்கவுமில்லை.[111]

நந்தன் பாத்திரம் வெளிப்படையாகக் கூறமுடியாத இடங்களில் சுவேதாங்கன் பாத்திரத்தின் மூலம் விளக்கிக் காட்டுவதன் வழி நாடகச் சிக்கல் அவிழ்ப்பிற்குத் துணைமைப் பாத்திரத்தின் முக்கியத்துவம் புலப்படுகின்றது.

நந்தன் துறவுக் கோலம் ஏற்றுக் கொண்டு வந்திருப்பதைச் சுந்தரி பார்த்தால் அவள் தாங்கிக் கொள்ளாதவளாய்த் தவிப்பாள் என்பதை அறிந்த அலகா அச்சூழலில் அவள் சமாளிப்பதன் மூலம் துணைமைப் பாத்திரத்தின் முக்கியத்துவத்தை விளங்கிக் கொள்ள முடிகிறது. நந்தன் துறவுக் கோலம் பூண்டு வந்துள்ளான் அதனைச் சுந்தரி பார்த்து வருந்தாது இருக்கும் பொருட்டு அலகா நடந்து கொள்வதாவது:

சுவேதாங்கா ! இளவரசர் மிகவும் களைத்துப் போயிருக்கிறார். அதனால்...தனது அறைக்குச்சென்று ஸ்நானம் செய்துவிட்டு இளைப்பாற விரும்பலாம். நீ சென்று ஸ்நானத்திற்குரிய ஏற்பாடுகளைக் கவனி. இதோ...நான் வந்து உடைகளை எடுத்து வைக்கிறேன்...தாங்கள்....எழுந்து...அந்த அறைக்கு வருகிறீர்களா தேவி. தங்களது அலங்கார சாதனங்களை எடுத்துக் கொண்டு இதோ நானும் வருகிறேன்.[112]

நந்தன் துறவுக் கோலம் ஏற்றுக் கொண்ட சூழ்நிலையையும்

111 சரஸ்வதி ராம்நாத் (மொ.ஆ), *மோகன் ராகேஷ் எழுதிய மூன்று நாடகங்கள்: அரையும் குறையும்*, 1974, பக்.210-211.

112 மேலது, 1974, பக்.224-225.

அதனால் வருத்தத்திற்குள்ளான சுந்தரியையும் சமாதானம் செய்யும் முறையில் அலகா பாத்திரம் நடந்து கொள்வதன் மூலம் தலைமைப் பாத்திரங்களின் பண்புகள் வெளிப்படுவதோடு, துணைமைப் பாத்திரத்தின் முக்கியத்துவத்தையும் விளங்கிக் கொள்ள முடிகின்றது.

அரையும் குறையும் நாடகத்தில் பின்னி, கின்னி, அசோக், ஜூனேஜா முதலான துணைமைப் பாத்திரங்கள் தலைமைப் பாத்திரங்களின் பண்புகளை விளக்கி நாடக வளர்ச்சிக்கு வழிவகுப்பதாக அமைந்துள்ள நிலையில் அசோக், பின்னி கின்னி முதலான துணைமைப் பாத்திரங்களின் மூலம் தலைமைப் பாத்திரங்களின் பண்புகள் வெளிப்படுகின்றன. அரையும் குறையும் நாடகத் தலைவி சாவித்திரி ஆடம்பர வாழ்வை விரும்பிச் செல்வம் கொண்டர்வர்களுடன் வீட்டை விட்டு வெளியேறும் மனநிலை கொண்டவளாகத் திகழ்கிறாள் என்பதை விளக்குவதாய் பின்னி பாத்திரம் அமைகிறது. தம்பி அசோகனிடம் அம்மாவைப் பற்றி பின்னி கூறுவதாவது:

...உண்மையைத் தெரிந்து கொள்ள முடியவில்லை. மனசிலே என்ன நினைச் சிருக்காங்கன்னுதான். சொன்னதென்னமோ ஐந்தரைக்கு வந்துவிடுவேன் என்றுதான். ஆனால் முகத்தைப் பார்த்தால்... ...உண்மையிலேயே மனசிலே ஒரு முடிவுக்குவந்துவிட்ட மாதிரி.[113]

சாவித்திரி அலுவலகம் முடிந்து மாலையில் தாமதமாக வரக்கூடும் என்று பின்னியிடம் கூறிச்செல்கிறாள். அப்பொழுது அவளுடைய ஆடை, அலங்காரம், அவளுடைய செயல்பாடு முதலானவற்றின் வழி அவள் வீட்டை விட்டுப் போக முடிவு செய்துவிட்டாள் என்பது முன் பின் காட்சிகளின் வழி பார்வையாளர்களுக்குள் ஐயத்தை எழுப்புகிறது. அதனுடைய தொடர்ச்சியாக பின்னி, அசோக் ஆகிய இருவரும் சாவித்திரி பற்றி உரையாடிக் கொள்வதன் வழி சாவித்திரி குணம் வெளிப்படுகிறது.

தொழிலில் நட்டம் ஏற்பட்டு மனைவியின் உழைப்பில் வாழ்ந்து வரும் மகேந்திரன். சாவித்திரியின் செயல்பாடுகளை எதிர்த்து மறுப்புத் தெரிவிக்க முடியாதவனாய்த் துன்பப்படுகிறான்.

---

113 மேலது, 1974, ப.76.

அச்சூழலில் மகேந்திரன் கேட்க நினைக்கும் கேள்விகளையும் சாவித்திரியின் செய்கைகளையும் நேரடியாக விமர்சனத்திற்கு உட்படுத்துவதாக ஜூனேஜா பாத்திரம் திகழ்வதன் மூலம் தலைமைப் பாத்திரங்களின் பண்புகள் வெளிப்படுகின்றன. சாவித்திரியின் செயல்பாடுகள் பற்றி ஜூனேஜா வினவுவதாவது:

...இன்று அவன் தன்னை முற்றிலும் நிராதாவராய் உணர்ந்து கொண்டிருக்கிறான். இந்தச் சூழ்நிலையில், அவனுக்கு வாழ்க்கையில் வேறெந்த வழியுமில்லை. நாதியுமில்லை. உன்னோடு வாழ்வதைத் தவிர அவனுக்குக் கதியேயில்லை என்றதொரு உணர்வை நீ அவன் உள்ளத்திலே மிகமிக ஆழமாகப் பதித்து விட்டிருக்கிறாய். எதற்காக இப்படி யொரு பிரமையைத் தோற்றுவித்திருக்கிறாய் தெரியுமா? வாழ்க்கையில் நீ வேறெதை அடைந்தாலும் அடையாவிட்டாலும் இந்த வெற்றுச் சொக்கட்டான் காயாவது கையிலிருந்து போகட்டுமே என்றுதான்.[114]

அரையும் குறையும் நாடகத்தில் இடம்பெறும் பின்னி, ஜூனேஜா என்ற துணைமைப் பாத்திரங்களின் மூலம் தலைமைப் பாத்திரங்களின் பண்புகளை விளக்குவதோடு நாடகத் தெளிவிற்கும் துணைமைப் பாத்திரங்கள் உதவி புரிகின்றன. தலைமைப் பாத்திரத்தை மையமிட்டுப் பின்னப்பட்டுள்ள நாடகக் கதையில் துணைமைப் பாத்திரங்களின் பங்களிப்பு என்பது மிகவும் குறிப்பிடத்தகுந்ததாகும்.

நிறைவாக

மோகன் ராகேஷ் நாடகப் பாத்திரங்களைப் பற்றித் திறனாய்வு செய்ததின் வழிக் காணுகின்ற போது அவருடைய மூன்று நாடகங்களிலும் பாத்திர அமைப்புகள் ஓர் ஒழுங்கமைப்புக்குள் அமைந்திருப்பதைக் காணமுடிகின்றது. அவருடைய மூன்று நாடகங்களும் வெவ்வேறான கதைக் கருக்களைக் கொண்டிருப்பினும் தலைமைப் பாத்திர வளர்த்தெடுத்தலில் தலைவன், தலைவி முன்னிலைக் கூற்றுகள், தலைவன் தலைவியின் தன்னிலைக் கூற்றுகள், தலைமைப் பாத்திர வளர்த்தெடுத்தலில் துணைமைப் பாத்திரங்களின் படர்க்கைக் கூற்றுகள் என்ற முறையில் மூன்றும் ஒத்துக்

---

114 *மேலது*, 1974, ப.128.

காணப்படுகின்றன என்பது இவ்வியலின் மூலம் புலப்படுகிறது. சமூகத்தைப் பிரதிபலித்துக் காட்டுவதில் நாடகம் முக்கியப் பங்காற்றுகின்றது. அவ்வகையில் நாடகத்தில் இடம் பெறும் ஒவ்வொரு பாத்திரமும் அதன் மொழிகளும் சமூகத்தின் நேரடி பிரதிபலிப்பு எனலாம். அந்த வகையிலேயே மோகன் ராகேஷ் நாடகங்களில் இடம்பெறும் பாத்திரங்களும் உறவுகளுக்கிடையில் ஏற்படும் பிரச்சனைகளைச் சித்திரித்துக் காட்டும் சமூகப் பிரதிபலிப்பாகத் திகழ்கின்றன.

தமிழில் மோகன் ராகேஷின் நாடகங்கள்: ஒரு திறனாய்வு

பத்தொன்பதாம் நூற்றாண்டில் இந்தியாவை மேலை நாட்டினர் ஆட்சி செய்ததின் ஊடாக அச்சியந்திரம் இந்தியாவில் அறிமுகப்படுத்தப்பட்டுப் புத்தகங்கள் அனைத்து மக்களிடமும் புழங்கும் நிலை உருவாகிக் கல்வித் துறையிலும் வாசிப்புத் துறையிலும் புதிய மாற்றங்கள் ஏற்படலாயின. அதாவது, செய்யுள் நிலையிலிருந்து உரை நடை வடிவத்தை மக்கள் ஏற்றுக் கொண்டதன் விளைவாக நாவல், சிறுகதை, நாடகம் முதலான இலக்கிய வடிவங்கள் தோன்றி இந்திய இலக்கியத்தில் புதிய மாற்றங்கள் உருவாயின. வடிவ அமைப்பில் செய்யுள் வடிவிலிருந்து உரைநடை வடிவில் மாற்றம் ஏற்பட்டதைப் போன்று கதைக் கருவிலும் புதிய சிந்தனைகள் உருப்பெறலாயின. புராணம், இதிகாசங்களைக் கதைக் கருவாகக் கொண்டு பாடிக்கொண்டிருந்த மரபில் சாதாரண மனிதனின் பிரச்சனைகளைக் கதைக் கருவாகக் கொண்டு இயங்கும் மரபு உருவாயிற்று. அவ்வகையில் இந்தி மொழியில் உரைநடைக் காலத்தில் தமது நாடகங்களின் மூலம் சிறந்து விளங்கிய மோகன் ராகேஷின் நாடகங்களில் காணப்படும் சமூகச் சித்திரிப்புகளைக் கண்டறியும் நோக்கில் தமிழில் வெளிவந்துள்ள அவருடைய முழு நீள நாடகங்களைச் சமூகவியல் நோக்கில் திறனாய்வதாக இவ்வியல் அமைகிறது.

இலக்கியமும் சமூகமும்

மக்கள் தம் வாழ்க்கையை இலக்கியத்தில் சித்திரித்தும் இலக்கியம் மக்களின் வாழ்க்கையைச் சித்திரித்தும் காட்டுவதன் ஊடாக மக்களும் இலக்கியமும் ஒன்றுடன் ஒன்று கலந்தனவாக விளங்குகின்றனர். சமுதாயத்தின் அங்கமாகத் திகழ்கின்ற மனிதர்களால் படைக்கப்படுகின்ற இலக்கியம் பற்றி மேலை நாட்டு ஆசிரியர்கள் கூறுவதைக் கீழ் வருமாறு தி.சு. நடராசன் நினைவுறுத்துவதன் மூலம் இலக்கியத்திற்கும் சமூகத்திற்கும் உள்ள உறவினை விளங்கிக் கொள்ள முடிகிறது.

இலக்கியம், சமுதாயம் ஆகிய இரண்டற்கும் இடையே உள்ள உறவுகள், ‘புலனறிவு’ *(Sensory Perception)* போல மிக

இயல்பானவை; எளிமையானவை; துலாம்பரமானவை. தே பொனால்ட் (De Bonald) எனும் பிரான்சு நாட்டு அறிஞர், ஒரு சூத்திரம் போல, 'இலக்கியம் என்பது சமுதாயத்தின் புலப்பாடு' (Literature is the expression of society) என்று கூறுவார். ஒப்பிலக்கிய அறிஞர் ஹேரி லெவின் (Harry Levin) இலக்கியத்திற்கும் சமுதாயத்திற்கும் இடையேயுள்ள உறவுகள் பரஸ்பரமானவை என்றும் இலக்கியம், சமுதாயக் காரணங்களின் விளைவு மட்டுமல்ல; சமுதாய விளைவுகளின் காரணமுமாகும் என்றும் கூறுகின்றார்.[115]

சமுதாயத்தின் அங்கமாகத் திகழ்கின்ற மக்களின் வாழ்க்கை முறை, நம்பிக்கை, தொழில், சமயம் முதலியவற்றை அறிந்து கொள்ளும் வகையில் அமைந்துள்ள இலக்கியங்களைச் சமூக இலக்கியங்கள் என்றும் அவ்விலக்கியங்கள் பற்றிய ஆய்வினைச் சமூகவியல் ஆய்வுகள் என்றும் கருதப்படுகின்ற நிலையில் சமூகவியல் திறனாய்வு பற்றி அரங்க. சுப்பையா கூறுவதாவது:

மனிதன் வாழும் சமுதாயக் கூறுகள் இலக்கியத்தில் பதிவாகின்றன. அப்பதிவுகளை ஆராய்ந்து தொகுப்பது சமூகவியல் திறனாய்வு ஆகும். இலக்கியப் படைப்பில் காணப்படும் மக்களின் வாழ்க்கை, பழக்க வழக்கம், சாதி முறைகள், கடவுள் நம்பிக்கை, உழைப்பு, தொழில், மதம், கடவுள் முதலியன பற்றி ஆராய்ந்து கூறுவது சமூகவியலாகும்.[116]

மக்களினின் இன்ப துன்பங்கள், பழக்கவழக்கங்கள், நம்பிக்கைகள், அரசியல், பொருளாதாரச் சிந்தனைகள் முதலானவற்றைச் சித்திரித்துக் காட்டுகின்றனவாகத் திகழ்கின்ற இலக்கியங்களைச் சமூகவியல் அடிப்படையில் திறனாய்வுகள் செய்வதன் ஊடாக இலக்கியத்திற்கும் சமூகத்திற்கும் உள்ள உறவுகள் வெளிப்படுவதாகக் க. பஞ்சாங்கம் மொழிவதாவது:

சமூகவியல் அணுகுமுறை, இலக்கியத்திற்கும் சமூகத்திற்குமான உறவினைச் சமூகத்தின் பிற அடிப்படை அலகுகளான குடும்பம், மதம், அரசு, கல்வி, நீதிமன்றம், பொருளாதார உறவு முதலியவற்றோடும் இணைத்து விளக்க முயல்கிறது.[117]

---

115 தி.சு.நடராசன், *திறனாய்வுக் கலை*, 2012, ப.53.

116 அரங்க.சுப்பையா, *இலக்கியத் திறனாய்வு இசங்கள், கொள்கைகள்*, 2014, ப.40.

117 க.பஞ்சாங்கம், *இலக்கியமும் திறனாய்வுக் கோட்பாடுகளும்*, 2011, ப.93.

இலக்கியம் பற்றியும் அவ்விலக்கியம் எழுதப்பட்ட காலத்தில் வாழ்ந்த மக்களின் வாழ்க்கை முறை பற்றியும் அறிந்து கொள்வதற்குச் சமூகவியல் திறனாய்வு துணை புரிவதாகத் தி.சு. நடராசன் கூறுவது நோக்கத்தக்கது.

படைப்பையும் படைப்பாளனையும் குறிப்பிட்ட சமுதாயச் சூழல் உருவாகியிருக்கின்றது. எனவே அவ்வகாலச் சமுதாயச் சூழலின் பின்புலத்தினைப் புரிந்துகொள்வது சமுதாயவியல் திறனாய்வுக்கு அவசியம்...இலக்கியத்தில் கூறப்பட்டுள்ள செய்திகளும் அவற்றின் தன்மைகளும், குறிப்பிட்ட சமுதாய அமைப்பின் காரணகாரியங்களோடு நேரடியாக உறவுகொண்டவை. இவற்றைச் சரிவரப் புரிந்து கொள்ளப்படுகின்றன.[118]

ஒவ்வொரு இலக்கியமும் அவ்வகால மக்களின் வாழ்க்கை முறையைச் சித்திரித்துக் காட்டும் சாதனங்களாகத் திகழ்வதோடு அவ்விலக்கியங்களைச் சித்திரிக்கும் எழுத்தாளனுக்கும் பல்வேறு நோக்கங்கள் இருக்கின்றன என்பதையும் புலப்படுத்துகின்றன. இதனைப் பற்றித் தி.சு. நடராசன் கருதுவதாவது:

இலக்கியத்தில் சமுதாயம் (அல்லது சிலவற்றில் தனிமனித வாழ்வு) சித்திரிக்கப் பட்டிருப்பது என்பது அவ்விலக்கியத்தின் பொதுவான பண்பேயாகும். அது, அவ்விலக்கியத்தின் பல்வேறு கூறுகளிலும் பல்வேறு முறைகளிலும் பல்வேறு நிலைகளிலும் வெளிப்படுகிறது. சமுதாயத்தைச் சித்திரிப்பதில் எழுத்தாளர்களிடையே, அவர் தம் பின்புலம், நோக்கம், சமுதாயத் தேவை, எதிர்கோள் ஆகியவற்றின் பின்னணியில், தொடர்புடைய நான்கு நிலைபாடுகள் இருக்கின்றன.[119]

மனிதனால் எழுதப்படுகின்ற இலக்கியம் மனிதனின் வாழ்வியலை விளக்குவதாகவும், இலக்கியத்தின் மூலம் மனிதன் தனது வாழ்வியலை விளக்குபவனாகவும் என இலக்கியம் சமுதாயத்தோடு ஒன்றியிருப்பதை மேற்கண்ட கூற்றுகள் புலப்படுத்துகின்றன. இலக்கியத்தில் சமூகப் பதிவு; சமூகப் பதிவே இலக்கியம் என இலக்கியமும் சமூகமும் ஒன்றித் திகழ்கின்றன. மனிதர்களால் எழுதப்படும் இலக்கியங்கள் அதன் கலைத் தன்மையில் சிறப்புற்று விளங்குவதோடு மனிதச்

118 தி.சு.நடராசன், *திறனாய்வுக் கலை*, 2012, ப.56.

119 *மேலது*, 2012, ப.58.

சமுதாயத்தைப் பற்றிக் காலங்கடந்தும் சித்திரித்துக் காட்டுவதாக அமைந்துள்ளதின் மூலம் இலக்கியமும் சமூகமும் வேறுபடுத்த முடியாத தன்மையினை உடையவை என்பது புலப்படச் செய்கிறது.

சமூகமும் நாடக இலக்கியமும்

பத்தொன்பது, இருபதாம் நூற்றாண்டுகளில் தோன்றிய இலக்கியங்களில் சாதாரண மக்களின் வாழ்க்கையைக் கருவாகக் கொண்டு படைக்கும் முறை மிகுதியாக உருவாயிற்று இவற்றில் சிறுகதை, நாவல், கட்டுரை முதலான இலக்கியங்களினும் நாடக இலக்கியங்கள் சமூகத்தை மிக அருகில் சென்று சித்திரித்துக் காட்டுவனவாகத் திகழ்கின்றன. நாடகம் காட்சி வடிவில் நிகழ்த்தப்படுவதனால் கற்றவர் முதல் கல்லாதவர் வரை சமூக வாழ்வியலை விளங்கிக் கொள்ளுவதற்கு நாடகம் துணை செய்கிறது என்ற எமிலி ஜோலாவின் கருத்தை மு. ஜீவா நினைவுறுத்துவதாவது:

நாடகம் என்பது வாழ்க்கையைப் படம் பிடித்துக் காட்டுவதாக வாழ்க்கைச் சிக்கல்களை ஒளிவு மறைவின்றி வெளிப்படுத்துவதாக அமைய வேண்டும். அரங்கு என்பது மக்களுக்குச் சுவைமிக்க, பொழுது போக்கிற்காக மட்டுமே உதவுவதாகச் செயல்படக் கூடியதாக அமையக் கூடாது. மனிதர்களின் நடவடிக்கைகளை, அவர்கள் கண்முன்னே நடித்துக் காட்டி, அவர்களின் குறைகளையும் தவறுகளையும் அவர்களாகவே உணர்ந்து கொள்ளச் செய்து, அவர்களைத் திருத்துவதே நாடகாசிரியனின் நோக்கமாக இருக்க வேண்டும். [120]

சமூக வளர்ச்சிக்கு வழி வகுக்கும் முறையில் நாடகங்களை இயக்குபவனே சிறந்த நாடக ஆசிரியன் என்பதாகத் தமிழில் ஓர் இரவு, வேலைக்காரி, நீதி தேவன் மயக்கம் எனப் பல சமூகச் சீர்திருத்த நாடகங்களை எழுதிய அண்ணா நாடக ஆசிரியனின் பண்புகளாகக் கூறுவதைக் கீழ்வருமாறு அருள் மைக்கேல் செல்வி நினைவுறுத்துவதன் மூலம் விளங்கிக் கொள்ள முடிகின்றது.

நல்ல நாடக ஆசிரியர் தாம் வாழும் மக்களிடம் காணப்படும் உயர்ந்த பண்புகளின் அடிப்படையிலும் புதிதாகத் தோன்றும்

---

120 மு.ஜீவா, தமிழகத்தில் நவீன நாடக இயக்கங்கள், 2006, ப. 33.

கருத்துக்களின் அடிப்படையிலும் தாம் காண விரும்பும் சமுதாயத்தின் அடிபடையிலும் தன் நாடகத்திற்கான கருவை உருவாக்கிக் கொள்கிறார்.[121]

இலக்கியத்தின் ஒரு பிரிவாகிய நாடக இலக்கியம் மக்களின் வாழ்வியலோடு நெருங்கிய தொடர்பு கொண்டதாகவும் நாடக ஆசிரியன் சமூகச் சீர்திருத்தத்தை நோக்கமாகக் கொண்டவனாகவும் திகழ்வதை மேற்கண்ட கூற்றுக்கள் உறுதிப்படுத்துகின்றன. இந்நிலையில் இருபதாம் நூற்றாண்டில் இந்தி நாடக இலக்கிய மரபில் சிறந்த நாடகங்களை எழுதியுள்ள மோகன் ராகேஷின் நாடகங்களில் காணப்படும் சமூகச் சித்திரிப்புகளைத் திறனாய்வு செய்வதாக இவ்வியல் அமைகிறது.

மோகன் ராகேஷ் நாடகங்களில் சமூகச் சித்திரிப்புகள்

மோகன் ராகேஷின் மூன்று நாடகங்களும் அவர்காலச் சமூகச் சூழலைச் சித்திரித்துக் காட்டும் வகையில் அமைந்துள்ளன. ஆடிமாதத்தில் ஒரு நாள், அலைகளிலே அன்னம், அரையும் குறையும் ஆகிய மூன்று நாடகங்களும் முறையே குடும்பத்தைச் சித்திரிக்கும் வகையில் கணவன் மனைவி, பெற்றோர் பிள்ளைகள், அண்ணன் தங்கை முதலான உறவுகளுக்குள் நடக்கும் பிரச்சனைகள் பற்றியும் வறுமையின் காரணமாகக் குடும்பத்தில் ஏற்படும் பிரச்சனைகள் பற்றியும் குடும்பம், அலுவலகம் முதலானவற்றில் பெண்களுக்கு ஏற்படுகின்ற துன்பங்கள் எனப் பல பிரச்சனைகள் பற்றிச் சித்திரித்துக் காட்டுவனவாக அமைந்துள்ளன. மோகன் ராகேஷின் மூன்று நாடகங்களும் குடும்பத்தை மையமிட்டுக் குறிப்பாகக் கணவன் மனைவிக்குள் ஏற்படும் பிரச்சனைகள் பற்றிச் சித்திரிப்பதாக அமைந்திருப்பதனால் கீழ்வருமாறு மூன்று தலைப்புகளில் திறனாய்வு செய்யப்பெறுகின்றன.

- *அரசியல் சித்திரிப்பில் – ஆடி மாதத்தில் ஒரு நாள்*
- *சமயச் சித்திரிப்பில் - அலைகளிலே அன்னம்*
- *பொருளாதாரச் சித்திரிப்பில் - அரையும் குறையும்*

என மூன்று நாடகங்களும் அதனுடைய மையக் கருத்தின் அடிப்படையில் மேற்கண்டவாறு வகைப்படுத்தப்பெறுகின்றன.

---

121 சி.அருள் மைக்கேல் செல்வி, அண்ணா ஒரு சமுதாயச் சிற்பி (அண்ணாவின் இலக்கியப் பணிகள்), 2008, பக்.583-584.

அரசியல் சித்திரிப்பில் – ஆடி மாதத்தில் ஒரு நாள்

சமூகத்தில் குற்றம் உள்ளிட்ட பிரச்சனைகள் எழாதவாறும் இயற்கை, மனிதனின் உழைப்பு முதலானவற்றினால் கிடைக்கின்ற பொருள்களைச் சேகரித்து, பாதுகாத்து அனைவரும் பயன்பெறும் வகையிலும் பகிர்ந்தளிக்கும் நோக்கத்தில் உருவாக்கப்பெற்ற அரசுகள் நாளடைவில் அதனுடைய கொள்கைகளில் தளர்வு ஏற்படுத்திக் கொண்டு, ஒரு நாட்டினை ஆளும் அரசு மற்றொரு நாட்டின் மக்களைத் துன்புறுத்தும் செயலைச் செய்யலாயின. இதனால், மக்கள் அரசுக்கு எதிராகக் கலக்குரலை ஏற்படுத்தித் தமது உரிமைப்போரை நடத்தலானார்கள். மக்களின் விருப்பத்தை அறிந்து கொண்டு அவர்களுக்கு ஏற்றமுறையில் சட்டத்திட்டங்களை வகுத்து அவர்கள் பயன்பெறும் வகையில் அரசுகள் அரசாட்சி புரியதொடங்கின. இதனால், சமூகம் சுதந்திரம், சமத்துவம், சகோதரத்துவம் என்ற கொள்கையை ஏற்று ஒற்றுமையுடயதாய்த் திகழலாயின. சமூகத்தில் ஏற்படும் பிரச்சனைகளுக்குத் தீர்வு கண்டு நன்மை செய்வதற்கு மூலக்காரணமாகத் திகழ்கின்ற அரசுவைப் பற்றி எங்கெல்ஸ் கூறுவதைப் பு. அறிவுடை நம்பி நினைவுறுத்துவதாவது:

அரசு என்பது ஒரு குறிப்பிட்ட வளர்ச்சிக் கட்டத்தை எட்டிய சமுதாயத்தின் விளைபொருள்...சமுதாயத்திலிருந்து தோன்றி, சமுதாயத்திலிருந்து மேலாகத் தன்னை உயர்த்திக் கொண்டு சமுதாயத்தினின்று மேலும் மேலும் தன்னையே வேறாகப் பிரித்துக் கொண்டும் செல்லும் சக்தியே அரசு. அரசு உடைமை வர்க்கத்தின் நிறுவனம். உடைமையற்ற வர்க்கத்திடமிருந்து, அதைப் பாதுகாக்கவே அது இருக்கிறது.[122]

சமுதாயத்தில் தோன்றிச் சமுதாயத்தைச் சுரண்டுவதாகவும் சமுதாய நலனின் அக்கறை கொள்வதுமாகவும் திகழ்கின்ற அரசுவைப் பற்றி மாக்ஸ் கூறியுள்ளதைப் பு. அறிவுடை நம்பி நினைவுறுத்துவதாவது:

அரசு என்பது ஒரு வர்க்கத்தின் மீது மற்றொரு வர்க்கத்தின் ஆதிக்கத்தை நிலைநிறுத்துவதற்காக உள்ள ஓர் எந்திரம். உற்பத்திக் கருவிகளைச் சொந்தமாக்கிக் கொண்ட வர்க்கத்தின் ஒரு கருவியே அரசு.[123]

122 பு. அறிவுடை நம்பி, *சிலப்பதிகாரம் காட்டும் அரசியல்*, 2010, ப.35.
123 *மேலது*, 2010, ப. 35.

அரசுவைப் பற்றி மேற்கண்டவாறு கருத்துக்கள் கூறுவதன் மூலம் அதனுடைய இயல்பை அறிந்து கொள்ள முடிகின்றது. அரசு செய்கின்ற செயல்பாடுகள் அதனுடைய தன்மைகள் முதலானவை அரசியலாகக் கருதப்படுகின்றன. அரசியல் பொருள் விளக்கம் பற்றிக் கூறுகையில் அரசியல் என்ற சொல் தொடக்ககாலத்தில் பொலிஸ்(Polis) என்ற கிரேக்கச் சொல்லிலிருந்து வந்தது என்றும் அச்சொல் நகரத்தையும் பின் அந்நகரில் அமைந்த நகர அரசையும் குறித்தது என்றும் அதுவே நாளடைவில் 'Politics' எனப்படும் அரசியலைக் குறிக்கின்றது என்றும் பு. அறிவுடை நம்பி தமது நூலில் அரசியல் என்ற சொல்லுக்குப் பெயர் விளக்கம் கூறுவதோடு அதனுடைய பொருள் விளக்கமாக ரோஜர் எச். ஸோல்ட்டா கூறுவதையும் கீழ்வருமாறு நினைவுறுத்துகின்றார்.

மனிதர்கள் வாழும் சமுதாயத்தைப் பற்றி, அதைச் சார்ந்த செய்திகளைப் பற்றிப் படிப்பதுதான் அரசியலாகும்.[124]

அரசு, அரசியல் இவற்றின் பொருளைக் அறிந்து கொள்வதோடு அதனுடைய செயல்பாடுகளையும் அவற்றினால் விளையக்கூடிய நன்மை, தீமைகளையும் மேற்கண்ட கூற்றுகளிலிருந்து ஒருவாறு அறிந்து கொள்ள முடிகின்றது. அரசுவினால் குடும்பத்தில் ஏற்படுகின்ற பாதிப்புகள் பற்றி ஆடி மாதத்தில் ஒரு நாள் என்ற நாடகத்தின் மூலம் மோகன் ராகேஷ் சித்திரித்துள்ளது குறிப்பிடத்தக்கதாகும்.

ஆடி மாதத்தில் ஒரு நாள் நாடக உருவாக்கம்

இந்தியா வரலாற்றில் குபதர்கள் ஆட்சி செய்த கி. பி. 350 – 600 வரையான மகதப் பேரசுவின் காலம் மிகவும் முக்கியமான ஒன்றாகும். இக்காலத்தில் சமஸ்கிருத மொழி செல்வாக்குப் பெற்றுப் புராணம், காவியம், நாடகம் முதலான பல இலக்கியங்கள் அம்மொழியில் தோற்றம் பெறலாயின. ஸ்ரீகுப்தர் என்பவரால் தொடங்கப்பட்ட மகதப் பேரரசு சமுத்திர குப்தனின் மகன் இரண்டாம் சந்திரகுப்தன் என்ற விக்கிரமாதித்தன் (கி.பி. 380 – 415) காலத்தில் உச்சநிலை அடைந்தது. மேற்கு ராசபுதினம், மேலைக்கடல்; கிழக்கு கங்கை, பிரமபுத்திரா; தெற்கு நர்மதை; வடக்கு இமயமலை எனப் பல பிரதேசங்களை உடைய இப்பேரரசு உஜ்ஜைனியைத் தலைநகரமாகக் கொண்டு

124 *மேலது*, 2010, ப.36.

விளங்கியது. இரண்டாம் சந்திரகுப்தனுடைய ஆட்சியில் நவரத்தினங்கள் என்று அழைக்கப் பெறுகின்ற தன்வந்திரி, அமரசிங்கர், க்ஷபணகர், சங்கு, வேதாளப்பட்டர், கடகர்ப்பரர், காளிதாசர், வராகமிஹிரர், வரருசி என்கிற ஒன்பதின்மர் அவைகளப் புலவராய் வீற்றிருந்தனர். அவர்களில் விக்கிரமாதித்தனின் அவைகளப் புலவராய்த் திகழ்ந்த காளிதாசர் இரகுவம்சம், குமாரசம்பவம் முதலான காவியங்களாலும் சாகுந்தலம், மாளவிகாக்னி மித்ரம் முதலான நாடகங்களாலும் சிறந்து விளங்கியவர்.

உஜ்ஜைனி அரசவையை விக்கிரமாதித்தியர் காலத்தில் அலங்கரித்த காளிதாசர் சமஸ்கிருதத்தின் தலைசிறந்த கவிஞரும், நாடக ஆசிரியரும் ஆவர். அவர் அக்காலத்தின் கலங்கரை விளக்கம்; உலக மகா கவிஞர்களுள் ஒருவர். அவரது புகழ் மிக்க நாடகங்கள் சாகுந்தலம், மாளவிகாக்னி மித்ரம், விக்ரம ஊர்வசியம் என்பனவாகும். மேகதூதம், ரிதுசம்ஹாரம் அவரது கவிதைகளாகும். ரகுவம்சம், குமார சம்பவம் ஆகியன அவரது காவியங்களாகும்.[125]

காவியம் நாடகம் முதலானவற்றினால் சிறந்து விளங்கின்ற காளிதாசரின் காலத்தைப் பற்றியும் வாழ்க்கைக் குறிப்புப் பற்றியும் தெளிவான சான்றுகள் கிடைக்கப் பெறாததனால் அவருடைய காலத்தை வரையறுப்பதில் தெளிவின்மை ஏற்படுகின்றது. இதனால் அவருடைய பிறப்பு, காலம், பெற்றோர், மனைவி முதலான குறிப்புகளோடு காளிதாசனின் இயற்பெயரையும் அறிந்து கொள்ள முடியாத நிலை ஏற்படுகின்றது. இந்நிலையில் கிடைத்த தரவுகளின் அடிப்படையில் காளிதாசனின் காலத்தை ஒருவாறு வரையறுக்க முடிகிறது என்பதாக நவாலியூர் நடராஜன் மொழிவதாவது:

இரண்டாவது சந்திரகுப்தனும், ஸ்கந்தகுப்தனும் தம் நாணயங்களிலே தங்களுக்கு விக்கிரமாதித்தர் என்ற பட்டப் பெயரை வழங்கியுள்ளனர். இவர்களுள் சந்திரகுப்தனே சாகித்தியம் சங்கீதம் முதலிய கலைகளில் ஈடுபட்டவனாயிருந்தான்...ஆகவே, காளிதாசர் சந்திரகுப்த விக்கிரமாதித்தன் காலத்தவர் என்பது ஒருவாறு தெளிவாகின்றது. அவனுடைய தலைநகராயிருந்ததும் உஜ்ஜைனியே...இரண்டாம்

125 எஸ். துரைசாமி நாயுடு, *இந்திய வரலாறு*, 1967, ப.111.

சந்திரகுப்தன் கி. பி. 375 – 413 வரை அரசாண்டான். ஆகவே காளிதாசர் சந்திரகுப்த மன்னர்களின் காலத்தவர் என்பது மேற்கூறிய ஆதாரங்களால் விளங்கும்.[126]

கௌடநாட்டை சிந்துளசஞ்ஞனின் மகன் போசராசன் அரசாட்சி புரிந்து வருகையில் அவன் ஆட்சிக்குட்டப்பட்ட அரிகரபுரம் என்ற கிராமத்தில் அநந்த நாராயணன் என்பவனின் மகனாகக் காளிதாசன் வளர்ந்து வந்தான். இந்நிலையில் ஓர் இளவரசியைத் திருமணம் செய்து கொள்ள நேர்கின்றது. கல்வியை அறியாத காளிதாசனை அவன் மனைவி காளியின் அருளால் கல்வி கற்கும் வாய்ப்பினை ஏற்படுத்தித் தருகிறாள். இச்செய்கையினால் தனது மனைவியைத் தெய்வமாகக் கருதி அவளுடன் சேர்ந்து வாழ மனமின்றிப் பிரிந்து சென்று விடுவதோடு காளியின் மீது கொண்டுள்ள பற்றினால் தனது பெயரையும் காளிதாசன் என்று சூட்டிக் கொள்கின்றான் என்று காளிதாசனின் வாழ்க்கை வரலாறு ஒருவாறு கூறப்படுகின்றது.

காளிதாசனின் சாகுந்தலம் உள்ளிட்ட நூல்களில் மேகசந்தேசம் என்ற கவிதை வடிவில் அமைந்த தூது நூலும் ஒன்றாகும். இந்நூல் சமஸ்கிருத இலக்கிய மரபில் தூது இலக்கியம் தோன்றுவதற்குக் காரணமாகத் திகழ்கின்றது. இந்நூலில் விதியின் கொடுமையினால் குபேரன் ஆட்சியில் பணி புரிந்த இயக்கன் என்பவன் குபேரனால் தண்டனைக்கு ஆளாகி ஒருவருடக் காலம் நாட்டை விட்டுப் பிரிந்து செல்கிறான். இந்நிலையில் சுமார் எட்டுமாதக் காலம் காட்டில் வாழ்ந்த இயக்கன் கார்காலத்தில் ஆடி மாதத்தில் ஒரு நாள் திரண்டு வருகின்ற மேகத்தைப் பார்த்து மனைவியைப் பிரிந்து காட்டில் தனியாக நான் துன்பமடைவதைப் போன்று என்னுடைய மனைவியும் துன்பமடைவாள். ஆகையால், எனது நண்பனாகிய மேகமே இன்னும் நான்கு மாதத்தில் நான் அவளை வந்து சேர்ந்து விடுவேன் என்று கூறி அவளைப் பிரிவுத் துன்பத்திலிருந்து தேற்றுவாய் என்று மேகத்தைத் தூது விடுவதாக அமைந்திருக்கிறது. இந்நிலையில் மேகசந்தேசம் நூலில் கார்க்கால வர்ணனைப் பற்றிக் கீழ்வரும் செய்யுளில் காளிதாஸ் கூறுவதாவது:

तस्मिन्नद्रौ कतिचिदबला विप्रयुक्त: स कामी...

---

126 நவாலியூர் நடராஜன், வடமொழி இலக்கிய வரலாறு, 1988, பக்.170-173.

(தஸ்மின்னத்ரெள^{3} கதிசித^{3}ப^{3}லா விப்ரயுக்த: ஸ காமீ)...

आषाढस्य प्रथमदिवसे मेघमाश्लिष्टसनुं...

(ஆஷாட^{4}ஷ்ய பிரத^{2}மதி^{3}வஸே மேக^{4}மாஸ்லிஷ்டசனும்)...

மேகசந்தேச நூலுக்கு உரை எழுதியுள்ள வே. ஸ்ரீ. வேங்கடராகவாசார்யர் தஸ்மின்னத்ரெள^{3} கதிசித^{3}ப^{3}லா... என்று தொடங்கும் செய்யுளுக்குக் கீழ்வருமாறு உரை கூறுவதன் மூலம் இச்செய்யுளின் பொருளை அறிந்து கொள்ள முடிகின்றது.

காதலியை விட்டுப் பிரிந்த ஏக்கத்தினால் உடல் மெலிந்து அவனது கையில் அணிந்திருந்த கடகமும் நழுவியதால் அவனது முன் கை ஆபரணம் ஏதுமின்றி இருந்தது. காம உணர்ச்சி மிகுந்த அந்த யக்ஷன் எவ்வாறோ எட்டு மாதங்களைக் கடத்தியபின் ‘ஆடி மாதத்தின் முதல் நாளன்று’ ராமகிரி மலைச் சரிவில் தங்கியுள்ள நீருண்ட, கருத்த மேக மொன்றைக் கண்டான்...[127]

காளிதாசனின் இலக்கியங்களின் மீதுள்ள பற்றின் காரணமாக அவனுடைய மேகசந்தேச நூலிலில் பயின்று வந்துள்ள ‘ஆடி மாதத்தின் முதல் நாளன்று’ என்ற வரியைத் தனது நாடகத்திற்குத் தலைப்பிட்டுள்ளதோடு, காளிதாசனின் வாழ்க்கை வரலாற்றைக் கதைக் கருவாகக் கொண்டு நடப்பியல் பிரச்சனைகளைச் சித்திரிக்கும் வகையில் ‘ஆடி மாதத்தில் ஒரு நாள்’ என்ற நாடகத்தை மோகன் ராகேஷ் நிகழ்த்தியுள்ளார் என்பது தெளிவாகிறது.

ஆடி மாதத்தில் ஒரு நாள் நாடகத்தில் அரசியல் பின்னணி

அரசியல் காரணத்தினால் குடும்பத்தில் ஏற்படுகின்ற சிக்கல்களைக் காட்சிப்படுத்தும் முறையில் ஆடிமாதத்தில் ஒரு நாள் நாடகம் அமைந்துள்ளது. கவி காளிதாசனின் வாழ்க்கையினைச் சித்திரித்துக் காட்டுகின்ற வகையில் அமைந்துள்ள இந்நாடகம் குடும்பம் பிளவுறுவதற்கு அரசு எவ்வகையில் மூலக்காரணமாகத் திகழ்கிறது என்பதை உஜ்ஜைனி அரசின் மூலம் சித்திரித்துக் காட்டுகின்றது. நாடகத் தலைவன் காளிதாசனும் மல்லிகாவும் காதல் செய்கின்றனர்.

---

127 வே.ஸ்ரீ.வேங்கடராகவாசார்யர், (உ.ஆ), *கவிஸார்வபௌமரான காளிதாஸர் இயற்றிய மேகஸந்தேச காவ்யம்*, 1986, ப.7.

அத்தருணத்தில் உஜ்ஜைனி அரசு களிதாசனுக்கு அரசு கவிபதவி கொடுத்துப் பெருமைப்படுத்துகிறது. மல்லிகா காளிதாசனைத் திருமணம் செய்து கொள்ளும் பொருட்டு வேறு திருமணம் செய்து கொள்ளாமல் அம்பிகாவின் புலம்பலுக்கும் ஊர்த்தூற்றலுக்கும் ஆளாகிக் கொண்டிருக்கிறாள். அரசக் கவிஞராகப் பதவியேற்று உஜ்ஜைனி சென்ற காளிதாசன் நாளடைவில் காஷ்மீர் அரசராகப் பொறுப்பு ஏற்று இளவரசி பிரியங்கு மஞ்சரியைத் திருமணம் செய்துகொள்கிறான். காளிதாசன் திருமணம் செய்து கொள்வான் என்று காத்துக் கொண்டிருந்த மல்லிகா காதல் பிரிவினால் ஏமாற்றமடைந்ததோடு வறுமையின் காரணமாகவும் தனிமையின் பொருட்டும் விலோம் என்பவனுடன் வாழநேரிடுகிறாள். நாடக முடிவில் அரசப் பதவியைத் துறந்து துறவறம் சென்று விட்டதாகக் காளிதாசானின் வாழ்வு அமைகிறது. இவ்வாறு மல்லிகா, காளிதாஸ் என்ற சாதாரண மனிதர்களின் வாழ்வில் உஜ்ஜைனி அரசின் நிலைபாட்டினால் அவர்கள் காதலும் வாழ்க்கையும் கேள்விக் குறியானதை விளக்குவதன் மூலம் சமூகத்தில் மக்களின் வாழ்வில் அரசின் செயல்பாடு எவ்வளவு முக்கியமானதாகத் திகழ்கிறது என்பதை இந்நாடகம் புலப்படுத்துகிறது. அரசினால் ஏற்படும் பாதிப்புகள்; அரசின் செயல்பாடுகள்; குடும்பத்திற்கும் அரசுக்கும் உள்ள தொடர்புகள் எனப் பல நிலைகளில் சமூகத்திற்கும் அரசுக்கும் உள்ள தொடர்புகளைக் காளிதாசன் மல்லிகா வாழ்க்கை மூலம் சித்திரிப்பதாக இந்நாடகம் திகழ்வது குறிப்பிடத்தக்கதாகும்.

மல்லிகாவின் காதலும் உஜ்ஜைனி அரசும்

ஒரு சாதாரணமான கிராமத்தைச் சேர்ந்த இந்நாடகத் தலைவி மல்லிகாவின் வாழ்க்கை உஜ்ஜைனி அரசினால் பாத்திக்கப்படுவதைச் சித்திரித்துக் காட்டுவதன் ஊடாகச் சமூகத்தில் வாழும் சாதாரண மனிதன் அரசின் செயல்பாட்டினால் எந்தமாதிரியான பாதிப்புகளுக்கு ஆளாகுகின்றான் என்பவற்றைச் சித்திரித்துக் காட்டும் வகையில் இந்நாடகக் கதைக் கரு பின்னப்பட்டுள்ளது. வாழ்கையின் எதிர்காலம் பற்றிக் கவலைக்கொள்ளாமல் காதல் உணர்விலும் காளிதாசனின் நினைவிலும் இயற்கையின் எழிலிலும் மகிழ்ந்து கொண்டிருக்கும் மல்லிகாவின் வாழ்வு உஜ்ஜைனி அரசினால் கேள்விக்குறியாக்கப்போகிறது என்பதைக் குதிரைகளின்

குளம்பொலி மூலம் உணர்த்துகிறார் இந்நாடகாசிரியர். அம்பிகா, தனது மகள் மல்லிகாவின் வாழ்வு இப்படிப் பொறுப்பின்றிக் கழிகிறதே என்று கவலைப்படும் போது காளிதாசனின் மீதுள்ள நம்பிக்கையில் அதனைப் பற்றிக் கவலைக்கொள்ளாமல், ‘எனக்கான உணர்வை நான் பார்த்துக் கொள்கிறேன் என்னைப் பற்றிக் கவலைப்படாதே அம்மா’ என்று, உஜ்ஜைனி அரசினால் தனது காதல் பிரிவுற்றுத் தனது வாழ்க்கை கேள்விக்குறியாகப் போகிறது என்பதை அறியாமல் ஆறுதல் கூறும் மல்லிகா. ஊருக்குள் குதிரைகளின் ஓசை கேட்டு ஜன்னல் வழியாகப் பார்த்து அம்பிகாவிடம் ‘அம்மா இவர்கள் யார்? இங்கு என்ன செய்கிறார்கள்?’ என்று கேட்கும் பொழுது அதற்கு அம்பிகா கூறுவதன் மூலம் அரசினால் வரப் போகிற துன்பம் வெளிப்படச் செய்கிறது.

என்ன செய்கிறார்களோ !... எப்பொழுதாவது வருடங்களில் ஒரு முறை இந்த உருவங்கள் இங்குக் காணப்படுகின்றன. அவர்கள் இங்குக் காணப்பட்டால் ஏதாவது ஒரு வேண்டாத சம்பவம் நடைபெறுகிறது. ஒரு பொழுது போர்! அல்லது ஒரு பொழுது அம்மை, மஹா மாரி! (பேரு மூச்சு எடுத்து) கடந்த அம்மை கண்ட சமயத்தில் உன் அப்பா இறந்த சமயம் இந்த உருவங்கள் இங்குக் காணப்பட்டன.[128]

அரசினால் மல்லிகாவின் குடும்பம் ஏற்கனவே பாதிக்கப்பட்டுள்ளதை அம்பிகாவின் ஊடாகப் புலப்படுவதோடு மீண்டும் அவர்கள் இங்கு வந்துள்ளார்களே என்ற அம்பிகாவின் பயத்தின் பொருட்டும் அரசினால் அம்பிகாவின் குடும்பம் மீண்டும் பாதிக்கப்படலாம் என்ற எதிர்பார்ப்பினைப் பார்வையாளர்கள் புலப்படுத்திக் கொள்ள வழி வகுக்கிறது.

உஜ்ஜைனி அரசு ‘ருதுஸம்ஹாரம்’ எழுதிய காளிதாசனை அரசுகவி பதவி வழங்கிச் சிறப்பிக்கும் பொருட்டு அழைத்துச் செல்ல வந்ததுள்ளதாக அரசு அலுவலர் தந்துல் கூறுவதன் ஊடாக மல்லிகாவின் வாழ்வில் உஜ்ஜைனி அரசுவினால் நிகழப்போகின்ற துன்பத்தை உணர்ந்துகொள்ள முடிகிறது. காளிதாசனும் மல்லிகாவும் காதல் செய்து கொண்டிருக்கிற நேரத்தில் காளிதாசன் உஜ்ஜைனி சென்று விட்டால் மல்லிகாவின்

---

128 காமாட்சி தரணிசங்கர், *இந்தி நாடகப்பனுவல்(ஆடி மாதத்தில் ஒரு நாள்)*, 2009, ப.44.

வாழ்க்கை கேள்விக்குறியாகிவிடும். ஆகையால், காளிதாஸ், மல்லிகாவைத் திருமணம் செய்து கொண்டு செல்ல வேண்டும் என்று விலோம் அம்பிகாவிடம் மொழிவதாவது:

காளிதாஸ் உஜ்ஜைனி போய் விடுவான். ஆனால் மல்லிகா... எவன் காரணமாக இந்தக் கிராமம் முழுவதும் மல்லிகாவின் மீது வீண் பழி ஏற்பட்டுள்ளதோ... அந்த மல்லிகா இங்கே வீழ்ந்து கிடப்பாளா? அம்பிகா! நியே சொல்... பழி ஒரு இடம்... பாவம் ஒரு இடமா?....[129]

உஜ்ஜைனி செல்லும் காளிதாசன் அங்குள்ள சூழ்நிலைகளுக்கு ஏற்றாற் போன்று தன்னை வடிவமைத்துக் கொண்டு இங்குள்ள சூழ்நிலைகளை மறக்க நேரிடும் அச்செய்கையினால் மல்லிகாவின் வாழ்க்கை கேள்விக்குறியாகிவிடும் என்பதாக மேலும் விலோம் கூறுவதாவது:

...(காளிதாஸ்)அங்குச் சென்றால் மனிதன் வேலையில் மூழ்கிவிடுவானாம். நாடகக் கொட்டகை, மதுபானம் மற்றும் வாழ்க்கையை மயக்கக்கூடிய பல இடங்களும் உள்ளனவாம்.[130]

உழைப்பினால் வரும் செல்வங்களின் இருப்பிடமாகத் திகழ்கின்ற அரசிடம் அனைத்து வகையான பொருட்களும் தாமதமின்றி அளவுக்கு அதிகமாகக் கிடைப்பதால் அதற்குரியோர் துன்பங்கள் இன்றி இன்பங்களில் திளைத்திருப்பர். அத்தகைய இடத்திற்குச் செல்லும் காளிதாசனும் நாளடைவில் மல்லிகாவையும் இந்தச் சூழ்நிலைகளையும் மறந்து நினைவின்றி வாழும் அளவிற்கு உஜ்ஜைனி அரசின் சூழ்நிலை அமையக்கூடும் எனபதாக விலோம் கூறுவதன் ஊடாக உஜ்ஜைனி அரசின் சூழ்நிலையையும் அவற்றினால், மல்லிகா துன்பத்திற்கு ஆளாகப் போகிறாள் என்பதையும் ஊகித்துக் கொள்ள முடிகிறது.

அரசு சட்டமும் அதன் நடைமுறையும்

அரசு இயற்றும் சட்டம் சாதாரண மக்கள் கடைப்பிடிக்கக் கூடியதாகும். சட்டம் இயற்றும் அரசு அதனைக் கடைப்பிடிக்க வேண்டிய அவசியமில்லை. அரசு தான் கொண்டுவரும் சட்டத்தைச் சாதாரண மக்களின் மீது திணித்துக் கடைபிடிக்கச்

---

129 மேலது, 2009, ப.65.

130 மேலது, 2009, ப.66.

சொல்லித் துன்புறுத்துகிறது. மாறாக அரசுக்குறியோர் அதிலிருந்து விலகடைகிறார்கள் என்பதை தந்துல் பாத்திரம் எடுத்துரைக்கின்றது. கிராமப் பகுதியில் வேட்டையாடக் கூடாது என்பதை அறிந்தும் மான் குட்டியின் மீது அம்பினைத் தாக்கும் தந்துல் அந்த மான் குட்டி காளிதாசனால் பாதுகாக்கப்படுவதை அறிந்து அதற்காகக் காளிதாசனுடன் வாதம் புரிகிறான். இப்பகுதியில் வேட்டை செய்யக் கூடாது என்பதை நினைவுறுத்தி மான் குட்டியைத் தரமறுக்கும் காளிதாசனின் செய்கையினால் கோபம் கொண்ட அரசு அலுவலர் தந்துல் அவனுடன் வாதம் புரிவதன் ஊடாக அரசின் செயல்பாடுகள் சித்திரிக்கப்படுகின்றன. 'கிராமத்தில் வேட்டையாடக் கூடாது நீ ஊருக்குப் புதியவன் என்பதால் உன்னைக் குற்றவாளியாகக் கருதவில்லை' என்று காளிதாசன் தந்துலைப் பார்த்துக் கூறும் பொழுது அதற்கு தந்துல் எதிர்மொழிவதாவது:

அரசாங்க அலுவலரின் குற்றம் பற்றிக் கிராமத்தான் கூறுவதா? கிராமத்து இளைஞரே! உமக்கு நியாயம் குற்றம் இவைகளின் பொருளாவது தெரியுமா?...நீ மிக்க சாமர்த்திய சாலியாக இருக்கிறாய். இருந்தாலும் அரசாங்க அலுவலர்கள் அதிகாராம் நீண்ட தூரம் வரை செல்லும் என்று உனக்குப் புரியவில்லையே?... அலுவலர்களின் விருப்பு வெறுப்பு என்ன என்பதை ஒரு முறை உனக்குப் புரிய வைக்க வேண்டும்.[131]

அரசு இயற்றும் சட்டத்தை அரசு கடைபிடிப்பதன் பொருட்டு மக்களும் அதனை ஏற்றுப் பின்பற்றுவர். இச்செய்கையினால் நாடு வளர்ச்சி நோக்கிப் பயணமாகும். அரசும் மக்களும் இணைந்து செயலாற்றுவதன் மூலம் அரசு வளமும் பலமும் பெறக் கூடும் அவ்வாறு இல்லை எனின் அரசின் செயல்பாட்டை எதிர்த்து மக்கள் போராடுவதன் மூலம் நாட்டில் அமைதியின்மை ஏற்படும் என்பதை இது சித்திரிக்கின்றது.

அரசியல் நிலைப்பாடு

அரசு நாட்டின் முன்னேற்றம் கருதித் திறமையானவர்களைப் போற்றிப் புகழ்கிறது. திறமையுள்ளவர்களை ஊக்கப்படுத்துவதன் ஊடாக நாட்டின் வளர்ச்சி அதிகரிப்பதோடு திறமையானவர்களும் தமது வாழ்வாதாரத்தில் சமூகத்தில் உயர்ந்து காணப்படுகின்றனர்.

---

131 மேலது, 2009, ப.51.

திறமையானவர்களுக்கு அரசு செய்யும் மரியாதையை அவர்கள் ஏற்பின் அவர்கள் வாழ்வு வளம் பெறுவதோடு நாட்டின் புகழும் உச்சம் பெறும் அவ்வாறு அரசு செய்யும் புகழினை அவர்கள் ஏற்க மறுப்பின் ஆதனால் அரசுக்கு எந்தவகை இழப்பும் இல்லை. அரசு கவி பதவியை ஏற்க மறுக்கும் காளிதாசனின் செய்கையினால் அரசுக்கு எந்த வகை நட்டமும் பாதிப்பும் இல்லை மாறாகக் காளிதாசன் பதவி ஏற்றுக் கொண்டால் நன்மை அடைவான் என்பதாக நிஷேப் பாத்திரம் கருத்துத் தெரிவிப்பதாவது:

மல்லிகா! நீ மட்டும்தான் அந்தக் கசப்பான அடியின் வலியைப் போக்க முடியும். 'காலம் யாருக்காகவும்...காத்து இருப்பதில்லை காளிதாஸ் அங்குச் செல்லாவிட்டால் அரசுக்கு எந்த விதமான நஷ்டமும் இருக்காது. அரசு கவிபதவி காலியாக இருக்காது. ஆனால் இன்று இருக்கும் காளிதாஸ் அங்கு வாழ்க்கை முழுவதும் அரசு கவியாக இருப்பார். இன்று யார் 'ருதுஸம்ஹாரம்' படைத்த கவியைப் புகழ்கிறார்களோ அவர்களே சில தினங்களுக்குப் பிறகு அவனை மறந்துவிடுவார்கள்.[132]

அரசு தனது நாட்டில் உள்ள திறமையானவர்களை அறிந்து அவர்களுக்குப் பதவியும் பொறுப்பையும் வழங்குகின்ற மரபு தொன்று தொட்டு இந்திய மரபில் இருந்துள்ளதை இக்கூற்று நினைவுப்படுத்துகிறது. அரசு செய்யும் நன்மைகளிலும் ஒருவகை தீமை இருக்குகிறது. உஜ்ஜைனி அரசு கவிஞர் பதவி காளிதாசனுக்கு இன்பம் தருவதாக இருந்தாலும் காளிதாசனைப் பிரிந்து வாழும் மல்லிகாவிற்கு அது துன்பம் தரும் செயலாக இருக்கிறது. வாழ்வில் ஒருவர் புகழின் உச்சத்தில் மகிழும் பொழுது அவருக்கு நெருக்கமானவர் துன்பத்தில் உழன்று கொண்டிருப்பர் என்பதை மல்லிகா பாத்திரம் மூலம் சித்திரிக்கப்பட்டிருப்பது குறிப்பிடத்தக்கதாகும்.

அரசு அலுவலர்களின் செயல்பாடுகள்

அரசு ஒரு திட்டத்தைச் செயல்படுத்தும் பொழுது அத்திட்டத்தில் மறைமுகமாகவோ அல்லது நேரிடையாகவோ பாதிக்கப்படுகின்ற மக்களைப் பற்றிக் கவலைப்படுவதில்லை என்பதை அரசு அலுவலர்களர்களின் செயல்களின் மூலம்

132 மேலது, 2009, ப.62.

விளங்கிக் கொள்ள முடிகிறது. காளிதாசன் வாழ்ந்த பகுதியில் உள்ள பொருள்களைச் சேகரித்து உஜ்ஜைனி அரண்மனை அருங்காட்சியகத்தில் வைப்பதன் மூலம் காளிதாசன் மகிழ்ச்சியடைவதோடு அரசு வேலையும் தாமதமின்றி நடைபெறும் என்பதைக் கருத்தில் கொண்டு காளிதாசன் வாழ்ந்த கிராமங்களில் உள்ள மான் குட்டிகளைக் கவர்ந்து சென்று அரண்மனையில் வளர்ப்பது; கிராமத்தில் உள்ள மூலிகைச் செடிகளை அரண்மனை தோட்டத்தில் நடுவது என உஜ்ஜைனி அரசின் இத்தகைய செயல்களின் ஊடாக, அப்பகுதி மக்கள் பாதிப்புக்குள்ளாவர் என்பதைக் கருதாமல் தன் நலன் கருதி இயற்கைச் சூழ்நிலையை அழிப்பதைக் காட்சிப் படுத்துவதன் ஊடாக அரசின் சுரண்டல் வெளிப்படச் செய்கிறது. காளிதாசன் கிராம நினைவுகளினால் செயலிழந்து செயல்படுவதை விரும்பாத உஜ்ஜைனி அரசு இக்கிராமச் சூழ்நிலையை உஜ்ஜைனியில் அமைக்கத் திட்டமிடுவதாக இளவரசி பிரியங்கு மஞ்சரி மொழிவதாவது:

நான்...இங்குள்ள சில சூழ்நிலைகளை என்னுடன் எடுத்துச் செல்ல வேண்டும் என்று உன்னிடம் சொன்னேன் இல்லையா? இதற்குக் காரணம் அவருக்கு எந்தக் குறைபாடும் ஏற்படக் கூடாது என்பதால்தான். இங்குள்ள சூழ்நிலைகளின் நுகர்ச்சி... அவருக்குக்கிட்டாததால் அவருக்கு மிகவும் விரயம் ஏற்பட்டுள்ளது. அவரும் வீணாகத் தன் தைரியத்தை இழந்து விடுகிறார். இதனால் காலமும்...சக்தியும் வீணாகின்றன. அவருக்கு காலம் பொன் போன்றது. அவரின் பொன் போன்ற காலம் இவ்வாறு விரயமாகக் கூடாது என்பதுதான் என் கவலை. ஆகையால் இங்கிருந்து சில சூழ்நிலை நுகர்ச்சிகளை என்னுடன் எடுத்துச் செல்கிறேன். சில மான் குட்டிகளை எடுத்துச் சென்று தோட்டத்தில் வளர்ப்போம்... இதனால் அவரிடம் மாறுதல் ஏற்படும் என்று நினைக்கிறேன்.[133]

அரசு நினைத்தால் எதையும் தன் வசப்படுத்திக் கொள்ளும் தன்மையினை உடையது என்பதை விளக்கும் பொருட்டுக் காளிதாசனுக்குப் பிடிக்கும் என்பதற்காக அவர் வாழ்ந்த சூழ்நிலையைப் பெயர்த்து எடுத்துச் செல்ல வந்திருப்பதாக பிரியங்கு மஞ்சரி கூறுவதும் அரசு நினைத்தால் எதையும் மாற்ற

---

133 மேலது, 2009, பக்.95-96.

முடியும் யாருடைய அனுமதியும் இன்றி என்பதற்கு அனுஸ்வர், அனுநாஸிக் பாத்திரங்களின் செயல்பாடுகளின் ஊடாகவும் சித்திரித்துக் காட்டப்பட்டுள்ளதன் மூலம் அரசின் செயல் திட்டம் வெளிப்படையாகிறது. இளவரசி பிரியங்கு மஞ்சரி மல்லிகாவின் விட்டிற்கு வருகைதர இருப்பதால் மல்லிகாவின் அனுமதியின்றி அவள் வீட்டில் உள்ள பொருட்களை ஒழுங்கு படுத்தும் காட்சியின் ஊடாக அரசின் ஆதிக்கம் வெளிப்படுகிறது.

அரசுவின் சிறப்புகள்

அரசுக்குரியோர் தங்களையும் தங்கள் உரிமைக்குள்ளோரையும் புகழ்ந்து கொள்ளும் மரபு என்பது தொன்றுதொட்டு வரும் மரபாகும் இதனை நினைவுக்கூறும் முறையில் காஷ்மீர் அரசராகப் பதவி வகிக்க இருக்கும் காளிதாசனையும் அவன் மனைவி பிரியங்கு மஞ்சரியையும் பற்றி மல்லிகாவிடம் அனுஸ்வர், அனுநாஸிக் ஆகியோர் போற்றுவதன் மூலம் காட்சிப்படுத்தப்படுகிறது. மல்லிகாவின் வீட்டின் அமைப்பைச் சரி செய்வதற்காக வந்த அனுஸ்வர், அனுநாஸிக் ஆகிய இருவரும் மல்லிகாவிடம் 'அரசர்(காளிதாஸ்)... தேவ் மாத்ரு குப்தர் அவர்களின் வேலைக்காரர்கள் வணக்கத்தைத் தாங்கள் ஏற்றுக் கொள்ளுங்கள்...' என்று அறிமுகப்படுத்திக் கொள்ளும் பொழுது அரசின் புகழ் மடல் வெளிப்படச் செய்கிறது. இளவரசி பிரியங்கு மஞ்சரி மல்லிகாவைக் காண வருவதைப் பற்றி அனுநாஸிக் குறிப்பிடுவதாவது:

ருதுஸம்ஹாரம், குமார சம்பவம், மேகதூதம், இரகுவம்சம் ஆகிய இலக்கியங்களைப் படைத்த கவி அரசர், அரசியலில் வித்தகர், ஆச்சாரியர் வருங்காலக் காஷ்மீரத்தின் அரசர். தேவ் மாத்ருகுப்தரின் பட்டத்து அரசியும் குப்த வம்ச குமாரியும் அனைத்திலும் பாண்டித்தியம் பெற்ற தேவி பிரியங்குமஞ்சரி தங்களைப் பார்க்க மிக ஆவலாக உள்ளார். வெகு விரைவில் இங்கு வர உள்ளார். நாங்கள் அவர்களின் வேலையாட்கள். அவர்களின் வருகையை உங்களுக்கு முன்கூட்டியே தெரிவிக்க நாங்கள் இங்கு வந்துள்ளோம்.[134]

அரசு சாதாரண மக்களின் அனுமதியின்றி அவர்களின் சூழ்நிலையை மாற்றுவதோடு அவர்களிடம் தங்களின் உயர் புகழ் சிறப்புகளையும் கூறி பெருமை சேர்த்துக் கொள்கிறது என்பது புலப்படுகிறது.

---

134 மேலது, 2009, பக்.85-86.

அரசியல் போராட்டம்

இந்திய வரலாற்றில் காஷ்மீர் மக்களின் உரிமைப் போராட்டம் பற்றிக் கூறுகையில் இன்று வரை தீர்வுகாண முடியாத ஒன்றாக இருக்கின்ற நிலையினை அறியமுடிகின்றது. இந்தியா சுதந்திரம் பெற்ற அன்றைய காலக் கட்டத்தில் காஷ்மீரின் அமைதி என்பது மிகவும் சிக்கலுக்குரியதாக இருந்தது என்பதைப் பதிவு செய்யும் பொருட்டு இந்நாடகச் சித்திரிப்பு அமைகின்றது. காஷ்மீர் நாட்டில் அரசர் இருக்கும் பொழுதே பல பிரச்சனைகள் எழுகின்ற நிலையில் அரசர் இல்லையெனில் பிரச்சனைக்கு எல்லை என்பதில்லை என்பதைப் பற்றி பிரியங்கு மஞ்சரி பகர்வதாவது:

...இங்கு உன்னுடன் சில நாட்கள் தங்கியிருக்க ஆவல்தான். ஆனால் அவ்வளவு காலம் எங்கே இருக்கின்றது? காஷ்மீர் அரசியல் நிலையற்று உள்ளது. அங்கிருந்து விலகி இருக்கும் ஒவ்வொரு நாளும் விதவிதமான பிரச்சனைகளைத் தோற்றுவிக்கும். ஒரு பிரதேசத்தை அரசாட்சி செய்வது என்பது மிக்க பொறுப்பான விஷயம். மேலும் எங்கள் மீது மிக்க பெரிய பொறுப்பு உள்ளது. ஏன் என்றால் காஷ்மீரின் அரசியல் நிலைமை இச்சமயம் மிகச் சிக்கலாக உள்ளது. அவரோ இங்குள்ள அழகைப் பற்றி மிகவும் விமர்சித்துள்ளார். ஆனால் அதைப் பார்த்து இரசிக்கும் காலம் எங்குள்ளது? ஆகையால்தான் உன்னைக் கண்டு போட்டியும் பொறாமையும் ஏற்படுகிறது. இந்த அழகின் இயல்பான... இயற்கையான...ஆராதனை எங்களுக்கு ஒரு கனவுதான்....[135]

ஒரு நாட்டின் அரசர் எதிரிகளிடமிருந்து தனது நாட்டையும் நாட்டு மக்களையும் பாதுகாத்துக் கொள்வதோடு நாட்டு மக்களுக்குத் தேவையான அடிப்படை உரிமைகளில் குறைவின்றிப் பார்த்துக் கொள்பவராகவும் திகழவேண்டும். அவ்வளவிற்கு ஒரு நாட்டின் அரசர் பொறுப்புடையவராகக் கருதுகின்றார் என்பதைக் காளிதாசனின் அரசியல் பொறுப்பின் முக்கியத்துவம் பற்றி பிரியங்கு மஞ்சரி மொழிவதன் மூலம் விளங்கிக் கொள்ள முடிகிறது.

...அவரும் அவ்வப் பொழுது இங்குள்ள வாழ்க்கையைப் பற்றிப் பேசிக் கொண்டே தன்னை மறந்து விடுகிறார்.

---

135 மேலது, 2009, பக்.93-94.

ஆகையால் அரசாங்க வேலைகளிலிருந்து அவர் மனம் வெறுத்து ஒதுங்கி விடுகிறது. (அவள் பார்வை மல்லிகாவின் மீது படுகிறது) அப்படிப்பட்ட சமயங்களில் அவர் மனத்தை இயல்பான நிலைக்குக் கொண்டு வர முயற்சி செய்ய வேண்டியுள்ளது. அரசியல் இலக்கியம் இல்லை. அதில் ஒவ்வொரு வினாடியும் மிக்க மதிப்பு வாய்ந்தவை. ஏதாவது ஒரு வினாடி தடுமாறி விட்டால் மிகப் பெரிய தீங்குதான் விளைகின்றது. அரசியல் வாழ்க்கைச் சக்கரத்தைச் சரியாக இயக்க மனிதன் மிகவும் விழிப்பாக இருக்க வேண்டியுள்ளது... இலக்கியம் அவரது வாழ்க்கையில் முதற்படி. தற்பொழுது அவர் வாழ்க்கையின் இரண்டாவது படியை அடைந்து விட்டார். அவரை இந்த இரண்டாவது படியில் தக்க வைப்பதற்கான முயற்சியில் என்னுடைய அதிக நேரம் சென்று விடுகிறது.[136]

காஷ்மீர் அரசியலில் நடக்கும் பிரச்சனைகளைச் சித்திரிக்கும் வகையில் அமைந்துள்ள இந்தக் கூற்றுகளின் மூலம் நடப்பியல் கால காஷ்மீர் நிலைமையைப் பொருத்திப் பார்த்துக் கொள்வதற்கும் வழிவகுக்கின்றது. காளிதாசனின் பணிச் சுமைகளையும் நினைவுகளையும் மல்லிகாவிடம் கூறுவதன் வழி இரு வகையான கருத்துக்கள் புலப்படுகின்றன. ஒன்று உஜ்ஜைனி அரசு காளிதாசனை மகிழ்விக்கும் பொருட்டு கிராமச் சூழ்நிலையை உஜ்ஜைனியில் அமைக்க முயற்சித்தல். மற்றொன்று, காளிதாசனின் நினைவில் வாழ்ந்து கொண்டிருக்கும் மல்லிகாவிடம் இனிக் காளிதாசனை நினைத்துக் கொண்டிருப்பதினால் எந்தப் பயனும் இல்லை என்பதை நினைவுறுத்தலாகும்.

அரசின் சூழ்ச்சி

மல்லிகாவின் காதல் பற்றிக் காளிதாசன் உஜ்ஜைனி அரசினரிடம் கூறியதாகத் தெரியவில்லை. ஆனால், கிராம நினைவுகள் பற்றிக் கூறுகையில் மல்லிகாவைப் பற்றிக் கூறியிருக்கிறான் என்பது பிரியங்கு மஞ்சரியின் ஊடாகப் புலப்படுகிறது. தான் வாழ்ந்த கிராமத்திற்கு இளவரசியுடன் வரும் காளிதாசன் மல்லிகாவைப் பார்க்காமல் சென்று விடுவதும்; இளவரசி மல்லிகாவின் மீது அக்கறை கொள்வதும் அரசியல் சூழ்ச்சியை வெளிப்படுத்துகின்றது. கிராமத்துப் பெண்

136 *மேலது*, 2009, ப.95.

மல்லிகா உஜ்ஜைனியில் மட்டுமே கிடைக்க கூடிய மேகசந்தேசம் முதலான காளிதாசனின் படைப்புகளைச் சேகரித்து வைத்துக் கொண்டிருப்பதைக் கண்ட இளவரசி மல்லிகாவைப் பார்த்து நீ காளிதாசனின் குழைந்தைப் பருவம் தொட்டு நல்ல தோழியாக உள்ளவள் என்று காளிதாசன் சொல்லியிருப்பதாகக் கூறுவதன் மூலம் உஜ்ஜைனி அரசினால் மல்லிகாவின் வாழ்வில் நேர்ந்த சூழ்ச்சி வெளிப்படுகிறது. காளிதாசன் மல்லிகாவைக் காதலியாக உஜ்ஜைனியில் அறிமுகப்படுத்தவில்லை என்பதை பிரியங்கு மஞ்சரி மூலம் உணரமுடிகிறது.

நான் புரிந்து கொண்டேன். நீ அவரின் குழந்தைப் பருவம் தொட்டே தோழி என்று அவர் மூலம் தெரிந்து கொண்டேன். ஆகையால் அவர் படைப்புகளின் மீது உனக்கு இவ்வளவு மோகம் இருப்பது இயல்பானதுதான்.[137]

மல்லிகாவின் காதல் இங்குக் கேள்வியாக்கப்படுவதன் மூலம் இளவரசியின் தந்திரம் புலப்படுகிறது. கிராமத்தைக் காண வந்திருக்கும் இளவரசி அக்கிராமத்தில் வேறு வீட்டிற்குச் செல்லாமல் மல்லிகாவின் விட்டிற்கு வருவது; காளிதாசனின் தோழி என்று மல்லிகாவை அடையாளப்படுத்திக் கொள்வது; மல்லிகாவைத் தனது அலுவலக உதவியாளர்களில் ஒருவரைத் திருமணம் செய்து கொள்ள வற்புறுத்துவது முதலான வகைகளில் அரசின் சூழ்ச்சி வெளிப்படச் செய்கிறது. மல்லிகாவின் வீட்டிற்கு வந்த இளவரசி பிரியங்கு மஞ்சரி மல்லிகாவைப் பணிப்பெண் வேலை செய்யும் பொருட்டு உஜ்ஜைனிக்கு அழைக்கிறாள். இதனைப் பார்த்துக் கொண்டிருந்த அம்பிகா தனது மகளின் வாழ்வு காளிதாசனால் வெறுமையாகி விட்டதோடு அவனால் இன்னும் வேதனைக்கு ஆளாகிக் கொண்டிருக்கிறாளே என்ற வருத்தத்தை வெளிப்படுத்துவதாவது:

...இன்று அவன் உன் உணர்வுகளுக்கே விலை பேசவிரும்புகிறான். ஏற்றுக் கொள்வதுதானே? வீடும் மராமத்துச் செய்யப்படும். உனக்கும் அங்குப் பணிப் பெண் பதவியும் கிடைத்துவிடும். உனக்கு இதைவிட வேற என்ன சௌபாக்கியம் கிடைக்கக் கூடும்?[138]

---

137 *மேலது, 2009, பக்.94-95.*

138 *மேலது, 2009, ப.100.*

காளிதாசன் மல்லிகாவின் வாழ்க்கையைக் கேள்விக் குறியாக்கியதோடு அவள் காதலுக்கு விலை பேசுகிறான் என்று அம்பிகா அவனைச் சாடும் போது அரசின் சூழ்ச்சி வெளிப்படச் செய்கிறது. அரசுக்குச் சாதாரண மனிதர்களின் உணர்வுகளைத் தெரிந்து கொள்ளும் மனநிலை இருப்பதில்லை என்பதையும் பணம் கொண்டு எந்தப் பொருளையும் சரி செய்து விடலாம் என்று நினைக்கும் இளவரசியினால் மல்லிகாவின் உணர்வினைப் புரிந்து கொள்ள முடியாது என்பதையும் அம்பிகாவின் ஊடாகப் புலப்படுத்துவதாவது:

ஆனால் அரச குமாரி இங்கு வருவதற்கு முன்னால் யார் பொறுப்பாளி? நூற்றுக்குநூறு அவன், அவன் விருப்பப் படியேதான் இங்கு வந்துள்ளாள். கட்டிட வல்லுனர்கள் மராமத்து செய்து விடுவார்கள். தன் அரசியல், பணச் செல்வாக்கை வெளிப்படுத்துவதற்கு இதைவிட ஒரு நல்ல சந்தர்ப்பம் அவளுக்கு எப்பொழுது கிட்டும்?[139]

அதிகாரத்தில் உள்ளோர் சாதாரண மக்களின் உள்மன வேதனைகளைப் புரிந்து கொள்ளாமல் தாம் விரும்பும் பொருளைப் பணத்தின் மூலம் சரி செய்து கொள்ள முயற்சிக்கின்றனர் என்பதை இளவரசி பிரியங்கு மஞ்சரி பாத்திரம் மூலம் சித்திரித்துள்ளது குறிப்பிடத்தக்கதாகும்.

அரசின் செல்வாக்கு

அரசு அதிகாரத்தில் உள்ளோர் தாம் இயற்றும் சட்டத்தினாலும் தாம் செய்யும் செயல்களினாலும் பிறர் பாதிப்புகளுக்கு உள்ளாவதைப் பற்றிக் கவலையுறாமல் அவர்கள் விருப்பப்படி எதையும் செய்யும் கருத்துடையவர்களாகத் திகழ்கின்றனர். அதனால், பிறர் பாதிப்புக்குள்ளாக நேர்கின்றனர் என்பது அரசு அலுவலர் தந்துல் பாத்திரத்தின் மூலம் விளக்கப்படுகிறது. காளிதாசன் வாழும் கிராமத்திற்கு வந்த தந்துல் அங்கு மான் குட்டியை வேட்டையாடுவதற்குத் தடை விதிக்கப்பட்டிருபப்தைத் தெரிந்தும் அதனைப் பொருட்படுத்தாமல் மான் குட்டியை வேட்டையாடுகிறான். அம்பினால் தைக்கப்பட்ட மான் குட்டியைக் கண்ட காளிதாசன் அதனைப் பாதுக்காக்கும் பொருட்டு முயற்சிக்கிறான்.

---

139 *மேலது, 2009, பக்.100-101.*

அப்பொழுது இருவருக்கும் நடக்கும் வாதத்தில் நாட்டை ஆளும் அரசுவைவிட அந்தப் பகுதியில் வாழும் மக்களுக்கே அந்தப் பகுதியில் உள்ள பொருள்களின் மீது உரிமை உள்ளது என்பதாகக் காளிதாசன் மொழிவதாவது:

இந்த மான் குட்டி இந்த மலைப் பிராந்தியத்தின் சொத்து. நாங்களும் இந்த மலைப் பிராந்தியத்தைச் சேர்ந்தவர்கள். ஆகவே நாங்கள் ஒரே இனம். நாங்கள் இதை உன்னிடம் கொடுத்து விடுவோம் என்று கனவு காணாதே....[140]

நாட்டினை ஆளும் அரசுவைவிட அப்பகுதியில் வாழும் மக்களுக்கே அந்தப் புவிநிலை மீது மிகுதியான உரிமை உள்ளது என்பதைக் காளிதாசனின் கூற்றுப் புலப்படுத்துவதுடன் உஜ்ஜைனி அரசின் மீதான பார்வையும் வெளிப்படச் செய்கிறது. காளிதாசன், மல்லிகா என்ற சாதாரண மனிதர்களின் வாழ்வில் பிரச்சனைகள் எழுவதற்கு உஜ்ஜைனி அரசு மூலக் காரணமாகத் திகழ்வதை மேற்கண்ட கூற்றுகள் உறுதிப்படுத்துகின்றன. மோகன் ராகேஷ் புராணக் காலத்தில் வாழ்ந்த காளிதாசனின் வாழ்க்கையை நாடகக் கதைக் கருவாக எடுத்துக் கொண்டு அதில், நடப்பியல் பிரச்சனையைச் சித்திரித்திருப்பது அவரின் நுட்பமான நாடகப் புலமையைக் காட்டுகிறது. தனிமனிதன், குடும்பம், சமூகம் எனப் பல நிலைகளில் அரசினால் பிரச்சனைகள் எழுவதைச் சித்திரிப்பதாக இந்நாடகம் அமைகின்றதெனினும் மல்லிகாவின் வாழ்க்கையை மையமிட்டே இந்நாடகக் கதைப் பின்னப்பட்டுள்ளது என்பதை மல்லிகாவின் கூற்றின் ஊடாகவே விளங்கிக் கொள்ள முடிகிறது.

நாடகத்தின் முதல் காட்சியில் அரசு அலுவலர்கள் ஊருக்குள் வந்தால் ஏதாவது ஆபத்து ஏற்படுகிறது என்றும் அவர்கள் இறுதியாக வந்த பொழுது உன் அப்பா இறந்து விட்டார் என்றும் ஒரு பொழுது அம்மை, ஒரு பொழுது மகா மாரி என்று அம்பிகா கூறும் காரணங்கள் அனைத்தும் அரசின் மீதுள்ள அச்சத்தைக் குறிப்பிடுவனவாகும். அம்பிகா பயம் கொண்டதைப் போன்று நாடகத்தின் மூன்றாம் அங்கத்தில் அரசு அலுவலர்கள் இந்த முறை வந்ததால் தனது வாழ்வு துன்ப மயமானது என்று மல்லிகா மௌனமாக வெளிப்படுத்துவதன் மூலம் அரசினால் மல்லிகாவின் வாழ்விலும் குடும்பத்திலும் ஏற்பட்ட பிரச்சனைகளை விளங்கிக் கொள்ள முடிகிறது.

140 *மேலது*, 2009, ப.50.

சமயச் சித்திரிப்பில் அலைகளிலே அன்னம்

இந்தியாவில் சமணம், பௌத்தம், இந்து, இஸ்லாம், கிறித்துவம் முதலான பல சமயங்கள் காணப்படுகின்ற நிலையில் இந்திய மக்கள் அவரவர் தங்களுக்குப் பிடித்த சமயங்களை ஏற்றுக் கொண்டு வாழ்ந்து வருபவர்களாகத் திகழ்கின்றனர். மனித வாழ்வில் முக்கியப் பங்காற்றுவதாய்த் திகழ்கின்ற சமயம் மனிதனை நல்வழிப்படுத்தல்; ஒற்றுமையைப் பேணல்; ஒழுக்கத்தைக் கடைப்பிடித்தல் முதலான பல நிலைகளில் மனித வாழ்வில் முக்கியப் பங்காற்றுவதாய்த் திகழ்கின்றது. சமயம் என்ற சொல் மனிதச் சமுதாயத்திற்கு நம்பிக்கை ஊட்டக் கூடியதாகத் திகழ்கின்றது என்பதைக் கீழ்வரும் கூற்று உறுதிப் படுத்துகின்றது.

சமயத்தின் வரலாறு *(History Religion)* சமயம் எத்தகைய மாறுதல்களை மேற்கொண்டுள்ளது. என்பதை எடுத்துக் காட்டுகின்றது. சமயம் அல்லது மதம் என்னும் சொல் இலத்தீன் சொல்லாகிய "*Religio*" என்னும் சொல்லிலிருந்து தோன்றியுள்ளது. இச்சொல்லுக்குப் பொருள் சேர்க்கை, கணக்கிடுதல் எனப் பலவகையாகக் கூறப்படுகின்றது. மேலும் சமயம் மனிதன் கடவுளிடம் கொண்டுள்ள தொடர்பையும் எடுத்துக் காட்டுகின்றது. சமயச் சடங்குகள் மனிதனின் எண்ணங்களை ஒருவாறு நிறைவு செய்கின்றது[141]

மனித வாழ்வில் மிகவும் முக்கியமானதாகத் திகழ்கின்ற சமயம் பற்றிய தாமஸ் ஜெபரின் கருத்தை ஹெர்பெர்ட் வாலர்ஷ் நீடர் கீழ்வருமாறு நினைவுறுத்தலின் மூலம் விளங்கிக் கொள்ள முடிகின்றது.

சமயம் என்பது தனிமனிதனுக்கும் அவனுடைய கடவுளுக்கும் இடையே உள்ள உறவு என்பதையும் தன்னுடைய நம்பிக்கைகளுக்கும் வழிபாட்டுக்கும் அவன் வேறு யாருக்கும் பதில் சொல்லத் தேவையில்லை என்பதையும் ஒப்புக் கொள்கிறேன்...சமூகக் கடமைகளுக்கு முரண்பட்ட இயற்கை உரிமை எதுவும் மனிதனுக்குக் கிடையாதென்றும் திடமாகக் கருதுகிறேன்[142].

---

141 இரா.கல்பகம், *சமூகவியல்*, 1973, பக்.121-122.

142 ந. பிச்சமூர்த்தி, (மொ.ஆ), *சமயமும் வாழ்க்கையும்*, 1961, ப.38.

மனிதச் சமுதாயத்திற்கு நம்பிக்கை ஊட்டக்கூடியதாகவும் சடங்குகளில் தொடர்பு கொண்டு மனித வாழ்வியலோடு ஊடாடுகின்றதாகவும் திகழ்கின்ற சமயம் மனித உறவுகளுக்கிடையில் பிளவுகள் ஏற்படுவதற்கும் மூலக் காரணமாகத் திகழ்கின்றது. இந்நிலையில் சமயத்தினால் குடும்பத்தில் ஏற்படும் சிக்கல்கள் பற்றி அலைகளிலே அன்னம் என்ற நாடகம் சித்திரித்துக் காட்டுவதாக அமைகின்றது.

அலைகளிலே அன்னம் நாடகத் தோற்றப் பின்னணி

இந்திய வரலாற்றில் அசோகரை அடுத்துப் புத்தர் கொள்கைகளை ஆதரித்ததோடு, நான்காம் பௌத்த மாநாடு கூடுவதற்குக் காரணமாக விளங்கிய மன்னன் கனிஷ்கர் (கி.பி.78-120). குஷான் வம்ச அரசர்களுள் முக்கியமானவனாகத் திகழ்கின்ற இவன் காந்தாரம், காஷ்மீரம், பஞ்சாப், சிந்து, பாடலிபுத்திரம் முதலான பகுதிகளை அரசாட்சி புரிந்தவன். இவனுடைய அரசவைப் புலவர்களில் ஒருவராகத் திகழ்ந்தவர் அஸ்வகோஷர் என்பது கீழ்வரும் கூற்றின் மூலம் புலப்படுகின்றது.

பௌத்த மரபின்படி கனிஷ்கர் புருஷபுரத்தில் புத்தஸ்தூபியை எழுப்பினார். காஷ்மீரிலுள்ள குந்தல வனத்தில் நான்காவது பௌத்த மாநாட்டைக் கூட்டினார். அம்மகாநாட்டிற்கு 500 பௌத்தத் துறவிகள் வந்திருந்தனர். அதற்கு முறையே வாசுமித்திரரும், அஸ்வகோஷரும் தலைவராகவும் உபத்தலைவராகவும் பதவி வகித்தனர். அக்கூட்டத்தில் பௌத்த தத்துவங்கள் நன்கு பரிசீலிக்கப்பட்டன.[143]

கனிஷ்கர் ஆட்சியில் அவைக்களப் புலவராய் விளங்கிய அஸ்வகோஷர். பிராமணக் குலத்தில் சுவர்ணாட்சி என்பவரின் மகனாவர். இவர் பௌத்தக் கொள்கைகளைக் கடைப்பிடித்து மகாயாணப் பௌத்த சங்கத்தின் மூத்த பிக்குகளில் ஒருவராகப் புகழப்படுகிறார். புத்த சரிதை, சௌந்தரானந்தம், சாரி புத்திரப் பிரகரணம் முதலான நூல்கள் எழுதி புத்தசமயக் கொள்கைகளை மக்களிடம் கொண்டு சென்றவர். இந்நிலையில் இவருடைய சௌந்தரானந்தம் என்ற காவிய நூல் பதினெட்டுச் சர்க்கங்களில் அமைந்து புத்தரின் உறவுமுறை சகோதரன் நந்தனின் வாழ்க்கை வரலாற்றைக் கூறுவதாக அமைகின்றது. சுத்தோதனாரின் காலம்,

143 எஸ். துரைசாமி நாயுடு, *இந்திய வரலாறு*, 1967, ப.83.

புத்தரின் பிறப்பு, சுந்தரியின் அழகு, நந்தன், சுந்தரி திருமணம், நந்தன் சுந்தரியைப் பிரிதல், மீண்டும் சுந்தரியை விரும்பி வருதல், இறுதியாகத் துறவறம் ஏற்றல் என்ற பொருண்மையில் அமைந்து நந்தினின் இல்லற வாழ்க்கையையும் துறவற வாழ்க்கையையும் விளக்குவதாக இந்நூல் திகழ்கின்றது. இந்நூலைப் பற்றி நவாலியூர் நடராஜன் கூறுவதாவது:

அஸ்வகோஷர் எழுதிய காவியம் 'சௌந்தரநந்தம்' புத்தருக்குச் சகோதரன் முறையான நந்தன் உலக இன்பத்திலீடுபட்டுப் பின்னர் புத்தருடைய அருட் போதனையால் துறவு பூண்ட கதையை இக்காவியம் கூறுகிறது.[144]

மோகன் ராகேஷ் அலைகளிலே அன்னம் என்ற நாடகத்தை அஸ்வகோஷரின் சௌந்தரானந்தம் என்ற நூலின் தாக்கத்தில் எழுதியுள்ளார் என்பது புலப்படுகிறது. சௌந்தரானந்தம் கூறுகின்ற நந்தனைக் கதைக் கருவாகக் கொண்டு குடும்பத்தில் நடைபெறும் நடப்புப் பிரச்சனைகளைப் பதிவு செய்துள்ளார் என்பது நாடகத்தை வாசிக்கும் தோறும் புலப்படுகிறது.

நாடகத் தலைவன் நந்தன், சுந்தரியை மணந்து இல்லறத்தில் மகிழ்ச்சியுற்று வாழ்ந்து வருகிறான். அச்சூழலில் கௌதம புத்தரின் மீது பற்றுக் கொண்டு அவருடைய கொள்கையை ஏற்றுத் துறவறத்தைச் சிலர் நாடிச் செல்கின்றனர். அத்தருணத்தில் நந்தனும் துறவறம் சென்று விடுவான் என்ற பயத்தில் அவனைக் காதல் இன்பத்தில் திளைத்திருக்கும் பொருட்டுக் காமவிழாவிற்குச் சுந்தரி ஏற்பாடு செய்கிறாள். ஆனால், நந்தன் இல்லறம், துறவறம் என்பவற்றுக்கிடையில் உழன்று கொண்டிருப்பதனால் இல்லறத்தில் மகிழ்ச்சியாக வாழமுடியாமலும் சுந்தரியின் மீதுள்ள அன்பின் காரணமாகத் துறவறத்தை ஏற்க முடியாமலும் துன்பமடைகின்றான். இறுதியில் துறவறத்தை ஏற்று நந்தன் சென்று விடுவதாக நாடகம் முற்றுப் பெறுகிறது. வரலாற்றிலிருந்து கதைக் கருவை எடுத்துக் கொண்டு அதில் கற்பனை சேர்த்து எழுதியுள்ள அலைகளிலே அன்னம் என்ற நாடகத்தில் புத்தர் வாழ்க்கைக் குறிப்பு, புத்தர் கொள்கை, பௌத்தச் சமயத்தின் சிறப்பு எனப் பல நிலைகளில் பௌத்தச் சமயத்தினால் குடும்பத்தில் ஏற்படும் பிரச்சனைகளைச் சித்திரிப்பதாக இந்நாடகம் அமைகின்றது.

---

144 நவாலியூர் நடராஜன், *வடமொழி வரலாறு*, 1988, ப.155.

நாடகத்தின் தொடக்கத்தில் காமவிழாவிற்கான ஏற்பாடுகள் நடைபெற்றுக் கொண்டிருக்கின்றன. அத்தருணத்தில் அங்குப் பணிசெய்யும் பணியாட்களில் சிலர் இப்பொழுது காமவிழாவிற்கு ஏற்பாடுகள் செய்வதற்கான காரணம் என்ன என்று தங்களுக்குள் கேள்வி எழுப்புவதன் மூலம் நாடகச்சிக்கல் தோற்றம் பெறுகின்றது. காமவிழா இப்பொழுது நடைபெறுவதற்கான காரணத்தைப் பற்றிச் சுந்தரி பாத்திரம் நேரடியாகப் பொருள் கூறாத நிலையில் நந்தன் இல்லற நினைவிலிருந்து நீங்கா வண்ணம் பொருட்டே இவ்விழா ஏற்பாடு செய்யப்படுகிறது என்பது சியாமாங்கன் மூலம் வெளிப்படுகிறது.

...கடந்த வசந்த காலத்தில் மாமரங்கள் எப்படிப் பூத்துக் குலுங்கின? கிளைகளெல்லாம் கைக்கெட்டும்படியாக தழைத்துத் தொங்கினவே! ஆனால் அப்பொழுது காமவிழா கொண்டாட ஏற்பாடுகள் நடக்கவில்லை. ஆனால் இம்முறை மாமரங்களெல்லாம் பிக்ஷுவின் வேடமிட்டு நிற்கும் பொழுது காம விழாவிற்கு ஏற்பாடுகள் நடக்கின்றன. நாளை பொழுது புலர்ந்ததும் யசோதரா தேவியார் பிக்ஷுணியாக தீக்ஷை பெறப்போகிறார்...இங்கேயோ, இரவு முழுதும் ஆடல் பாடல்கள் நடைபெறப் போகின்றன...[145]

துறவறம் சென்ற புத்தர் தாம் வாழ்கின்ற பகுதிக்கு உபதேசம் செய்ய வருவதைக் கேளிவியுற்ற யசோதரா தேவி அவரிடம் தீக்ஷை பெற்றுப் பிக்குணியாக விரும்புகிறாள். அவளுடன் அப்பகுதியில் வசிப்பவர்களில் சிலர் தீக்ஷை பெற இருப்பதை அறிந்த சுந்தரி நந்தனும் தீக்ஷை பெற்று விடுவானோ என்ற பயத்தில் காமவிழாவிற்கு ஏற்பாடு செய்கிறாள். யசோதரா தேவியின் செயலுக்கு மறுப்பாகவே சுந்தரி இவ்விழாவினை ஏற்பாடு செய்கிறாள் என்பதை அறிந்தும் ஒருவரும் சுந்தரியைச் சுட்டிக் காட்டவில்லை என்பதன் மூலம் சுந்தரியின் குணம் வெளிப்படுகிறது. தன் கணவன் தன்னை விட்டுப் பிரிந்து சென்றுவிட கூடாது என்ற பயத்தில் சுந்தரி இவ்வாறு செய்வதன் ஊடாகச் சமயத்தினால் சுந்தரியின் குடும்பம் பாதிப்புக்குள்ளாகப் போகிறது என்பது அவளது செய்கையின் மூலம் சித்திரிக்கப்பெறுகின்றது.

---

145 சரஸ்வதி ராம்நாத் (மொ.ஆ), *மோகன் ராகேஷ் எழுதிய மூன்று நாடகங்கள்: அரையும் குறையும்*, 1974, ப.143.

யசோதராதேவின் வழி புத்தரைச் சாடல்

ஒரு மனிதன் அனைத்து ஆசைகளையும் கடந்து துறவறம் சென்று விடுவதற்குப் பல காரணங்கள் உள்ள நிலையில் மனைவியின் காமத் திருப்தியின்மையே சித்தார்த்தர் துறவறம் செல்வதற்கான காரணம் என்று சுந்தரி பாத்திரம் கூறுவது நோக்கத்தக்கது. யசோதரா தேவி துறவறம் ஏற்க விரும்புகிறாள் என்ற செய்தியை அலகா கூறியவுடன் அதைக் கேட்ட சுந்தரி யசோதரா தேவியின் இயலாமையே சித்தார்த்தர் இன்று இந்நிலைமைக்கு ஆளாகியதற்குக் காரணமாகும் என்கிறாள். தம் மனைவி யசோதரா தேவியைப் பிரிந்து துறவறம் சென்ற சித்தார்த்தர் ஞானம் பெற்று கௌதம புத்தராக மீண்டும் அப்பகுதிக்கு வருவதை அறிந்த யசோதரா தேவி மகிழ்வுற்று அவர் வருகைக்கான ஏற்பாடுகளைச் செய்யலாவதும் கௌதம புத்தரிடம் பௌத்தப் பிக்குணிக் கோலம் ஏற்க விரும்புவதாகவும் அதனால், அனைத்துச் சுற்றத்தாரையும் ஒரு முறை பார்த்து ஆசி வழங்கும் பொருட்டு நந்தனையும் அழைத்துள்ளதை அலகா கூறியதைக் கேள்வியுற்ற சுந்தரி யசோதரா தேவியின் இச்செய்கையைச் சாடுவதாவது:

...இத்தனை ஆண்டுகள் பிரிவின் துன்பத்தைத் தாங்கிய பின்னும் யசோதரா தேவியார் தனது வேதனையின் சுயாபிமானத்தைத் தற்காத்துக் கொள்ளவில்லை என்பதை நினைத்தால் வருத்தமாக இருக்கிறது. (மதுவை ஒரு வாய் பருகியபின்) மிகுந்த அனுதாபமும் உண்டாகின்றது.[146]

சித்தார்த்தர் தன்னைப் பிரிந்து தனது வாழ்க்கையைக் கேள்விக்குறியாக்கி விட்டதை நினைத்து அவர்மேல் கோபம் கொள்ளாமல் அவரின் செய்கையைப் போற்றும் வகையில் இவர் நடந்து கொள்வது போற்றத்தக்கதல்ல என்று கூறுவதன் மூலம் சமயத்திற்கும் குடும்பத்திற்கும் உள்ள உறவு புலப்படுகின்றது.

நிலையற்ற வாழ்க்கையில் பேராசைகளினால் துன்பத்தில் உழன்று கொண்டிருக்கும் மக்களின் வாழ்வில் அன்பினைச் செலுத்தி மகிழவைக்கும் பொருட்டுத் துறவறம் ஏற்றுச் சென்றுவிடுவதனால் குடும்பத்தில் பிளவுகள் ஏற்படுகின்றன என்பதாகச் சுந்தரி பாத்திரம் கூறுவதாவது:

---

146 மேலது, 1974, ப.146.

யசோதரா தேவியின் கவர்ச்சி, அரசகுமாரர் சித்தார்த்தரைத் தன்பால் ஈர்த்துப் பிணைத்திருக்குமேயனால் இன்று கூட அவர் அரசகுமாரர் சித்தார்த்தராகத்தானே இருந்திருப்பார்?. ... அரசகுமாரர் சித்தார்த்தர் ஒரு நாள் நடு யாமத்தில் ஒருவருமறியாது ஏன் அரண்மனை வாழ்வைத் துறந்து சென்றார்? இல்வாழ்வைவிட, வன வாழ்வு அவரைத் தன்பால் கவர்ந்தது ஏன்? விஷயம் மிக சாதாரணமானது அலகா! ஒரு பெண்ணின் வசீகரம்தான் ஒரு ஆண் மகனை ஆண்மையுள்ளவனாக்குகிறது என்றால், அதன் தோல்விதான் அவனை கௌதம புத்தனாக்குகிறது.[147]

காம இன்பத்தின் போதாமையே புத்தர் துறவறம் ஏற்றதற்கான காரணம் என்று புத்தரின் துறவறத்தைக் கேள்வி கேட்பதன் ஊடாகச் சுந்தரியின் மனநிலையை அறிந்து கொள்ள முடிகின்றது. பௌத்தம் சாதாரண மக்களுக்குறியது என்றும் அது வறுமை, ஆதரவின்மை, அடக்குமுறை, சாதிக் கொடுமை முதலான துன்பத்திற்கு ஆளாகிக் கொண்டிருக்கும் மக்களின் குறைகளைப் போக்கும் பொருட்டு அதனுடைய கொள்கைகள் அமைந்துள்ளன என்றும் துன்பப் படுவோருக்கு அன்பையும் ஆதரவையும் நம்பிக்கையையும் கொடுப்பதற்கான வழி என்ன என்பதை அறிந்து கொள்ளும் பொருட்டே புத்தர் துறவறம் ஏற்றார் என்றும் பௌத்த அறிஞர்கள் குறிப்பிடுகின்ற நிலையில் புத்தரின் துறவறத்தைக் கேள்வி கேட்கும் வகையில் காமத்தில் திருப்தியின்மையே புத்தர் துறவறம் ஏற்றதற்குக் காரணம் என்று சுந்தரி பாத்திரம் கூறுவதன் மூலம் குடும்ப உறவுகளுக்குள் பிளவுகளை ஏற்படுத்துவதில் சமயங்கள் முக்கியக் பங்காற்றுவதாய்த் திகழ்கின்றன. கௌதமபுத்தர் காம இன்பத்தின் போதமையின் பொருட்டுத் துறவறம் ஏற்றார் எனின் மக்கள் ஏன் அவரின் கொள்கைகளை ஏற்றுப் போற்றுகிறார்கள் என்று அலகா எதிர் கேள்வி வைப்பதின் மூலம் 'மக்கள் எங்குப் புதுமை இருக்கிறதோ அதைத் தேடிச் செல்லும் தன்மை உடையவர்' என்று சுந்தரி உரையாடுவதாவது:

ஏனென்றால், ஒரே மாதிரியான வாழ்க்கையில் மக்களுக்குத் தங்களிடமே சலிப்புத் தட்டி விடுகின்றது. எங்கே, என்ன புதுமை தென்பட்டாலும் அதை நோக்கித் திரண்டு விடுகின்றனர். அவ்வளவுதான். இந்த உற்சாகமெல்லாம் பால் பொங்குவது போன்றதுதான். நாலு நாட்களில் தானாகவே தணிந்து விடும்.[148]

147 மேலது, 1974, ப.147.

148 மேலது, 1974, ப.148.

சமயக் கொள்கையின் மீதுள்ள பற்றின் காரணமாக இல்லறத்தைத் துறந்து துறவறத்திற்குச் சென்று விடுவதினால் குடும்பத்தில் ஆண், பெண் என இருவரும் பாதிப்புக்குள்ளாவதைச் சித்திரித்துக் காட்டுவதாக மேற்கண்ட கூற்று அமைகின்றது.

பௌத்தக் கொள்கையும் சுந்தரியின் மனநிலையும்

மனிதன் அமைதியாகவும் ஒற்றுமையாகவும் அன்பாகவும் வாழவேண்டுமெனில் தம் மனதில் இருக்கும் தீய ஆசைகளை அல்லது கெட்ட எண்ணங்களைக் கைவிட வேண்டும். ஒரு பொருளின் மீதான சுயநலப் பற்றே துன்பத்திற்கான காரணம். நிலையற்ற வாழ்வில் நிலையானது என்று எண்ணிக் கொண்டு துன்பத்தில் உழல்பவர்களுக்கு ஆசையினால் ஏற்படுகின்ற துன்பத்தைப் போக்கி இன்பமான வாழ்க்கைக்கு வழி கூறிய புத்தரின் கருத்தினைச் சுந்தரி பாத்திரம் விமர்சனத்திற்கு உட்படுத்துவதாவது:

ஆம். அவர் ஞானம் பெற்று விட்டார். ஆசைகளை வென்றுவிட்டார். ஆனால் நான் அறிய விரும்புவது இதுதான். ஆசைகளை வென்றுவிட வேண்டுமென்பதும் மனத்தின் ஒரு ஆசைதானே? அத்தகைய ஆசை ஒருவர் மனத்தில் ஏன் உண்டாகிறது? [149]

ஒன்றின் மீதுள்ள ஆசையைத் துறப்பதன் மூலம் துன்பம் இன்றி இன்பமான வாழ்க்கை வாழமுடியும் என்ற பௌத்தக் கருத்திற்கு முரணாக இல்லற ஆசையைத் துறந்து செல்வதனால் கணவன், மனைவி, பிள்ளைகள் உள்ளிட்டோர் பிரிவுத் துன்பத்திற்கு ஆளாக நேரிடுகிறார்கள் என்பது சுந்தரி கூற்றின் மூலம் புலப்படுகிறது.

நந்தனுக்குள் துறவறச் சிந்தனை ஏற்படா வண்ணம் பொருட்டு எந்நேரமும் காதலில் திளைத்திருக்கும்படி சுந்தரி செய்கையில் அவ்வழியே சென்ற புத்தர் தனது வீட்டில் உணவு கேட்டதை நந்தன் கவனிக்காதவாறு பார்த்துக் கொள்கிறாள். பின்பு, அலகாவினால் புத்தர் வந்து சென்றதைக் கேள்வியுற்று நந்தன் வருந்துகிறான். ஒரு முறை புத்தரைப் பார்த்து விட்டு வருவதாகச் சுந்தரியிடம் அனுமதி பெற்றுச் சென்ற நந்தன் சில நாட்கள் கடந்தும் திரும்பி வராததனால் கவலையுற்ற சுந்தரி, நந்தனின் இச்செய்கையினால் வருத்தமுற்றுக் கூறுவதாவது:

---

149 மேலது, 1974, ப.147.

நான் அவரை அனுப்பி வைத்தேன் என்றால், ஒரு நம்பிக்கையுடன் தான் அனுப்பினேன். நான் விரும்பியிருந்தால் அவரைத் தடுத்திருக்கலாம். நான் அவரைத் தடுக்கவில்லை. ஏனென்றால் அது என்னுடைய பலவீனமாக இருந்திருக்கும்...[150]

நந்தன் புத்தர் கொள்கையை ஏற்றுத் துறவறம் சென்று விடுவான் என்ற பயத்தில் நந்தனின் ஒவ்வொரு செய்கையிலும் ஐயம் கொண்ட சுந்தரி. நந்தன் தன்மீது செலுத்திய அன்பினாலும் ஆசை வார்த்தைகளினாலும் நந்தனுக்குத் தன்மேல் உள்ள தவறான எண்ணத்தைப் போக்கும் பொருட்டும் புத்தரை ஒரு முறை பார்த்துவிட்டுவர விருப்பம் தெரிவிக்கிறாள். ஆனால், குறிப்பிட்ட நேரத்திற்குள் புத்தரைப் பார்த்துவிட்டுத் திரும்பி வந்து விடுகிறேன் என்று கூறிச் சென்ற நந்தன் நீண்ட நேரத்திற்குப் பிறகும் திரும்பி வராததனால் சுந்தரி கொண்ட ஐயம் உண்மையாகி அவள் பிரிவுத் துன்பத்திற்கு ஆளாகுவதை இக்கூற்று உறுதிப்படுத்துகிறது.

புத்தரை ஒரு முறை பார்த்துவிட்டு வருவதாகச் சென்ற நந்தன் பிக்குக் கோலம் பூண்டு திரும்பி வருகிறான். தான் இந்தக் கோலத்தை விரும்பி ஏற்க வில்லை என்றும் புத்தரால் வலுகட்டாயமாகத் திணிக்கப்பட்டது என்றும் நந்தன் கூறுவதன் மூலம் குடும்பப் பிரிவுக்குச் சமயம் காரணமாகத் திகழ்கிறது என்பது புலப்படுகிறது. புத்தரிடம் ஆசி பெறும் பொருட்டுப் புத்தரைப் பார்க்க சென்ற நந்தன் பிக்குக் கோலம் ஏற்கும் சூழல் ஏற்படுகிறது. இதனால் வருத்தமடைந்த நந்தன் பிக்கு ஆனந்தனிடம் தன் கவலையை வெளிப்படுத்துவதாவது:

பிக்ஷுவே...ததாகதரின் விருப்பத்தைப் பற்றி நான் இன்னமும் அதிகம் கேட்டுக் கொண்டிருக்க விரும்பவில்லை. அவரது உத்தரவின்படி நீர் என் கேசத்தை மழித்தீர். என் சகோதரனின் பாலுள்ள மரியாதையினால் நான் பலவந்தமாய் உம்மைத் தடுத்து நிறுத்தவில்லை. நான் சற்றும் விரும்பாத இந்த தீக்ஷையைக் குறித்து நான் என்ன நினைக்கிறேன் என்பதை, என் பார்வையிலிருந்து அவர் புரிந்து கொள்வார் என்று எதிர்பார்த்தேன். ஆனால் புரிந்து கொண்டும் அவர் புரிந்து கொள்ள விரும்பவில்லை. அதனால்தான் அவர் அளித்த பிக்ஷா பாத்திரத்தை மறுப்பதின் மூலம், எனது பதிலை அவருக்குத் அறிவித்துவிட்டு நான் வெளியேறிவிட்டேன்.[151]

---

150 மேலது, 1974, ப. 206.

151 மேலது, 1974, ப. 215.

நந்தன் துறவறத்தை விரும்பி ஏற்கவில்லை என்று கூறினாலும் அவனுடைய உள்மனதில் துறவறத்தின் மீதான பற்று இருக்கவே செய்கிறது என்பது நாடகத்தின் பல இடங்களில் நந்தனின் செய்கைகளினால் வெளிப்படுகின்றது. பௌத்தப் பிக்கு, பிக்குணிகளின் குரலொலிகளைக் கேட்கும் பொழுதெல்லாம் சுயநினைவு இழந்தவனாய் செய்யும் செயல்களை மறந்து பிக்கு, பிக்குணிகளின் நினைவில் மூழ்கிவிடுபவனாய்ப் பல இடங்களில் காட்சியளிக்கிறான். நந்தனும் சுந்தரியும் அரண்மனையில் அலங்காரம் செய்து கொண்டு மகிழ்ந்திருக்கையில் பிக்குணிகளின் குரலொலி வெளியே கேட்கிறது. அந்தக் குரலொலியில் தன்னை மறந்த நந்தன் கையில் வைத்துக் கொண்டிருந்த கண்ணாடியை நழுவவிடுகிறான். இச்செய்கையினால் கண்ணாடி கீழே விழுந்து உடைந்து விடுகிறது. அதனால், வருத்தமுற்ற சுந்தரி நந்தனைச் சாடுவதன் வழி பௌத்தத்தின் மீது அவனுக்குள்ள விருப்பம் வெளிப்படுகிறது.

...அந்த பிக்ஷுக்களின் கும்பலில் பிக்ஷுணி யசோதராவும் இருந்திருப்பாள், அவள் தங்களின் பிக்ஷை பெற வேண்டி இம் மாளிகையின் வாசலில் வந்து நின்றிருப்பாள் என்றெல்லாம் தாங்கள் நினைக்கவில்லையா? [152]

நந்தன் பௌத்த கொள்கையில் தன்னை மறந்தவனாய் இருப்பதைப் பல இடங்களில் நாடகத்தில் சித்திரிக்கப்பட்டுள்ளதோடு இல்லறம் துறவறம் என்பவற்றுக்கிடையில் தான் கவலையுறுவதாகவும் இரண்டும் வேறன்று இரண்டிலும் தான் பங்கு பெறுவதாகவும் நந்தன் கூறுவதன் மூலம் அவனுடைய துறவறச் சிந்தனை வெளிப்படுகிறது.

...அவரிடம் இருந்த பொழுது என் மனம் இங்கு வர ஏங்கித் தவித்தது. இப்பொழுதோ இங்கே...உன் எதிரே நிற்கின்றேன்; மனம் எங்கோ...எதற்காகவோ ஏங்குகின்றது. இங்கிருந்தாலும் அங்கிருந்தாலும் எல்லா இடத்திலும் நான் என்னை முழுமையற்றவனாய் உணருகின்றேன். நியானாலும் அவரானாலும்...ஒருவராலும் எனது இந்த உண்மையை ஏற்றுக்கொள்ள முடியாது.[153]

---

152 *மேலது, 1974, ப.193.*

153 *மேலது, 1974, ப.232.*

புத்தர் மக்களிடம் அன்பு செலுத்தி அவர்கள் துன்பம் போக்க நல் உபதேசம் செய்தார். மாறாகப் பௌத்த சமயத்திற்கு ஆள்சேர்க்கும் பணியைச் செய்யவில்லை. பௌத்தத்தை ஏற்றுக்கொண்டு பின்பற்றுகிறவர்கள் ஒவ்வொருவரும் தங்கள் விருப்பத்திற்கிணங்க அதை ஏற்றுக் கொண்டனரே தவிர, பிறருடைய உந்துதலினால் பங்கு பெறவில்லை. இந்நிலையிலேயே நந்தனும் சுய விமர்சனத்திற்குப் பிறகு துறவறத்தை விரும்பிச் சென்று விடுவதாகவும் அவனை நினைத்துச் சுந்தரி வருந்துவதாகவும் நாடகம் முற்றுப் பெறுகிறது. சுந்தரி, நந்தன் ஆகியோரின் பிரிவுக்குப் பௌத்தச் சமயம் காரணமாகத் திகழ்வதைச் சித்திரித்துக் காட்டுவதாக இந்நாடகம் முடிவுறுகிறது.

நந்தன் அவன் மனைவியை விட்டு இறுதியாகத் துறவறம் சென்று விடுவதாக நாடகம் முடிவுறுகிறது. பௌத்தம் தனது கொள்கைகளை மக்களின் மீது திணித்துக் குடும்பத்தில் கணவன் மனைவிகளுக்கிடையில் ஒற்றுமையின்மைக்கு வழிவகுக்கிறது என்ற முறையில் நாடகச் சித்திரிப்புகள் இருப்பினும் நாடக முடிவில் உனக்கு நீயே ஒளி என்ற பௌத்த மதத்தின் உள்ளார்ந்த அடிப்படை கொள்கையினை ஆசிரியர் ஏற்றுக் கொள்ளும் முறையில் நந்தன் துறவறம் ஏற்றலுக்கான காரணத்தை வெளிப்படுத்துவதன் மூலம் விளங்கிக் கொள்ள முடிகிறது.

பொருளாதாரச் சித்திரிப்பில் - அரையும் குறையும்

பத்தொன்பது, இருபதாம் நூற்றாண்டுகளில் ஏற்பட்ட தொழில் மயமாக்கம், நகரமய மாக்கம், நவீன மயமாக்கத்தினால் அச்சு இயந்திரம், போக்குவரத்து, தொழிற் சாலைகள் முதலானவை பெருகி மக்களுக்கு நன்மை பயத்தது போன்றே மக்கள் தொகை பெருக்கம், வேலையின்மை, குறைந்த வருமானம், குடும்ப அமைப்பிலிருந்து விலகி இருத்தல் முதலானவற்றினால் தீமையும் பயக்கலாயின. இந்நிலையில் பெரிய தொழிற்சாலைகள் பெருக்கத்தினால் சிறு தொழில்கள் அழிவுறலாயின. இதனால் பல குடும்பங்கள் பாதிக்கப்படலாயின. இவ்வாறு பொருளாதாராப் பிரச்சனைகளால் குடும்பத்தில் ஏற்படும் சிக்கல்களைச் சித்திரித்துக் காட்டுவதாக அரையும் குறையும் நாடகம் அமைகின்றது.

சமூக இயக்குதலுக்குப் பொருளாதாரம் முக்கியக் காரணமாகத் திகழ்கிறது. ஒரு சமூகம் அமைதியாக இயங்குவதற்கும் அமைதியின்றி நிலவுவதற்கும் பொருளாதாரம் முக்கியக் கருவியாகத் திகழ்கின்றது. சமூகப் பிரச்சனைகளுக்குக் காரணமாக விளங்குகின்ற பண்பாடு, அரசியல், பொருளாதாரம் முதலான காரணங்களில் பொருளாதாரத்தினால் ஏற்படும் பிரச்சனைகள் பற்றிச் சமூகவியல் அறிஞர் ஹெரால்டு எ. பெல்ப்ஸ் (Harold A. Phelps) கூறுவதை ரா. ராஜேந்திரன் இங்கு நினைவுறுத்துவதாவது:

பொருளாதாரக் காரணங்களினால் ஏற்படும் பிரச்சனைகளில் ஏழ்மை, வேலையின்மை, சார்ந்திருத்தல் ஆகியவை முக்கியமானதாகும்.[154]

மனிதனின் வாழ்க்கையைத் தீர்மானிக்கும் கருவியாகப் பொருளாதாரம் அமைகின்றது. மனிதன் தனக்குத் தேவையான உணவு, உடை முதலான அடிப்படை தேவைகளை நிறைவேற்றிக் கொள்வதற்குப் பொருளாதாரம் முக்கியக் கருவியாகத் திகழ்கின்றது. பொருளாதாரம் பற்றி இரா. கல்பகம் மொழிவதாவது:

பொருளாதாரம் மிகவும் அடிப்படையான ஒரு நிறுவனம். அது மனிதனின் பொருளாதாரச் செயல்களைக் கடைப்பிடித்து நிறுவப்பட்டுள்ளது. பொருளாதாரச் செயல்கள் மனிதன் தன் தேவைகளாகிய உணவு, உடை, உறையுள் விருப்பம், நலம் முதலிய பலவகை தேவைகளைத் தானே தேடிக்கொள்ளும் முறைகள் என்று கூறப்படுகின்றசன. அவை மனிதனுடைய தேவைகளை ஓரளவிற்கு எடுத்துக்காட்டுகின்றன. மேலும் பொருளாதாரம் பொருள் உற்பத்தி, தேவை முதலியவற்றின் தரத்தை எடுத்துக்காட்டுகின்றது. பொருளாதாரத்தின் வாயிலாக அடைந்த நன்மைகளைப் பொருளாதாரச் சொத்து என்று கூறலாம்[155]

பொருளாதாரம் மனிதனின் அடிப்படைத் தேவைகளைப் பூர்த்திச் செய்து கொள்வதற்கு மூலக் காரணமாகத் திகழ்வதோடு சமுதாயத்தில் அவனுடைய விழுமியத்தைக் கட்டமைக்கவும் உதவுகிறது. குடும்பத் தலைவன் குடும்பத்திலுள்ளோரின்

154 ரா. இராஜேந்திரன், *சமூகப் பிரச்சனைகள்*, 2000, ப.5

155 இரா. கல்பகம், *சமூகவியல்*, 1973, ப.105.

தேவைகளைப் பூர்த்திச் செய்து வைப்பவராகத் திகழவேண்டுமெனில் அவருக்குப் பொருளாதாரம் உதவிபுரிகிறது. சமூகத்தில் பிறருடன் இயல்பாய் பழகுவதற்கு; இன்ப துன்பங்களைப் பகிர்ந்து கொள்வதற்கு எனப் பல நிலைகளில் பொருளாதாரம் உதவி புரிந்து வருகிறது. இந்நிலையில் பொருளாதாரத்தினால் சமூகத்தில் நிலவுகின்ற பிரச்சனைகளை அரையும் குறையும் நாடகத் தலைவன் மகேந்திரன், குடும்பத் தலைவி சாவித்திரியின் மூலம் சித்திரித்துக் காட்டுகின்றார் மோகன் ராகேஷ்.

அரையும் குறையும் தோற்றப் பின்புலம்

மோகன் ராகேஷ் ‘ஆடி மாதத்தில் ஒரு நாள்’, ‘அலைகளிலே அன்னம்’ என்ற நாடகங்களைப் போன்று ‘அரையும் குறையும்’ நாடகக் கதைக் கருவை எங்கிருந்து எடுத்தார் என்பது புலப்படவில்லை. சமூகப் பிரச்சனைகளைச் சித்திரித்துக் காட்டுவதில் மேற்கண்ட நாடகங்களினும் இந்நாடகம் சிறந்து விளங்குவதாகத் திகழ்கின்றது. அனுபவத்தின் அடிப்படையில் சித்திரிக்கும் தன்மைக் கொண்டவரான மோகன் ராகேஷ் அவரது வாழ்க்கையையோ அல்லது அவருடயை நண்பர்களின் வாழ்க்கையையோ கற்பனை கலந்து சித்திரித்துள்ளார் என்பது புலப்படுகின்ற நிலையில் இந்நாடகம் பற்றி பிரதிபா அகர்வால் கூறுவதாவது:

ஆதே அதூரேயின் மிகப் பெரிய வலிமை இதுவாகும். நாகரிகம், பண்பாடு, உறவுகள் முதலியவற்றை விரும்பும் உலகத்தை ஒதுக்கி வைத்துவிட்டு நாடகாசிரியர் கொஞ்சமும் இரக்கமில்லாமல் தனது பாத்திரங்களின் உண்மை நிலையை விண்டுரைக்கிறார். இது நடிப்பவர்களையும் பார்ப்பவர்களையும் பெரிதும் பாதிக்கின்றது. மிகவும் உருக்கி விடுகின்றது. முக்கியமாக, டில்லி பெருநகரில் வசிக்கும் மத்தியதரப் புதுமைக் குடும்பத்தின் சூழ்நிலைகள், உறவுகள், மனஸ்தாபங்கள், சச்சரவுகள், அச்சங்கள் முதலியவற்றின் இத்துணைச் சிறந்த சித்திரம் இந்தியாவின் வேறெந்த நாடகத்திலும் இல்லை[156]

கணவன் மனைவிக்குள் ஏற்படும் பிரச்சனை, பிள்ளைகளுக்கிடையில் நடக்கும் சண்டைகள், அடிப்படைத்

---

156 அகிலா சிவராமன், (மொ.ஆ), இந்திய இலக்கியச் சிற்பிகள் மோகன் ராகேஷ், 1999, ப.96.

தேவைகளுக்கான போராட்டம், நட்பின் செயல்பாடு வாழ்க்கைப் போராட்டம் என நடப்பியல் பிரச்சனைகளை எதார்த்தமாகச் சித்திரித்துக் காட்டும் வகையில் அமைந்துள்ள அரையும் குறையும் (ஆதே அதூரே) நாடகத்தின் கதைப் பொருளை மோகன் ராகேஷ் அவர் காலச் சமூகப் பின்னணியைக் கொண்டு வடிவமைத்துள்ளார் என்பது புலப்படுகின்றது.

அரையும் குறையும் நாடகத் தலைவன் மகேந்திரன் செய்து கொண்டிருந்த தொழிலில் நட்டம் ஏற்பட்டதனால் வேலையின்றிக் காணப்படுகிறான். மனைவி சாவித்திரியின் வருமானத்தில் குடும்பம் இயங்கிக் கொண்டு வருகிறது. இந்நிலையில் குடும்பத்தில் நடைபெறும் நிகழ்வுகள்; குடும்ப நபர்களின் செயல்பாடுகள்; முதன்மைப் பாத்திரங்களுக்குக் கொடுக்கும் மரியாதை எனப் பல நிலைகளில் குடும்பத்தில் நடைபெறும் சிக்கல்கள் சித்திரிக்கப்படுகின்றன. நாடகத் தலைவி சாவித்திரி பொருள் கொண்டவர்கள் மீது பற்றுடையவளாகச் சித்திரிக்கப் பெற்றிருப்பதனால் பொருளற்ற மகேந்திரனுடன் அமைதியான வாழ்க்கை வாழமுடியாத நிலைக்கு ஆளாகிறாள். மகேந்திரன், சாவித்திரி வாழ்க்கையில் பொருளாதாரம் எவ்வளவு முக்கியமாகத் திகழ்கிறது என்பதைச் சித்திரித்துக் காட்டுவதன் மூலம் அவர்காலச் சமூகச் சூழலைக் காட்சிப்படுத்துகிறார் மோகன் ராகேஷ்.

குடும்பத் தலைவனின் விழுமியமும் பொருளாதாரமும்

குடும்பத்தில் தலைவனுக்குரிய விழுமியத்தைத் தீர்மானிக்கும் கருவியாகப் பொருளாதாரம் திகழ்கின்றது. மகேந்திரன் செய்து கொண்டிருந்த தொழிலில் நட்டம் ஏற்பட்டதன் விளைவாக வேலையின்றிக் காணப்படும் அவனைக் கலந்து கொள்ளாமல் குடும்பத்திலுள்ளோர் அவரவர் விருப்பப்படி செயல்களைச் செய்து வருகின்றனர். சாவித்திரி அவளுடைய அலுவலக மேலாளரை வீட்டிற்கு அழைத்து வருதல்; மூத்த மகள் பின்னி காதல் திருமணம் செய்து கொள்ளல்; அசோக் வேலையின்றி ஊர் சுற்றல்; இளைய மகள் கின்னி மூத்தவர்களிடம் மரியாதை இன்றி நடந்து கொள்ளுதல் எனக் குடும்பத்தில் உள்ளோர் தங்கள் விருப்பத்திற்கிணங்க செயலாற்றி வருகின்றனர். பொருளீட்டும் தன்மையற்ற காரணத்தினால் குடும்பத்திலுள்ளோர் தமது சொற்களுக்கு முன்னுரிமை கொடுக்க மறுக்கிறார்கள் என்று மகேந்திரன்

வருத்தமடைந்து கொண்டிருக்கின்றான். இந்நிலையில் ஒரு நாள் அசோக், கின்னி இருவரும் பெரும் இரைச்சலில் குறும்புத் தனம் செய்து கொண்டிருந்த பொழுது நீண்ட நேரத்திற்குப் பிறகு அமைதி இழந்தவனாய் குடும்பத் தலைவன் என்ற முறையில் தன்னைக் கண்டு கொள்ளாமல் இப்படிச் செய்கிறார்களே என்று மகேந்திரன் மொழிவதாவது:

...இந்த வாழ்க்கை எனும் சுமையைச் சுமக்க ஆரம்பித்து எத்தனை ஆண்டுகளாகிவிட்டன? இதில் எத்தனை ஆண்டுகள் இந்தக் குடும்பத்தைக் கவனிப்பதில் கழிந்திருக்கின்றன? இதற்கெல்லாம் அப்புறம் இன்று நான் எங்கே? எந்த இடத்தில் வந்து நிற்கிறேன்? என் நிலைதான் என்ன? யாரானாலும் சரி... என்னிடம் ஏன் ஏறுமாறாகப் பேசுகிறார்கள்? ஒவ்வொருவரும் என்னிடம் ஏன் மரியாதையில்லாமல் நடந்து கொள்கிறார்கள்? [157]

குடும்பத் தலைவன் என்ற முறையில் தன்னிடம் மரியாதை இல்லாமல் நடந்து கொள்கிறார்களே என்று மகேந்திரன் கவலையுறுவதன் மூலம் மனித வாழ்க்கையில் பொருள் எவ்வளவு முக்கியமாகத் திகழ்கிறது என்பது உணர்த்தப்பெறுகிறது.

மக்கள் தொகை பெருக்கம், வறுமை, வேலையின்மை முதலியவற்றின் விளைவாகப் பாதிக்கப்படும் மக்கள் அவற்றிலிருந்து தங்களைப் பாதுகாத்துக் கொள்ளும் பொருட்டுத் துரிதமாக உழைக்கலாயினர். இதனால், அவர்களின் வாழ்வில் மாற்றங்கள் ஏற்படலாயின. தங்கள் வாழ்க்கைக்குத் தேவையான அத்தியவாசியப் பொருள்களைப் பெறுவதன் மூலம் சமூகத்தில் தங்களுக்கான அடையாளத்தை நிலை நிறுத்திக் கொள்ள முடியும் என்று கருதலாயினர். இவ்வகை மாற்றத்தினால் அவர்களின் வாழ்க்கை அமைப்பு முறையில் சில தளர்வுகளை ஏற்படுத்திக் கொள்ள நேர்ந்தன. நகர மயமாக்கத்தினால் குடும்பங்களிலிருந்து விலகி வாழும் சூழல் உருவானதால் குடும்பங்களில் அன்பும் மரியாதையும் குறையலாயிற்றுப் பொருளாதாரத்தை நோக்கிப் பயணம் செய்ய வேண்டிய சூழலினால் மனித உறவுகளில் மாற்றம் ஏற்படலாயின. பெரியோரை மதித்தல், அவர்கள் சொற்படி நடத்தல் முதலியன மாற்ற மடைந்து குடும்பம் இயங்குவதற்கு மூலக் காரணமாகத் திகழ்பவர் இளையவராக இருப்பினும் அவருடைய

---

157 சரஸ்வதி ராம்நாத் (மொ.ஆ), மோகன் ராகேஷ் எழுதிய மூன்று நாடகங்கள்: அரையும் குறையும், 1974, ப.45.

வழிகாட்டுதலில் குடும்பம் இயங்கும் நிலை உருவாயிற்று. குடும்பத் தலைவன் மகேந்திரன் பொருளீட்டும் தன்மையற்றவனாக விளங்குவதால் குடும்பத்தில் அவனுக்குரிய பொறுப்புகள் கிடைக்கப் பெறவில்லை என்பதைக் கீழ் வரும் மகேந்திரன் கூற்று நினைவுறுத்துகின்றது.

...இந்த வீட்டிலுள்ள யார் வேண்டுமானாலும், எப்பொழுது வேண்டுமானாலும், எந்தக் காரணத்திற்காகவும், என்ன வேண்டுமானாலும் கூறினாலும் அதை வாயைத் திறக்காமல் கேட்டுக் கொண்டிருக்க வேண்டும். அதுதான் இந்த வீட்டில் எனக்குள்ள ஸ்தானமா? எப்பொழுது பார் அதட்டல், அலட்சியம்...இதுதான் இத்தனை வருடங்களாக நான் சம்பாதித்தது! அப்படித்தானே! [158]

சமூகத்தில் ஒரு மனிதனுக்குரிய விழுமியத்தைத் தீர்மானிக்கும் கருவியாகப் பொருள் விளங்குகின்றது என்பதை மகேந்திரன் பாத்திரம் மூலம் சித்திரித்துக் காட்டுவது குறிப்பிடத்தக்கதாகும். குடும்பத் தலைவன் என்ற முறையில் குடும்ப நபர்கள் அவனைப் போற்றாததற்கு அவனது பொருளற்ற சூழ்நிலையே காரணம் என்று கூறியிருப்பதன் மூலம் சமூகத்தில் பொருளாதாரத்தினால் ஏற்படும் சிக்கலை விளங்கிக் கொள்ள முடிகிறது.

பொருளாதாரச் சிக்கனத்தின் முக்கியத்துவம்

நகர மயமாக்கத்தினால் போக்குவரத்து, தொழிற்துறை உள்ளிட்டவை பெருகியவை போன்றே மனிதனின் தேவைகளும் காலத்திற்கு ஏற்றாற் போன்று மிகுதி பெறலாயின. இன்றைய காலகட்டத்தில் மனிதனின் வருமானத்தைவிட செலவினங்களே மிகுதியாக உள்ளன. புதிய பொருள்களின் உற்பத்தி பெருக்கமும் பலவகை பொழுது போக்குகளின் மீதுள்ள விருப்பமும் வருமானத்திற்கு மிகுதியாகச் செலவு செய்யும் நிலையை உருவாக்குகின்றன. இத்தகைய செய்கைகளினால் பல குடும்பங்கள் பாதிக்கப்படுகின்றன. இவ்வாறு பொருளாதாரச் சிக்கனம் இன்மையினாலும் தேவையற்ற செலவினங்களினாலும் குடும்பத்திற்குள் பிரச்சனைகள் எழுவதைச் சித்திரித்துக் காட்டுவதாகச் சாவித்திரி பாத்திரம் திகழ்கின்றது. தொடக்கத்தில்

---

158 மேலது, 1974, ப.46.

ஈட்டிய பணத்தைச் சேகரித்து அளவோடு செலவு செய்திருந்தால் இந்த நிலைமைக்கு உள்ளாகியிருக்க முடியாது என்று சாவித்திரியிடம் கூறுவதன் மூலம் சிக்கனத்தின் தேவையை உணரமுடிகிறது.

இல்லையில்லை...நான்தான். அந்நாட்களில் இந்த வீட்டில் என்ன செலவு தெரியுமல்லவா? வீட்டு வாடகை நானூறு, வெளியே போகவர டாக்ஸி, தவணை முறையில் குளிர்சாதனப் பெட்டி, குழந்தைகளுக்கு கான் வேண்ட் படிப்பு...[159]

ஆடம்பர வாழ்க்கை முறையை விரும்பும் சாவித்திரி பொருளாதார நெருக்கடியில் வாழ்ந்து கொண்டிருக்கும் தனது குடும்பத்தின் நிலையைக் கருதி அதனைப் போக்க முயற்சிக்கிறாள். அவளுடைய முயற்சிகள் தோல்வியுறுவதினால் அதனைப் பொருட்படுத்திக் கொள்ளாமல் மகேந்திரனைக் காரணம் காட்டுகின்றாள். இவ்வாறு கணவன் மனைவிகளுக்குள் கருத்து முரண்பாடுகள் தோன்றி அமைதியற்ற முறையில் குடும்பம் இயங்குவதற்குப் பொருளாதாரம் மூலக் காரணமாகத் திகழ்கின்றது என்பதைச் சாவித்திரிப் பாத்திரம் மூலம் சித்திரித்திருப்பது நோக்கத்தக்கதாகும்.

நடுத்தரக் குடும்பத்தைச் சேர்ந்தோர் தொழில் செய்ய முயற்சித்துத் தொழிலில் இலாபம் ஈட்ட முடியாமலும் கடன் வாங்கிய பணத்தைத் திருப்பிச் செலுத்த முடியாமாலும் அல்லலுறுகின்றனர். இதனைச் சித்திரித்துக் காட்டுவதாக மகேந்திரன் பாத்திரம் திகழ்கிறது. மகேந்திரன் தொழில் செய்யும் காலங்களில் வாங்கிய கடனைத் திருப்பிச் செலுத்த முடியாத நிலையிலும் கடன் கொடுத்தவரைப் பார்த்துச் சொல்லிவிட்டு வர வேண்டும் என்ற அவனது நேர்மையின் மூலம் வறுமை சித்திரிக்கப் பெறுகின்றது.

அவனுக்குக் கொடுக்க தற்சமயம் கையில் பணமில்லை. போய் முகத்தையாவது காட்டிவிட்டு வர வேண்டுமல்லவா?[160]

வாழ்வாதாரத்தை நிலை நிறுத்திக் கொள்வதற்காகவும் அத்தியாவசியப் பொருள்களை ஏற்படுத்திக் கொள்வதற்காகவும் தொழில் செய்ய முயற்சித்துப் பிறகு அதில் இலாபம் ஈட்ட முடியாமலும் வாங்கிய பணத்தைத் திருப்பிச் செலுத்த

---

159 மேலது, 1974, ப.17.

160 மேலது, 1974, ப.15.

முடியாமலும் அல்லலுறுகின்ற சமூகப் பிரச்சனைகளை மகேந்திரன் பாத்திரம் சித்திரித்துக் காட்டுகின்றது.

குடும்ப முன்னேற்றத்தில் தலைவிப் பாத்திரம்

குடும்ப முன்னேற்றம் கருதி வேலைக்கும் செல்லும் பெண்கள் சமூகத்தில் உள்ளோர்களால் பல இன்னல்களுக்கு ஆளாகின்றனர். அக்கம் பக்கத்தில் உள்ளோர், உடன் வேலை செய்பவர்கள் என வீட்டிற்கு வெளியே உள்ளவர்களாலும் கணவன், பிள்ளைகள் எனத் தனது குடும்பத்தில் உள்ளவர்களாலும் வேலைக்குப் போகும் பெண்கள் மன வேதனைக்கு உட்படுகின்றார்கள். இவ்வாறு சமூகத்தில் பெண்களுக்கு நிகழும் நிகழ்வுகள் பற்றி விளக்கும் வகையில் சாவித்திரி பாத்திரம் சித்திரிக்கப் பெறுகிறது. குடும்பத் தலைவன் வேலையின்றிக் காணப்படுவதனால் சாவித்திரியின் உழைப்பில் குடும்பம் இயங்கிக் கொண்டு வருகிறது. குடும்பப் பொறுப்பைப் பகிர்ந்து கொள்ளும் வகையில் மகன் அசோக்கிற்கு வேலை ஒன்று ஏற்பாடு செய்கிறாள். மகனின் வேலையின் பொருட்டு அலுவலக மேலாளர் சிங்கானியாவின் உதவியை நாடுகிறாள். இதனால் அவனை விருந்து சாப்பிட வீட்டிற்கு அழைக்கிறாள். இதனை விரும்பாத குடும்ப நபர்கள் சாவித்திரியின் இத்தகைய செய்கையைக் குறை கூறுகிறார்கள். அவர்களுக்குச் சாவித்திரி பதில் கூறுவதன் மூலம் அவளுடைய குடும்பப் பொறுப்பின் வேதனை வெளிப்படுகிறது.

எப்படியாவது இந்த வீடு உருப்படி யாகட்டுமே என்றுதான். தாளமுடியாத சுமை என் ஒருத்தி மீதேயிருக்கிறதே, அதை யாரேனும் என்கூட பகிர்ந்து கொள்ளட்டும் என்றுதான்! இம்மாதிரி பெரிய புள்ளிகளோடு நான் தொடர்பு வைத்துக்கொள்ள விரும்புவது எனக்காக அல்ல. உங்களுக்காகத்தான். ஆனால் நீங்கள் இதனால் சிறுமை அடைகிறீர்களென்றால் இனி இந்த முயற்சியையும் விட்டுவிடுகிறேன் – ஆனால் இதையும் சொல்லிவிடுகிறேன். தனியொருத்தியாக இனி என்னால் இந்த வீட்டின் பொறுப்புகளைச் சுமக்க முடியாது. வீட்டுக்குடையவர், வீட்டிலுள்ள பணத்தை யெல்லாம் தொலைத்து விட்டு வருடக் கணக்காக கையைக் கட்டிக் கொண்டு உட்கார்ந்திருக்கிறார்... நான் மட்டும் ஏன் இரவு பகலாய் உழைத்து ஓடாகப் போகவேண்டும்? நானும் ஏன் சுகமாய் ஓரிடத்தில் உட்கார்ந்து

கொள்ளக் கூடாது...அப்பொழுது நீங்கள் ஒருவரும் சிறுமைப்பட வேண்டிய அவசியமே இராதல்லவா?[161]

வறுமையின் காரணமாகவும் தேவைகளின் மிகுதியின் பொருட்டும் பெண்கள் வேலைக்குப் போகும் நிலை ஏற்படலாயிற்று எனினும், வேலைக்குப் போகும் பெண்கள் குடும்பத்தில் உள்ளவர்களாலும் உடன் வேலை செய்பவர்களாலும் பாதிப்புக்குள்ளாக்கப்படுவது இன்னும் குறைந்த பாடில்லை என்பதைச் சாவித்திரி பாத்திரம் மூலம் சித்திரித்திருப்பது குறிப்பிடத்தக்கதாகும்.

கின்னியின் கல்வி முறையில் வறுமை சித்திரிப்பு

நடுத்தரக் குடும்பத்தின் வருமானம் உணவுப் பிரச்சனைகளையே முழுமையாகத் தீர்க்காத நிலையில் அவர்களால் நல்ல உடை உடுத்தவோ, அலங்காரம் செய்து கொள்ளவோ, பொழுது போக்குச் சாதனங்களில் ஈடுபடவோ முடியாத நிலை ஏற்படுகிறது. இந்நிலையைச் சித்திரித்துக் காட்டுவதாக கின்னிப் பாத்திரம் திகழ்கிறது. பள்ளிக்கூடம் படிக்கும் கின்னி தையல் வகுப்பில் துணிக்குப் பணம் கொடுக்காததால் மாணவர்கள் முன்னிலையில் எப்பொழுது தருவாய் என்று ஆசிரியைக் கேட்பது, புதிய காலுறை (சாக்ஸ்) இல்லாததனால் கிழிந்த காலுறையைக் கண்டு சக மாணவர்கள் எள்ளல் செய்வது முதலானவற்றைக் காட்சிப் படுத்தியுள்ளதன் ஊடாக மகேந்திரனின் குடும்ப நிலைமை சித்திரிக்கப் பெறுகின்றது. வறுமையின் காரணமாகப் பள்ளியில் நிகழும் வேதனைகளைத் தாங்கிக் கொள்ள முடியாதவளாய் கின்னிப் பாத்திரம் சாவித்திரியிடம் உரையாடும் இடங்களாவன:

எல்லாப் பெண்களும் தைத்துக் கொள்ளப் போகிறார்கள். கிளிப், சாக்ஸ் எல்லாம் இந்த வாரம் வாங்கித்தருகிறேன் என்று நீ சொன்னாயல்லவா? வாங்கித்தந்தாயா? கிழிந்த சாக்ஸைப் போட்டுக் கொண்டு ஸ்கூலுக்குப் போக எனக்கு எத்தனை அவமான மாயிருக்கிறது தெரியுமா? ...அப்போ என்னை ஸ்கூலிலிருந்து நிறுத்திவிடு இந்த அசோக்கு சுத்தறானே நாள் முழுதும்; அப்படி நானும் சுத்தறேன் ஊரை.[162]

---

161 மேலது, 1974, பக்.69-70.

162 மேலது, 1974, பக்.37-38.

வறுமையின் காரணமாகப் பள்ளியிலிருந்து இடைநிறுத்தம் செய்யும் நிலைக்கு ஒரு குழந்தையின் மனநிலை மாற்றமடைந்துள்ளது எனின், சமூகத்தில் பொருள் எவ்வளவு முக்கியத்துவம் பெற்றதாகத் திகழ்கிறது என்பது புலப்படும்.

கின்னியின் கல்விச் சூழல் சித்திரித்துக் காட்டப்படுவது போன்றே குடும்பத் தலைவனின் வறுமையும் சித்திரிக்கப்பெறுகின்றது. கணவன் வீட்டிலிருந்து மகேந்திரன் வீட்டிற்கு ஆட்டோவில் வரும் மூத்தமகள் பின்னி ஆட்டோவிற்குப் பணம் கொடுக்கும் பொருட்டு ஐம்பது பைசாவைச் சாவித்திரியிடம் கேட்கிறாள். சாவித்திரி மகேந்திரனைக் கொடுக்கச் சொல்கிறாள். அதற்கு மகேந்திரன் என்னிடம் பணம் ஏதும் இல்லை என்கிறான். அப்பொழுது சாவித்திரி பால் வாங்க கொடுத்த பணத்தில் மீதி எங்கே என்று கேட்கிறாள். அதற்கு மகேந்திரன் அதில் எனக்கென்று பத்திரிக்கை வாங்கிக் கொண்டேன் என்று கூறுகையில் நடுத்தரக் குடும்பத்தின் நிலைமை கண்முன் கட்சிப் படுத்தப்பெறுகின்றது.

சாவித்திரி: உங்கள் பாக்கெட்டில் ஐம்பது பைசா இல்லையா என்ன? பாலுக்குக் கொடுத்த காசில் மீதி இருக்குமே !

மகேந்திரன்: எனக்காக நான் செலவு செய்து கொண்டது ஐம்பது பைசாதான். அதுவும் இந்தப் பத்திரிக்கை வாங்க.[163]

சமூகத்தில் வறுமையினால் பாதிப்புகளுக்குள்ளாகின்ற குடும்பங்களின் நிலைமையை விளக்கும் வகையில் மகேந்திரன், கின்னி பாத்திரங்கள் சித்திரிக்கப் பெற்றிருக்கின்றன.

அசோக் வேலைவாய்ப்பில் முதலாளிகளின் முகத்திரை வெளிப்பாடு

உலக மயமாக்கலின் காரணமாகத் தொழில் துறை மிகுதியாக உருவாக்கப் பெற்றிருப்பினும் மக்கள் தொகை பெருக்கத்தின் விளைவாகத் தகுதிகேற்ற வேலை என்பது இந்தியாவில் சாத்தியப் படாத ஒன்றாக இருக்கின்றது என்பதை அசோக் பாத்திரம் சித்திரித்துக் காட்டுவதாக அமைகின்றது. அசோக் கல்லூரியை இடையில் நிறுத்தி விட்டு வேலையின்றி வாழ்ந்து வருகிறான். அசோக் வேலைக்குச் சென்றால் குடும்பச்சுமை குறையும் என்ற நல் எண்ணத்தில் தன்னுடைய அலுவலக மேலாளர் சிங்கானியாவின் உதவியை நாடுகிறாள் சாவித்திரி.

163 *மேலது, 1974,* ப.21.

அதற்காக சிங்கானியாவைத் தேநீர் விருந்திற்கு வீட்டிற்கு அழைக்கிறாள். சாவித்திரிக்கு உதவிபுரிவதாகச் சொல்லும் சிங்கானியாவின் செய்கைகளை விரும்பாத அசோக் அவர் உதவியின் மூலம் கிடைக்கும் வேலையைத் தான் விரும்ப வில்லை என்றும் உதவி என்ற பெயரில் பெரிய மனிதர்களை வீட்டிற்கு அழைத்து வருவதில் தனக்கு உடன்பாடு இல்லை என்றும் கூறுவதன் மூலம் நடுத்தர மக்களின் பண்புநலன் சித்திரிக்கப்படுவதோடு முதலாளிகளின் முகத்திரையும் வெளிப்படச் செய்கின்றது.

எனக்கு வேண்டாம் அந்த வேலை...அதிலும் அந்த மனிதன் மூலமாக வேண்டவே வேண்டாம்...அவன் மனிதனா? பீட்ரூட்டா? நாகரிகமாய் உட்கார, பேசத் தெரியவில்லை அவனுக்கு... உன் Boss ஆக மட்டும் இருந்திரா விட்டால், அன்றைக்கே காதைப் பிடித்து இந்த வீட்டை விட்டு வெளியேற்றி இருப்பேன். சோபாவிலே காலைப் பரப்பிக் கொண்டு என்னவோ யோசனை...தொடையைச் சொரிந்துகொண்டு பார்வை வேறெங்கேயோ...இங்கே பேசுகிறது என்னிடம்...[164]

ஏற்றத் தாழ்வாக அமைந்துள்ள இச்சமூகத்தில் இல்லாமையின் பொருட்டு இருப்பவரின் உதவியை நாடும் பொழுது அவர்கள் தங்களுக்குச் சாதகமாகத் தவறாகப் பயன்படுத்திக் கொள்ள நினைக்கின்றனர். முதலாளிகளின் தீய எண்ணத்திற்கு ஆட்கொண்டு மானம் இன்றி வாழும் வாழ்கையைவிட வறுமையினால் வாழும் வாழ்க்கையே மேலானது என்பதை நினைவுறுத்தும் முறையில் ‘இந்த மாதிரியான மனிதர்களின் உதவியினால் தாழ்ந்தவர்களாக இருக்கும் நாம் இதனால் நம் மதிப்பிலேயே இன்னும் தாழ்ந்து விடுகிறோம்’ என்று அசோக் சாவித்திரியிடம் கூறுவதன் வழிச் சமூகநிலைமை கண்முன் காட்சியளிக்கப்படுகிறது.

நடுத்தரக் குடும்பத்தின் அமைப்பு முறை

உழைப்பிற்கு ஏற்ற ஊதியம் இல்லாமை, குடும்ப உறுப்பினர்களின் மிகுதியான எண்ணிக்கை, அத்தியாவசியப் பொருள்களின் தேவை முதலானவற்றின் காரணமாக ஆண்,

---

164 *மேலது*, 1974, ப.50.

பெண் என இருவரும் வேலைக்குச் செல்லும் நிலை ஏற்படுகின்றது. இதனால் வீட்டில் அனைவரும் ஒன்றாக அமர்ந்து சிரித்துப் பேச மகிழ முடியாமை; ஒன்றாக உணவு உண்ண முடியாத நிலைமை; வீட்டைத் தூய்மையாக வைத்துக் கொள்ளமுடியாத சூழல் எனச் சமூகச் சித்திரிப்பைச் சாவித்திரி குடும்ப அமைப்பின் மூலம் சித்திரித்துள்ளதைக் காணமுடிகின்றது.

நாள் முழுதும் வீட்டில் உட்கார்ந்திருக்கும் மனிதர் வேறொன்றுமில்லாவிட்டாலும் தன் துணிமணியையாவது மடித்து வைத்துக் கொள்ளக் கூடாதா?... தேநீர் குடித்தால் பாத்திரங்களைச் சமையல் அறையில் கொண்டுபோய் வைப்போம் என்ற உணர்வு கூட கிடையாது. நான் வந்து எடுத்தால்தான் எடுத்தது...[165].

அலுவலகம் சூழல், பேருந்து பயணக் காட்சி, கிழிந்த காகிதக் குவியல், தேநீர் குவளைகளில் ஈ மொய்த்துக் கொண்டிருத்தல் முதலானவற்றின் மூலம் குடும்ப அமைப்புக் காட்சிப் படுத்தப்பெறுகின்றது.

வேலைவாய்ப்பின்மை, வறுமை, உழைப்புக்கேற்ற ஊதியம் இல்லாமை, அத்தியாவசியப் பொருட்களின் தேவைகளைப் பூர்த்தி செய்து கொள்ள முடியாத சூழல் முதலான காரணங்களால் நடுத்தரக் குடும்பத்தில் பெற்றோர்களுக்கிடையில் சண்டை செய்து கொள்வது என்பது எழுதப்படாத சட்டமாக இருந்து வரும் நிலையில் இதனால் குழந்தைகள் மன உளைச்சலுக்கு ஆளாக நேர்கின்றனர் என்பதை மகேந்திரன், சாவித்திரி சண்டையின் போது மன உளைச்சலுக்குள்ளான பின்னிப் பாத்திரம் புலப்படுத்துவதாவது:

பலமுறை...எனக்கு நான் ஒரு வீட்டில்...ஒரு குடும்பத்தில் வாழவில்லை...மிருகக் காட்சி சாலையில் ஒரு கூண்டில் அடைபட்டிருக்கிறேன் என்பது போன்ற உணர்ச்சி ஏற்படுவது உண்டு...இங்கு என்னவெல்லாம் நடந்தது...நடக்கும் என்பதை உங்களால் யோசித்துக்கூடப் பார்க்க முடியாது...டாடி கூச்சலும் கூப்பாடும் போட்டுக் கொண்டு மம்மியின் உடைகளைத் தார் தாராய் கிழிப்பது, மம்மியின் வாயைக் கட்டிவிட்டு அறையை மூடிக் கொண்டு அவளை அடிப்பது. தரதரவென்று இழுத்துக் கொண்டுபோய்...(உடல் சிலிர்க்க) ஓ... அதையெல்லாம் என்னால் விவரிக்கக்கூட முடியாது அங்கிள்.[166]

---

165 *மேலது*, 1974, ப.10.

166 *மேலது*, 1974, ப.107.

குடும்பத்தில் பெற்றோர்கள் பற்றி அக்கம் பக்கத்தில் உள்ளவர்கள் கூறுவதன் மூலம் குழந்தைகளுக்குப் பெற்றோர்கள் மீது ஒரு வகை நம்பிக்கையின்மை ஏற்படுவதற்கு இச்சமூகம் எவ்வாறு காரணமாகத் திகழ்கிறது என்பதை கின்னி பாத்திரம் வெளிப்படுத்துவதாவது:

அப்புறம் அந்த சுரேகாவோட மம்மி என்னைக் கூப்பிட்டு எப்படித் திட்டினாள் தெரியுமா? ...நம்ம வீட்டைப் பத்தி இன்னும் என்னென்னமோ கண்டபடி - கெட்ட கெட்ட வார்த்தை யெல்லாம் சொல்கிறாள்...[167]

மேற்கண்ட கூற்றுகளின் மூலம் நடுத்தரக் குடும்ப அமைப்பு முறை பற்றியும் உறவுகளுக்கிடையிலும் ஏற்படுகின்ற பிரச்சனைகள் பற்றியும் அறிந்து கொள்வதோடு அதற்குப் பொருள் எவ்வளவு முக்கியக் கருவியாகத் திகழ்கிறது என்பதையும் அறிந்து கொள்ள முடிகின்றது.

பெற்றோரும் பிள்ளைகளும்

குடும்பத்தில் பிள்ளைகள் நற்சிந்தனையில் வளர்வதற்குப் பெற்றோர்களின் பங்களிப்பு மிகவும் முக்கியமானதாகும். சமூகத்தில் குடும்பம் சிறந்ததாக விளங்க வேண்டுமெனின், அக்குடும்பத்தில் உள்ள பிள்ளைகளின் செயல்பாடுகள் நல்முறையில் அமைய வேண்டும். அதுபோன்று பிள்ளைகள் நல்முறையில் வளர்வதற்குப் பெற்றோர்கள் முன் மாதிரியாகத் திகழ வேண்டும். குழந்தைகள் பொறுப்புடன் கவனமாக இல்லை என்பதற்குத் தாங்களே காரணம் என்பதைச் சாவித்திரியும் மகேந்திரனும் ஒருவரை ஒருவர் குறைக்கூறிக் கொள்வதன் மூலம் பிள்ளைகள் எவ்வாறு பாதிப்புகளுக்கு ஆளாகின்றனர் என்பதைச் சாவித்திரி, மகேந்திரன் பாத்திரங்கள் விளக்குகின்றன. மகன் அசோக் வேலைக்குப் போகாமல் ஊர் சுற்றுவதற்கு மகேந்திரனே காரணம் என்று சாவித்திரியும் பின்னி காதல் திருமணம் செய்து கொண்டதற்குச் சாவித்திரியே காரணம் என்று மகேந்திரனும் உரையாடிக் கொள்வதன் மூலம் புலப்படுவதாவது:

சாவித்திரி: இல்லை – அவனை உங்களுடன் ஒப்பிடுகிறேன். எப்படி உங்கள் வாழ்க்கையை வீணடித்துக் கொண்டீர்களோ, அதுபோல அவனும்...

---

167 *மேலது*, 1974, ப.101.

மகேந்திரன்: உன்னுடைய பெண்? அவள் தன் வாழ்க்கையைப் பாழக்கிக் கொள்ளும் பாடத்தை யாரிடம் கற்றுக் கொண்டிருக்கிறாள்? நான் யார் கூடவாவது வீட்டை விட்டு ஓட ஒரு நாளும் நினைத்ததில்லை.[168]

குடும்பம் சீராக இயங்குவதற்குப் பெற்றோர்களின் பங்களிப்பு முக்கியம் என்பதற்கு மகேந்திரன், சாவித்திரியின் வாழ்க்கை சிறந்த உதாரணமாகத் திகழ்கிறது. வேலை வாய்ப்பின்மை, வறுமை, அத்தியாவசத் தேவை, சமூக மதிப்பீடு முதலானவற்றால் இச்சமூகத்தில் நிலவும் சிக்கல்களைச் சாவித்திரி, மகேந்திரன் உள்ளிட்ட பாத்திரங்கள் மூலம் சிததிரித்துள்ளமை குறிப்பிடத்தக்கதாகும். குடும்பத்தில் கணவன் மனைவிக்கிடையில் ஏற்படும் சிக்கல்களுக்கு மூலக் காரணமாகப் பொருளாதாரம் திகழ்கிறது என்பதை மகேந்திரன், சாவித்திரியின் வாழ்க்கை மூலம் அரையும் குறையும் நாடகம் சித்திரித்துக் காட்டியிருப்பது குறிப்பிடத்தக்கதாகும்.

ஆடி மாதத்தில் ஒரு நாள் உள்ளிட்ட மூன்று நாடகங்களும் குடும்பத்தில் கணவன் மனைவிக்கிடையில் ஏற்படும் சிக்கல்களைப் பற்றி அரசியல், சமயம், பொருளாதாரம் என்ற முறையில் சித்திரித்துக் காட்டியிருப்பதன் மூலம் நாடகாசிரியரின் சமூகப் பார்வை புலப்படுகின்றது.

மோகன் ராகேஷ் நாடகங்களில் பெண்ணியச் சித்திரிப்பு

இந்தி நவீன நாடக மரபில் தனது நாடகங்களின் மூலம் புதியசிந்தனை மரபை ஏற்படுத்தியவர் மோகன் ராகேஷ். புராணங்களையும் இதிகாசங்களையும் பாடிக்கொண்டிருந்த இந்தி நாடக மரபில் முதன் முதலில் தனிமனிதனின் உளவியல் பிரச்சனைகளையும் நடுத்தரப் பெண்களின் பிரச்சனைகளையும் தனது நாடகத்தின் மூலம் வெளிப்படுத்தியவர். ஆடி மாதத்தில் ஒரு நாள், அலைகளிலே அன்னம், அரையும் குறையும் என்ற மூன்று நாடகங்களும் பெண்களை முதன்மை பாத்திரங்களாக ஏற்றுக்கொண்டுள்ளன. சமூகத்தில் நடுத்தரப் பெண்களுக்கு ஏற்படுகின்ற பிரச்சனைகளைக் குடும்பம், அலுவலகம் முதலான நிலைகளில் மோகன் ராகேஷ் சித்திரித்துக் காட்டியிருப்பது குறிப்பிடத்தக்கது.

---

168 மேலது, 1974, ப.19.

இன்றைய உலகில் தலித்தியப் பிரச்சனைகளும் பெண்ணியப் பிரச்சனைகளும் தீர்க்க முடியாதவைகளாகப் பேசப்பட்டு வருகின்றன. தலித்தியம் யார் பேசுவது? பெண்ணியம் யார் பேசுவது? என்ற பிரச்சனைகளும் கூடவே எழுகின்றன. அதாவது பெண்கள் பிரச்சனையைப் பெண்கள் பேசுவதா? அல்லது ஆண்கள் பேசுவதா? ஆண்கள் பேசினால் அது உணர்வாக இருக்குமே ஒழிய, அதில் உண்மைத்தன்மை இருக்காது என்ற கருத்து எழுகின்றது. இந்நிலையில் மோகன் ராகேஷ் என்ற ஆண் எழுதியுள்ள நாடகங்களைப் பெண்ணியத் தன்மையில் ஆராய்வதற்கு மு. பழனியப்பனின் கூற்றுச் சான்றாக அமைகிறது.

பெண்ணியத் திறனாய்வு பிறந்த நிலங்களின் அடிப்படையில் 1) ஆங்கிலேயே – அமெரிக்கப் பெண்ணியத் திறனாய்வு, 2) பிரெஞ்சு பெண்ணியத் திறனாய்வு என இருவகைப் படுத்தப்படுகின்றது. ஆங்கிலேயே – அமெரிக்கப் பெண்ணியத் திறனாய்வு இலக்கியங்களை இருவகையாகக் காணுகின்றது அவை 1. ஆண்களின் படைப்பில் பெண் சித்தரிக்கப் பெற்றுள்ள நிலையை ஆராயும் ‘பெண்ணிய வாசிப்பு முறை’ ஆகும். 2. இலக்கியங்களைப் பெண்கள் படைத்த திறத்தை ஆராயும் ‘பெண்மையத் திறனாய்வு’ என்பனவாகும்.[169]

இவற்றில் பெண்ணிய வாசிப்பு முறை என்ற கோட்பாட்டில் மோகன் ராகேஷின் நாடகங்கள் திறனாய்வு செய்யப்பெறுகின்றன. சமூகத்தில் பெண்கள் படுகின்ற துன்பங்களை மக்கள் அறிந்து அவர்கள் விடுதலைக்கும் வளர்ச்சிக்கும் வழி வகுக்கும் நோக்கில் ஆண்கள் தமது படைப்புகளில் பெண்களின் பிரச்சனைகளைச் சித்திரித்து இயற்றுவதனால், அவர்களது படைப்புகளைப் பெண் சமுதாயத்தினர் ஏற்றுக் கொள்கின்றனர். அதனடிப்படையிலே மோகன் ராகேஷ் படைப்புகளில் காணலாகும் பெண்ணியச் சித்திரிப்புகள் விளக்கப்படுகின்றன.

ஊர் ஏசலுக்கு ஆளாகும் பெண்கள்

மோகன் ராகேஷ் தனது முதல் நாடகமான ஆடி மாதத்தில் ஒருநாள் என்ற நாடகத்தில் மல்லிகா என்ற பெண் பாத்திரத்தை முதன்மைப் பாத்திரமாக அமைத்துள்ளார். மல்லிகாவும், காளிதாசனும் காதல் செய்கின்றனர். காதல்

---

169 மு.பயனியப்பன், *பெண்ணிய வாசிப்பு*, 2003, ப.7.

என்பது ஆண், பெண் இருவருக்கும் பொதுவானது என்றாலும் சமூகத்தில் பெண்களே ஊர் ஏசலுக்கும், பூசலுக்கும் ஆளாகுகின்றார்கள் என்பதை மல்லிகாவின் தாய் அம்பிகாவின் மூலம் வெளிபடுத்துவதாவது:

இன்று உன் மேல் எனக்கு எந்த உரிமையும் கிடையாது என்று தெரியும். ஆனால் உன் மேல் இவ்வளவு பெரிய பழி என்னால் சகிக்க முடியவில்லை.[170]

இவ்வாறு மல்லிகாவின் வாழ்க்கையை நினைத்து அம்பிகா வருத்தப்படுவதாகச் சித்திரித்துக் காட்டியுள்ளதன் மூலம் அவர் காலச் சமூகச் சூழலைத் தனது நாடகத்தின் மூலம் மோகன் ராகேஷ் பதிவு செய்துள்ளது புலப்படுகிறது.

கற்பின் நிலைப்பாடு

கற்பு என்பது ஆண் பெண் இருவருக்கும் பொதுவானதாகும். ஆனால் ஆண் சமூகம் கற்பு என்பது பெண்ணுக்கு மட்டுமே உரியது என்று கருதிப் பெண்களின் சுதந்திரத்தைப் பறித்துக் கொள்கின்றது. ஓர் ஆண் ஒரு பெண்ணைக் காதலித்துவிட்டு மற்றொரு பெண்ணைத் திருமணம் செய்து கொள்ளலாம். நாளடைவில் திருமணமான பெண்ணை விடுத்துத் காதலித்த பெண்ணையும் ஏற்றுக் கொள்ளலாம். அதற்கு, இச்சமூகம் அனுமதி வழங்கும். ஆனால், ஒரு பெண் ஓர் ஆணைக் காதலித்த பிறகு, மற்றோர் ஆண் மகனைத் திருமணம் செய்து கொண்டால் அவளை இச்சமூகம் தூற்றும். அதோடு, சூழல் காரணமாக விருப்பமின்றித் திருமணம் செய்து கொண்ட ஒரு பெண் தனக்குப் பிடித்த காதலனுடன் செல்ல அக்காதலனோ, இச்சமூகமோ அனுமதிப்பதில்லை. மல்லிகாவும் காளிதாசனும் ஒருவரையொருவர் காதலிக்கின்றனர். சூழலின் காரணமாகக் காளிதாசன் பிரிந்து சென்று உஜ்ஜைனி இளவரசியை மணக்கிறான். அவனுக்காகக் காத்திருந்த மல்லிகா வறுமையின் காரணமாக விலோம் என்பவனுடன் வாழ்ந்து வருகிறாள். நாளடைவில் அரச வாழ்க்கையைத் துறந்து மல்லிகாவைக் காளிதாசன் தேடி வருகிறான். அவள் தனியாக இருக்கிறாள் என்று நினைத்து அவளுடன் சேர்ந்து வாழ விருப்பம் கொள்கிறான். மல்லிகாவும் இசைவு தெரிவிக்கிறாள். ஆனால்,

---

170 காமாட்சி தரணிசங்கர், இந்தி நாடகப் பனுவல் (ஆடி மாதத்தில் ஒரு நாள்), 2009, ப.46.

அவளுக்குத் திருமணம் நடைபெற்றுவிட்டதை அறிந்த காளிதாசன் அவளை ஏற்க மறுத்துவிடுவதன் மூலம் ஆண் சமூக அமைப்பு முறை புலப்படுகின்றது.

காலம் யாரையும் எதிர்பார்த்துக் காத்திருக்காது.... சிறு விநாடிகளுக்குப் பிறகு பெண் குழந்தையை மார்போடு அணைத்து மல்லிகா அங்கிருந்து வருகிறாள். காளிதாஸ் அங்குக் காணப்படாததால் ஜன்னல் அருகில் ஓடிச் செல்கிறாள்.[171]

பெண்கள் தங்களுக்குப் பிடித்த வாழ்க்கையை வாழவிடாமல் கற்பு என்ற பெயரில் அவர்களின் சுதந்திரம் பறிக்கப் படுகின்றதை மேற்கண்ட பாத்திரத்தின் மூலம் விளங்கிக் கொள்ள முடிகின்றது.

பெண்கள் காதலை வெளிப்படுத்துவதினால் ஏற்படும் சிக்கல்கள்

ஒரு பெண் தன் கணவன் மீது அன்பு கொள்வது ஒன்றும் தவறு இல்லையே ஆண்கள் அன்பு கொண்டால் அதற்குப் பெயர் பாசம். அதையே பெண்கள் கொண்டால் அவர்கள் காம ஆசை அதிகம் கொண்டவர்கள்; ஆண்களைத் தமது கைக்குள் வைத்துக்கொள்ள விழைகிறார்கள் என்றெல்லாம் இச்சமூகம் பெண்களைத் தூற்றுகிறது. இதனை அலைகளிலே அன்னம் என்ற நாடகத் தலைவி சுந்தரி மூலம் பதிவுசெய்கின்றார் மோகன் ராகேஷ். சுந்தரி நந்தனைக் காதல் செய்கிறாள். ஆகையால், அவனை எந்நேரமும் இன்பத்தில் திளைத்திருக்கச் செய்ய முயற்சிக்கிறாள் அதனை விரும்பாத நந்தன் சுந்தரியிடம் 'என்னை உன்பால் அதிகமாகக் கவர்வது உன் அழகா... உன் சாதுர்யமா?' என்று கேட்பதன் மூலம் ஆணின் மனநிலை வெளிப்படுகின்றது. சுந்தரியின் செயலைப் பார்த்த ஊரார் சுந்தரியைப் பற்றி என்ன நினைத்துக் கொண்டிருக்கிறார்கள் என்பதாகச் சுந்தரி நந்தனிடம் கூறுவதன் மூலம் பெண்கள் தங்களுடைய காதல் ஆசையை வெளிப்படுத்தினால் அவர்களுக்கு இச்சமூகம் கொடுக்கும் பெயரினை அறிந்து கொள்ள முடிகின்றது.

நீங்கள் ஒரு யக்ஷிணியைத் திருமணம் செய்து கொண்டிருப்பதாகவும், அவள் தன் மாய மந்திரத்தினால் உங்களை எப்பொழுதும் ஆட்டிவைப்பதாகவும் கூறுகிறார்கள்.[172]

---

171 *மேலது*, 2009, ப.128.

172 சரஸ்வதி ராம்நாத், (மொ.ஆ), *மோகன் ராகேஷ் எழுதிய மூன்று நாடகங்கள்: அரையும் குறையும்*, 1974, ப.187.

சுந்தரி தனது கணவன் மீது மிகுதியான அன்பு கொண்டு தன் விருப்பப்படி மகிழ்ந்து கொள்வதற்குக்கூட சுதந்திரம் இல்லாமல் பெண்களின் அன்பை இந்த ஆண் சமூகம் கேள்விக்குட்படுத்துகின்றது என்பதை இக்கூற்று விளக்குகின்றது.

பெண்கள் தங்களுடைய கணவன்மார்கள் குடும்பப் பொறுப்புடன் இருந்தால் குடும்பம் நன்றாக இருக்கும் என்று கருதி ஆண்களை அவர்களுடைய இயல்பிலிருந்து சூழலுக்கு ஏற்றவாறு நடக்கச் செய்ய முயல்கிறார்கள். இச்செய்கையினால் அக்குடும்பம் வளமை அடைய வாய்ப்புகள் நேறுவதுண்டு. ஆனால், சுற்றமும், நட்பும் மனைவி கணவனை எவ்வாறு மாற்றிவிட்டாள் அவனை அடிமையாக்கிவிட்டாள் என்றெல்லாம் ஏசுவதுண்டு இந்நிலைமையை அரையும் குறையும் நாடகத் தலைவி மூலம் மோகன் ராகேஷ் சித்திரிப்பதாவது:

எனது முயற்சிகளால் அவரிடம் சிறிதளவு மாறுதல் ஏற்பட்டுவிட்டாலும் போதும். நண்பர்கள் குழாம் இதற்காகப் பரிதாபப்பட வாரம் பித்துவிடும். 'சாவித்திரி மகேந்திரனுக்கு மூக்கணாங் கயிறு போட்டுவிட்டாள்', தன்னிஷ்டப்படி ஆட்டுகிறாள்', 'சாவித்திரி அவன் முதுகெலும்பை ஒடித்துவிட்டாள்', அவனை எதற்கும் லாயக்கற்றவனாக்கி விட்டாள்', 'பாவம் மகேந்திரன்'... 'சாவித்திரியின் கைப்பாவையாகி விட்டான், பாவம் மகேந்திரன்.[173]

ஆண்களில் சிலர் திருமணத்திற்குப் பின்பும் குடும்பப் பொறுப்பு இன்றி இருக்கின்றனர். அவர்களைப் பெண்கள் வழிநடத்தினால் இச்சமூகத்தில் அவர்களுக்கு வழங்கப்படும் பெயரினை மேற்கண்ட கூற்றின் மூலம் தனது நாடகத்தில் வெளிப்படுத்துகின்றார்.

குடும்பத்தில் பெண்களுக்கு ஏற்படும் பிரச்சனைகள்

குடும்பத்தில் கணவன், பிள்ளைகள், சுற்றத்தார் முதலியோரால் ஒரு பெண் எவ்வாறெல்லாம் பாதிப்புக்குள்ளாகிறாள் என்பதை அரையும் குறையும் என்ற நாடகத்தலைவி சாவித்திரி மூலம் பதிவுசெய்கின்றார் மோகன் ராகேஷ். கணவன் மனைவி இருவரும் வறுமையின் காரணமாகச் சண்டை போட்டுக் கொள்கின்றனர். அப்போது இருவரும்

---

173 *மேலது*, 1974, பக்.188-119.

பிள்ளைகள் கெடுவதற்குக் காரணம் நீதான் என்று ஒருவரை ஒருவர் குறைக்கூறிக் கொள்கின்றனர். அவ்வேளையில் சாவித்திரியின் கணவன் கூறுவதாவது:

உன்னுடைய பெண்? அவள் தன் வாழ்க்கையைப் பாழாக்கிக் கொள்ளும் பாடத்தை யாரிடம் கற்றுக்கொண்டிருக்கிறாள்? நான் யார் கூடவாவது வீட்டை விட்டு ஓட ஒரு நாளும் நினைத்ததில்லை.[174]

குடும்பத்தில் நடக்கும் சிறு பிரச்சனைகளில்கூட பெண்கள் கற்பு ரீதியாக ஆண்களால் பாதிப்புகளுக்குள்ளாகிறார்கள் என்பதை மேற்கண்ட கூற்றுப் புலப்படுத்துகிறது.

குடும்பத்தில் மகளுக்கும், மருமகனுக்கும் இடையில் சண்டை நேரும்போது மருமகன் மகளை உன் தாயைப் போலதான் நீயும் அடங்காமல் இருப்பாய் என்று சொல்லிக் காட்டிச் சண்டை போடுவது இன்று பல்வேறு குடும்பங்களில் நிகழும் நிகழ்வாகும். இதனைச் சாவித்திரியின் மூத்தமகள் பின்னியின் வாழ்க்கை மூலம் சித்திரித்துள்ளார். அதாவது, பின்னிக்கும் அவள் கணவனுக்கும் நடக்கும் சண்டையைச் சாவித்திரி தெரிந்து கொள்கிறாள். அதனைப் பின்னியிடம் விசாரிக்கிறாள் அப்போது தன் கணவன் தன்னை ஏசுவதாகப் பின்னி கூறுவதாவது:

இந்த வீட்டிலிருந்து நான் என்னுடன் எதை எடுத்துச் சென்றிருக்கிறேனோ அது என்னை எந்த நிலையிலும் இயற்கையாக, இயல்பாக வாழ விடுவதில்லையாம்.[175]

பெண் என்பதால் ஒரு ஆண் தன் மனைவியைக் கடந்து மாமியாரின் நடத்தையைக் குற்றம் கூறும் அளவிற்கு ஆண் சமூகம் இயங்கிக் கொண்டிருக்கின்றது என்பதைச் சித்திரித்துக் காட்டுகின்றார்.

அலுவலகத்தில் வேலை செய்யும் பெண்களுக்கு ஏற்படும் பிரச்சனைகள்

அலுவலகத்தில் வேலை செய்யும் சாவித்திரி தன்னுடைய மேலாளர்களின் மூலம் தன்னுடைய பிள்ளைகளுக்கு உதவ நினைக்கிறாள் அதற்காக அவர்களை வீட்டிற்கு அழைத்து வந்து

---

174 மேலது, 1974, ப.19.
175 மேலது, 1974, ப.31.

நட்பை வளப்படுத்திக் கொண்டு உதவி பெற விழைகிறாள். இதனைத் தவறாகப் புரிந்து கொண்ட சாவித்திரியின் கணவன் கூறுவதாவது:

நானா நன்றியுடன் இல்லை? இங்கே புதிய புதிய மனிதர்களின் வரத்துப் போக்கு, பழக்கம் ஏற்படும் போதெல்லாம், நான் எப்பொழுதும் நன்றியுடன் தானிருக்கிறேன். முதலில் ஜகன்மோகன் வந்து கொண்டிருந்தான். அப்புறம் மனோஜ் வர ஆரம்பித்தான்.[176]

வேலை செய்யும் பெண்கள் உடன் வேலை செய்யும் நண்பர்களுடன் பழகுவதற்குகூட சுதந்திரம் இல்லாமல், இந்த ஆண் சமூகம் பெண்களைச் சந்தேகக் கண்கொண்டு பார்க்கின்றதை ஆசிரியர் தனது நாடகத்தின் மூலம் வெளிப்படுத்துகிறார்.

மோகன் ராகேஷ் தனது வாழ்க்கை அனுபவத்தின் ஊடாகவும், தனது வாழ்க்கையில் பார்த்ததின் ஊடாகவும் தன்னுடைய நாடகங்களில் பெண்களின் பிரசனைகளைப் பதிவு செய்துள்ளார். அவர் காலச் சூழ்நிலையில் பெண்களுக்கு ஏற்பட்ட கொடுமைகளைத் தனது மூன்று நாடகங்களிலும் பெண்களை முதன்மைப் பாத்திரமாக்கிச் சித்திரித்திருப்பது நோக்கத்தக்கது. சமூகத்தில் நடக்கும் கொடுமைகளை எதிர்த்துப் பேச முடியாத நிலையில் இந்தச் சமூக அமைப்பு உள்ளதை மூன்று நாடகப் பெண் பாத்திரங்களின் மூலம் சித்திரித்துள்ளார். தனது நாடகங்களில் சில இடங்களில் ஆண்களின் குற்றங்களைப் பெண்பாத்திரங்கள் கேள்வி கேட்பதாகப் பேச வைத்து முடிவில் பெண்களால் முடியாது என்பதைக் கூறி அவர்களை மௌனமாக்கி விடுகிறார். சாவித்திரியின் மூத்த மகள் பின்னி அவளுடைய கணவனின் செய்கையைப் பிடிக்காமல் அவன் மீது கோபம் கொள்வதாவது:

அவருடைய மனத்தில் பயங்கரமான பலத்த அடி விழாதா என்ற வெறி. என்னுடைய நீண்ட கூந்தல் அவருக்கு ரொம்பவும் பிடிக்கும். இதனால் இதைக் குட்டையாக வெட்டிக்கொண்டுவிட வேண்டும் என்ற ஆத்திரம் வருகிறது. நான் வேலைக்குப் போவது அவருக்குப் பிடிக்காது. அதனால் எங்காவது, எந்த வேலையானாலும் சரி தேடிக் கொண்டுவிட வேண்டும் என

176 *மேலது,* 1974, ப.20.

ஆவேசம் எனக்கு. அவர் மனம் உள்ளூர நொந்து போய் துடிக்க வேண்டும், தவிக்க வேண்டும் என்றெல்லாம் தோன்றுகிறது. ஆனால் மம்மி ... என்னால் இதில் எதையுமே செய்ய முடியவில்லை. கையாலாகாத இந்த நிலையில் வெறுத்துப்போய்...[177]

மோகன் ராகேஷ் தன்னுடைய மூன்று நாடகங்களிலும் பெண்கள் சமூகத்தினரால் எவ்வாறெல்லாம் ஒடுக்குதலுக்கு உள்ளாகிறார்கள் என்பவற்றை இவ்வாறு சித்திரித்துக் காட்டியிருப்பது நோக்கத்தக்கதாகும்.

நிறைவாக

மோகன் ராகேஷ் ஆடி மாதத்தில் ஒரு நாள், அலைகளிலே அன்னம், அரையும் குறையும் ஆகிய நாடகங்களின் மூலம் முறையே அரசியல், சமயம், பொருளாதாரம் முதலானவற்றினால் சமூகத்தில் நிகழும் பிரச்சனைகளைச் சித்திரித்துக் காட்டுகின்றார். சமூகத்தில் நடக்கும் அவலங்கள், பெண்களுக்கு ஏற்படும் சிக்கல்கள், பொருளாதாரப் பிரச்சனைகள், உறவுகளுக்கிடையில் ஏற்படும் பிளவுகள், தனிமனித உளவியல் பாதிப்புகள் முதலான சமூகப் பிரச்சனைகளைச் சித்திரித்துக் காட்டுகின்ற ஆசிரியர் அப்பிரச்சனைகளுக்குத் தீர்வு காணும் வகையில் தனது கருத்துக்களை நாடகப் பாத்திரங்களின் மூலம் நேரடியாக வெளிப்படுத்தாததோடு, பொருளாதாரம் உள்ளிட்டவற்றினால் ஏற்படுகின்ற சிக்கல்களுக்குத் தீர்வுகாணும் வகையிலும் அவருடைய நாடகங்கள் முடிவுறாமல் சமூகத்தில் நிகழும் நிகழ்வுகளை உள்ளது உள்ளவாறு எதார்த்தமாகச் சித்திரித்திருப்பது நோக்கத்தக்கதாகும்.

ஆடி மாதத்தில் ஒரு நாள் நாடகத் தலைவன் காளிதாசனின் பிறப்பு வளர்ப்புப் பற்றித் தெளிவாகத் தெரியாத நிலையில் காளிதாசனின் வாழ்க்கை வரலாற்றைக் கொண்டு நடப்பியல் பிரச்சனைகளைப் புகுத்தி இந்நாடகம் இயற்றப்பட்டிருப்பினும் இந்நாடகத்தின் மூலம் ஆண் சமூக மனநிலை வெளிப்படுத்தப்படுகின்றது. காளிதாசன் பொருள், பதவி முதலானவற்றின் மீது பற்றுடையவனாகவும் தன் வாழ்வு வளம் பெறுவதை மட்டும் நோக்கமாகக் கொண்டவனாகவும்

---

177 *மேலது*, 1974, ப.33.

படைக்கப்பட்டுள்ளதுடன் காளிதாசனின் இத்தகைய செய்கையினால் மல்லிகா எவ்வாறெல்லாம் பாதிப்புக்களுக்குள்ளாகிறாள் என்பதைச் சித்திரித்துள்ளதின் மூலம் மோகன் ராகேஷ் அவர்காலச் சமூக நிகழ்வுகளைக் காளிதாசன், மல்லிகாவின் ஊடாகக் காட்சிப்படுத்தியிருப்பது புலப்படுகிறது. ஆடி மாதத்தில் ஒரு நாள் என்ற நாடகத்தில் மல்லிகா காளிதாசனைச் சாடுவதாகவோ, காளிதாசனின் செய்கையைச் சுட்டிக் காட்டுவதாகவோ சித்திரிக்கப்படவில்லை. விலோம், அம்பிகா முதலான பாத்திரங்கள் காளிதாசனின் குணத்தைச் சில இடங்களில் சுட்டிக் காட்டுகின்றவர்களாகத் திகழ்கின்றனர் என்றாலும், அதனால் காளிதாசனின் செய்கைகளில் எந்த வகை மாற்றமும் நிகழ்வதில்லை என்பது நாடகக் காட்சியின் மூலம் வெளிப்படுகின்றது. உஜ்ஜைனி அரசுவின் செய்கையின் மூலம் அதிகாரம் உடையோர் செய்யும் தவறுகளைச் சித்திரித்துக் காட்டுகின்ற ஆசிரியர் அதிகாரத்தில் உள்ளோரின் கொடுமையிலிருந்து சமூகத்தைக் காத்துக் கொள்வதற்கான கருத்தினை நாடகப் பாத்திரங்களின் கூற்றுகளாக வெளிப்படுத்தாது சமூகச் சிக்கல்களை உள்ளது உள்ளவாறு எதார்த்தமாகச் சித்திரித்துள்ளது நாடகத்திற்கு வலுசேர்க்கின்றது.

குடும்ப உறவுகளுக்குள் பிளவுகள் ஏற்படுவதற்குச் சமயம் எவ்வாறு மூலக் கரணமாகத் திகழ்கிறது என்பதை அலைகளிலே அன்னம் என்ற நாடகம் மூலம் சித்திரித்துக் காட்டுகின்ற ஆசிரியர். சமயக் கொள்கைகளிலிருந்து குடும்பத்தைக் காத்துக் கொள்வதற்கான காரணங்களை நாடகப் பாத்திரங்களின் வழி நேரடியாகக் காட்சிப்படுத்தாமல் நாடகத்தை நிகழ்த்தியிருப்பது நோக்கத்தக்கது. அலைகளிலே அன்னம் நாடகத் தலைவன் நந்தன் குடும்பத்தைத் துறந்து துறவறம் ஏற்பதனால் அவன் மனைவி சுந்தரி எவ்வாறெல்லாம் வேதனைக்குள்ளாகிறாள் என்பதை நாடகத்தின் மூலம் சித்திரித்துக் காட்டுகின்ற ஆசிரியர். நந்தனின் செயல்பாடுகள் பற்றிச் சரி என்றும் தவறு என்றும் சுந்தரி கூற்றின் வழிக் கருத்துக்கூறாமல் நந்தன் துறவறம் ஏற்பதனால் குடும்பம் எவ்வாறு அமைதியின்றிப் பிளவுறுகின்றது என்பதை மட்டும் சித்திரித்துக் காட்டுவது நோக்கத்தக்கது. குடும்பம் பிளவுறுவதற்குச் சமயம் மூலக் காரணமாகத் திகழ்கின்றதைச் சித்திரித்துக் காட்டுகின்ற இவர் சமயத்திலிருந்து குடும்ப

உறவினைப் பிளவுறாமல் காத்துக் கொள்வதற்குக் கருத்துரை வழங்காது; இல்லறம் துறவம் என்பவற்றில் எது சிறந்தது என்று வாதிட்டுக் கருத்துக் கூறாமல்; சுந்தரி செய்வது சரி என்றும் நந்தன் செய்வது சரி என்றும் கருத்துத் தெரிவிக்காமல் சமயத்தினால் சமூகத்தில் நிகழும் சிக்கல்களை அலைகளிலே அன்னம் நாடகத்தின் மூலம் சித்திரித்துள்ளார்.

பொருளாதாரத்தினால் சமூகத்தில் நிகழும் அவலங்களை அரையும் குறையும் நாடகத் தலைவன் மகேந்திரனின் வாழ்க்கை மூலம் சித்திரித்துக் காட்டுக்கின்ற ஆசிரியர். பொருளாதாரத்தினால் ஏற்படும் பிரச்சனைகளிலிருந்து குடும்பத்தைக் காத்துக் கொள்வதற்கான கருத்தினைக் கூறாதது நோக்கத்தகதாகும். அரையும் குறையும் நாடகத் தலைவன் மகேந்திரனின் கவனக் குறைவும் பொறுப்பின்மையும் பொருளின் மீதும் பதவியில் உள்ளவர்கள் மீதும் சாவித்திரிக்குள்ள விருப்பமும் குடும்பம் பிளவுறுவதற்குக் காரணமாகத் திகழ்கின்றது என்பதை அரையும் குறையும் நாடகத்தின் மூலம் சித்திரித்துக் காட்டுகின்றார்.

மோகன் ராகேஷ் நாடகங்களை இந்தி மொழிக்குறிய நாடகங்களாக அதாவது ஒரே மொழிக்குறிய நாடகங்களாக மட்டும் வகைப்படுத்த முடியாது ஏனெனில், அவருடைய ஆடி மாதத்தில் ஒரு நாள் உள்ளிட்ட மூன்று நாடகக் கதைக் கருக்களைக் காணும் போது நாடு, மொழி, இனம், பண்பாடு, காலம் முதலானவற்றைக் கடந்து என்றும் பேசக் கூடிய பிரச்சனைகளைச் சித்திரிப்பவையாகத் திகழ்வதைக் காணமுடிகின்றது. இம்மூன்று நாடகங்களிலும் சித்திரிக்கப் பெறுகின்ற சமூகப் பிரச்சனைகள் தீர்க்க முடியாத அல்லது தீர்க்க முயற்சி செய்ய முடியாத பிரச்சனைகளாக உள்ளவற்றை இந்நாடகங்கள் சித்திரித்துக் காட்டுகின்றன.

பெண்களை மையமிட்டு இயங்குவதாக அமைந்துள்ள இம்மூன்று நாடகங்களும் சமூகத்தில் பெண்களுக்கு ஏற்படும் பிரச்சனைகளிலிருந்து பெண்கள் பாதுகாக்கப்படுவதைப் பற்றியோ, அல்லது பெண்களின் பிரச்சனைகளுக்குத் தீர்வு கூறும் வகையிலோ நாடக முடிவுகள் அமையாமல் நாடகத் தலைவிப் பாத்திரங்களை மௌனமாக்கி அழவைத்து நாடகத்தை முடித்துள்ளதின் மூலம் சமூகத்தில் பெண்களுக்கு ஏற்படும் சிக்கல்களைச் சித்திரித்துக் காட்டுவதை நோக்கமாகக்

கொண்டுள்ளார் என்பது புலப்படுகின்றது. ஓர் எழுத்தாளன் என்பவன் தன் அனுபவம் சார்ந்து இலக்கியம் படைத்தாலும் அதன் ஊடாகச் சமூகத்திற்குச் செய்தி சொல்பவனாக இருப்பின் அவன் படைப்புகள் சமூகம் வளர்ச்சி பெறுவதற்கு வழிவகுக்கும் அந்த வகையில் தொடக்க காலத்தில் புராணங்களையும் கடவுளையும் பாடிக் கொண்டிருந்த இந்தி மரபில் அதனிலிருந்து தனித்து இந்த மாதிரியான சமூகப்பிரச்சனைகளைத் தம்முடைய நாடகங்களின் மூலம் சித்திரித்துக் காட்டி மக்களிடம் விழிப்புணர்வை ஊட்டுவதென்பதும் சமூக விடுதலைக்கான வழியாகும் அந்த வகையில் மோகன் ராகேஷின் நாடகங்கள் குறிப்பிடத்தக்கனவாகத் திகழ்கின்றன.

அண்டே கே சில்கே (முட்டை ஓடுகள்)

இந்தி நாடகமும் அதன் தமிழ் மொழிபெயர்ப்புச் சிக்கலும்

இந்திய நாடு பல பிரதேசங்களை உள்ளடக்கியதாகும். அதில் சமஸ்கிருதம், இந்தி, வங்காளி, மலையாளம், கன்னடம், தமிழ் முதலான மொழிகள் பேசப்படுகின்ற நிலையில் இம்மொழிகளைச் சில கூறுகளின் அடிப்படையில் இந்தோ ஆரிய மொழிக் குடும்பம், திராவிட மொழிக் குடும்பம், சீனோ திபேத்திய மொழிக் குடும்பம், ஆசிய ஆஸ்திரிய மொழிக் குடும்பம் என நான்கு குடும்பங்களாக மொழியியல் அறிஞர்கள் வகைப்படுத்துகின்றனர். இந்நிலையில் இந்திய மொழிகளில் இந்தி மொழி ஆரிய மொழிக் குடும்பத்தையும் தமிழ் மொழி திராவிட மொழிக் குடும்பத்தையும் சேர்ந்தவையாதலால் இரு மொழிகளிடையே இலக்கண அமைப்பிலும் வாக்கிய அமைப்பிலும் வேறுபாடுகள் காணப்படுகின்றன. ஆகவே, இந்தி மொழியிலிருந்து தமிழ் மொழிக்கு மொழி மாற்றம் செய்யும் போது ஆங்காங்கே மொழிபெயர்ப்புச் சிக்கல்கள் ஏற்படுகின்றன. அதனை விளக்கும் வகையில் இந்தி மொழியில் மோகன் ராகேஷ் எழுதிய 'அண்டே கே சில்கே' என்ற நாடகத்தை 'முட்டை ஓடுகள்' என்ற தலைப்பில் இந்த ஆய்வாளரால் தமிழில் மொழிபெயர்க்கும் போது ஏற்பட்ட சிக்கல்களை விளக்கும் முறையில் இவ்வியல் அமைகிறது.

தமிழில் முட்டை ஓடுகள்

இந்தி மொழியில் முழு நீள நாடகங்களை எழுதிய மோகன் ராகேஷ் சிபாஹீ கீ மா, பகுத் படா சவால் முதலான சில ஓரங்க நாடகங்களையும் எழுதியுள்ளார். அவருடைய ஓரங்க நாடகங்களில் ஒன்றாகத் திகழ்வது முட்டை ஓடுகள் (அண்டே கே சில்கே) என்ற நாடகமாகும். இந்நாடகம் சமூக மாற்றத்தின் காரணமாக மக்களின் பழக்க வழக்கம், பண்பாடு உள்ளிட்டவை மாற்றத்திற்குள்ளாவதைப் பற்றி விளக்குவதாகத் திகழ்கின்றது. சியாம், வீனா, ராதா, கோபால், ஜமுனா, மாதவ் என்ற பாத்திரங்களைக் கொண்டு நிகழ்த்தப்படுவதாக அமைந்துள்ள இந்நாடகம் காய் கனிகளை மட்டும் உண்பவர்கள் என்று கூறிக்கொள்ளும் குடும்பத்தினர் சமுதாய மாற்றத்திற்கு ஏற்ப முட்டை உள்ளிட்ட உணவு வகைகளை உண்பதின் மூலம்

அக்குடும்ப அமைப்பு முறையில் மாற்றம் ஏற்படுவதைச் சித்திரித்துக் காட்டுவதாகத் திகழ்கிறது. இந்து வைணவ வைதீகம் என்று கூறிக்கொள்ளும் பிரிவினருக்குள் சமுதாய மாற்றத்தினால் அவர்களுடைய கொள்கைகள் எவ்வாறு தளர்வுகளுக்கு ஆளாக நேர்கின்றன என்பவற்றை விளக்குவதாக இந்நாடகம் அமைகிறது. சியாம், கோபால் உள்ளிட்ட அக்குடும்பத்தில் உள்ளோர் ஒவ்வொருவராகத் தங்கள் உணர்வுகளை வெளிப்படுத்திக் கொள்வதன் மூலம் அவர்கள் மாற்றத்தை விரும்புவது வெளிப்படுகிறது. சியாம், தனது அறையில் முட்டையை ஒருவருக்கும் தெரியாமல் உண்பதும் கோபால் தனது மனைவியின் உதவியுடன் தனது அறையில் உண்பதும் ராதா சந்திரகாந்தா உள்ளிட்ட நூல்களைப் படிப்பதன் வழி அவர்களுடைய விருப்பங்களை வெளிப்படுத்திக் கொள்கின்றனர். குடும்பத்தினர் வரையறுத்துள்ள சட்டங்களுக்கு ஆளாகித் தமது ஆசைகளைப் பொசுக்கிக் கொள்ளாமல் அதிலிருந்து விடுபடும் வகையில் முட்டை உள்ளிட்ட உணவுவகைகளை உண்பதன் மூலம் அவர்களுடைய புனிதம் கேள்விக்குறியாக்கப்படுவதாகத் திகழ்கிறது. வெளியில் மழை பெய்து கொண்டிருக்கையில் நனைந்தபடி வீட்டின் உள்ளே வரும் சியாம், அண்ணியிடம் சூடான தேநீருடன் ஏதாவது செய்து தருமாறு கேட்கிறான். அப்பொழுது வீனா முட்டை அல்வா செய்து தருகிறேன் கடைக்குச் சென்று ஆறு முட்டைகளை வாங்கி வருமாறு சொல்கிறாள். அதற்கு சியாம் வீட்டில் அம்மாவிற்குத் தெரிந்து விட்டால் ஒரே கலவரம்தான் என்று பயப்படுகிறான். அதற்கு வீனா அவன் யாருக்கும் தெரியாமல் அவனது அறையில் முட்டை செய்து சாப்பிடுவதையும், அவனுடைய அண்ணனும் வீனாவின் கணவனுமான கோபால் தனது அறையில் முட்டை செய்து சாப்பிடுவதையும் சுட்டிக் காட்டி அவர்களுடைய வெளி வேடத்தை வெளிச்சம் போட்டுக் காட்டுகிறாள். இவர்களைப் போன்று மூத்த அண்ணி ராதா யாருக்கும் தெரியாமல் இராமாயணம், மகாபாரதம் படிப்பதாகச் சொல்லி சந்திரகாந்தா உள்ளிட்ட காதல் காவியங்களை வீட்டில் படிப்பதையும் வீனா அறிந்து கொண்டு கேலி செய்கிறாள். இறுதியாக அம்மாவாகிய ஜமுனாவிற்குத் தெரியாது என்று ஒவ்வொருவரும் மறைத்துச் செய்யும் இந்த மாதிரியான செய்கைகள் அனைத்தையும் ஜமுனா தெரிந்து கொண்டே தெரியாதவள் போல் இருக்கிறாள் என்று மூத்த மகன் மாதவ்

கூறுவதன் மூலம் தமது விருப்பத்திற்கிணங்க எந்த ஒரு சடங்கு சப்பிரதாயங்கள் எதுவும் ஒன்றும் செய்ய இயலாது என்பதை இந்நாடகத்தின் வழிப் புலப்படுத்துகிறார் மோகன் ராகேஷ். இதுவரை மோகன் ராகேஷின் ஐந்து நாடகங்கள் தமிழில் வெளிவந்துள்ள நிலையில் அவருடைய மற்றொரு நாடகத்தைத் தமிழில் அறிமுகம் செய்யும் வகையிலும் அவற்றை மொழிபெயர்க்கும் போது ஏற்படும் சிக்கல்கள் பற்றி விளக்கும் வகையிலும் இவ்வியல் அமைகிறது.

மொழி பெயர்ப்பு விளக்கம்

இயற்கை அமைப்பு முறையில் பல பிரதேசங்களில் பேசப்படுகின்ற மொழிகளுக்கிடையில் மிகுந்த வேறுபாடுகள் காணப்படுகின்றன. இந்நிலையில் இரு மனிதர்களுக்கிடையில் கருத்துப் பரிமாற்றம் செய்து கொள்வதற்கு மொழி பயன்படுவது போன்று இரண்டு மொழியினரை இணைக்கும் கருவியாக மொழிபெயர்ப்புப் பயன்படுகிறது. மொழிபெயர்ப்புப் பற்றி மு.கணபதிப் பிள்ளை கூறுவதைச் ச.சிவகாமி நினைவுறுத்துவதாவது:

மொழிபெயர்ப்பு எனப்படுவது, ஒரு மொழியிலிருந்து இன்னொரு மொழிக்குச் சொல்லுக்குச் சொல்லாகப் பெயர்த்து அடுக்கி வைப்பது அன்று; வாக்கியங்களிலுள்ள சொற்களுக்கு மற்ற மொழியிலிருந்து நேரான சொற்களைப் பெய்து வாக்கியங்களாக்கி அமைத்துவிடுவதுமன்று. உண்மையில் பெயர்த்து எழுதப்பட வேண்டியது பொருளேயாகும். எடுத்துக்கொண்ட பொருளின் கருத்தும் நுட்பமும் நயமும் தோன்ற ஏற்றவாறு கூட்டியும் குறைத்தும், சுருக்கியும் விரித்தும் பெயர்த்து அமைப்பதே மொழிபெயர்ப்பாகும்.[178]

மொழிபெயர்ப்புப் பொருள் பற்றி வீ. சந்திரன் கீழ்வருமாறு கூறுவதன் மூலம் மேலும் தெளிவாக விளங்கிக் கொள்ள முடிகின்றது.

மொழிபெயர்ப்புத் துறையில் Source Language என்பதை மூல மொழி என்றும் Target Language என்பதை இலக்கு மொழி என்றும் கூறுவர். மூலமொழிச் சொல்லையும் கருத்தையும் புலப்படுத்தும் இலக்கு மொழியின் சொல்லை, நிகரி

---

178 ச.சிவகாமி, *மொழிபெயர்ப்புத் தமிழ்*, 2004, ப.27.

(Equivalent) என்று கூறுவர். இதையே சிலர் 'சமனி' நிகரன் என்றும் கூறுவர்.179

கருத்துப் பரிமாற்றத்துக்கு முக்கியக் காரணமாகத் திகழ்கின்ற மொழிபெயர்ப்புகள் ஒரு மொழிக்குள் நடைபெறுவது, ஒரு மொழியிலிருந்து மற்றொரு மொழிக்குள் நடை பெறுவது எனப் பலவாறு வகைப்படுத்தப்படுகின்ற நிலையில் இரு மொழி மொழிபெயர்ப்புப் பற்றி மொழிபெயர்ப்புச் சிக்கல்களும் தீர்வுகளும் என்ற நூல் வெளிப்படுத்துவதாவது:

இரு மொழியிடை மொழிபெயர்ப்பு *Interlingual Translation* எனப்படும் இவ்வகை, வேறுபட்ட இரண்டு அயல் மொழிகளிடையே நடைபெறும் மொழிபெயர்ப்பாகும். பிறமொழிகளிலிருந்து தமிழுக்கும் தமிழிலிருந்து பிற மொழிகளுக்கும் மொழிபெயர்க்கப்படும்.180

இந்தோ – ஐரோப்பிய மொழிக் குடும்பத்தைச் சேர்ந்த இந்தி மொழியிலிருந்து திராவிட மொழிக் குடும்பத்தைச் சேர்ந்த தமிழ் மொழியில் மொழி பெயர்ப்பதினால் இரு மொழியிடை மொழிபெயர்ப்பாக இவ்வாய்வு திகழ்கிறது. மொழிபெயர்ப்புகள் அவை வெளியாகின்ற தன்மையின் அடிப்படையில் பல வகைப்படுத்தப்படுகின்றன என்று மொழிபெயர்ப்பு அறிஞர் நிதா, வினாய், பீட்டர் நீயுமார்க் முதலான அறிஞர்கள் கூறியுள்ளவற்றைக் கொண்டு வீ. சந்திரன் வகைப்படுத்துவதாவது:

சொல்லுக்குச் சொல் மொழிபெயர்த்தல் *(Literal Translation)*
எழுத்துக்கெழுத்துப் பெயர்த்தல் *(Transliteration)*
கடன் வாங்கி மொழிபெயர்த்தல் *(Borrowing)*
இயல்பாக்கம் *(Naturalization)*
அங்கீகரிக்கப்பட்ட/ ஏற்றுக் கொள்ளப்பட்ட மொழிபெயர்ப்பு *(Recognized Translation)*

சரிநிகர் சொல் தேர்ச்சி *(Equivalence)* அல்லது சொல்லாக்கம் *(Coinage)*[181]

எனப் பல வகைகளில் மொழி பெயர்ப்புச் செய்யும் முறையினை வகைப்படுத்துவது போன்றே மொழிபெயர்ப்பில்

---

179 வீ.சந்திரன், *மொழிபெயர்ப்புச் சிக்கல்களும் தீர்வுகளும்*, 2000, ப.16.
180 *மேலது*, 2000, ப.23.
181 *மேலது*, 2000, ப.8.

எழும் சிக்கல்களும் அதன் தன்மையின் அடிப்படையில் வகைப்படுத்தப்படுகின்றன என்று வீ. சந்திரன் மேலும் மொழிவதாவது:

மொழிபெயர்ப்புச் சிக்கல்களை ஆய்வாளர்கள் மொழியியல் சிக்கல், பழக்க வழக்கப் பண்பாடு, சமூகச் சிக்கல், மறுபடைப்புச் சிக்கல் என்று பலவாறு வகைப்படுத்தியுள்ளனர். ஒரு மொழிபெயர்ப்பு அதன் பண்பாட்டுச் சூழல், வரலாற்றுக் காலம், மொழிக் குடும்பங்கள் ஆகியவற்றோடு பிணைக்கப்பட்டுள்ளது.182

ஒரு மொழியில் உள்ள கருத்து உள்ளிட்டவைகளைப் பிற மொழியினர் அறிந்து கொண்டு பயன்படும் வகையில் முக்கியமானவையாகத் திகழ்கின்ற மொழிபெயர்ப்பினை மூல மொழியிலிருந்து பெறுமொழிக்கு மொழிபெயர்க்கும் போது மூல மொழிக் கருத்துக்கள் அனைத்தும் திரித்தல் இன்றி முழுமையாகப் பெயர்க்க வேண்டும் அவ்வாறு பெயர்ப்பின் அம்மொழிபெயர்ப்புச் சிறந்து விளங்குவதோடு மூலமொழியின் சிறப்புக்களைப் பெறுமொழியினர் அறிந்து கொண்டு பயனடைவதற்கும் மொழிபெயர்ப்புத் துணை புரிகிறது. அதனடிப்படையில் இந்தி நாடகத்தைத் தமிழ் மொழியினர் அறிந்து கொண்டு பயனடையும் வகையில் முட்டை ஓடுகள் நாடகத்தை மொழிபெயர்க்கும் போது ஏற்பட்ட சிக்கல்கள் இங்கு விளக்கப்படுகின்றன. முட்டை ஓடுகள் நாடகம் நடிப்பதற்காகவும் படிப்பதற்காகவும் எழுதப்பட்ட நாடகம் என்பது அதன் வடிவமைப்பிலிருந்து புலப்படுகிறது. இந்நிலையில் முட்டை ஓடுகள் மொழிபெயர்ப்பில் எழுந்த சிக்கல்களை மூன்று தலைப்புகளின் வழி இவ்வாய்வு விளக்குகிறது. அவை

இலக்கண மொழியியல் நோக்கில் மொழிபெயர்ப்புச் சிக்கல்கள்

பண்பாட்டு மொழியியல் நோக்கில் மொழிபெயர்ப்புச் சிக்கல்கள்

மெய்ப்பாட்டியல் நோக்கில் மொழிபெயர்ப்புச் சிக்கல்கள்

---

182 மேலது, 2000, பக்.27-28.

இலக்கண மொழியியல் நோக்கில் மொழிபெயர்ப்புச் சிக்கல்கள்

முட்டை ஓடுகள் நாடகத்தை மொழிபெயர்க்கும் போது சொல்லியல், தொடரியல், பொருண்மையியல் முதலானவற்றில் ஏற்படும் சிக்கல்களை விளக்குவதாக இது அமைகிறது.

எழுத்தியல் மொழிபெயர்ப்பு

எழுத்துப் பெயர்ப்பியல் என்பது மூல மொழியின் சொற்கள் பெறு மொழியில் முழுவதுமாக மொழிபெயர்க்க முடியாத நிலையில் மூல மொழியின் எழுத்துகள் பெறுமொழியில் எழுத்துப் பெயர்ப்புச் செய்வதாகும். இதனை வரியியல் பெயர்ப்பு என்று வீ. சந்திரன் கூறுகிறார்.

Graphological Translation எனப்படுவது, மூலத்தின் எழுத்துகளுக்குப் பதிலாக இலக்கு மொழி எழுத்துக்களை இடம் பெறச் செய்வது. வரியியல் பெயர்ப்பு அல்லது எழுத்தியல் பெயர்ப்பு என்பது மூல மொழி எழுத்து வடிவங்களுக்கு ஏற்ற இலக்கு மொழி எழுத்து வரிவடிவங்களை அமைப்பது.[183]

முட்டை ஓடுகள் நாடகத்தில் சில சொற்களின் எழுத்துகள் தமிழ் மொழியில் மொழிபெயர்க்கும் போது முழுமையாக மொழிபெயர்ப்பில் பெயர்க்க முடியாத காரணத்தினால் மூல மொழியில் உள்ளவாறு தமிழில் எழுத்துப் பெயர்ப்புச் செய்யப்பெற்றுள்ளன.

சான்றாக:
நாடகத்தில் பயின்று வந்துள்ள கேத்லீ, சமோஸா முதலான இந்திச் சொற்கள் தமிழில் முழுமையாகப் பெயர்க்க முடியாததால் எழுத்துப் பெயர்ப்புச் செய்யப் பெற்றுள்ளன.

சொல் பயன்பாடு

இந்நாடகத்தில் இந்தி, சமஸ்கிருதம், ஆங்கிலம் என மூன்று மொழிகளின் சொற்களை மோகன் ராகேஷ் கையாண்டுள்ளார். இந்தி மொழியில் எழுதப்பட்டுள்ள இந்நாடகத்தில் ஆங்கிலம், சமஸ்கிருதம் பயின்று வந்திருப்பது ஆசிரியரின் பன்மொழிப் புலமையை வெளிப்படுத்துகிறது என்பதோடு, தற்கால மொழிப் பயன்பாட்டுச் சூழலுக்கு ஏற்றவாறு அச்சொற்களின் பயன்பாடு நடப்பியல் தன்மைக்கான

---

183 *மேலது*, 2000, ப.25.

முக்கியத்துவம் பெறுகிறது என்பதையும் கருதமுடிகிறது. இந்நிலையில் வடமொழி, ஆங்கிலம் பயின்று வந்துள்ள இடங்களில் தமிழ்ப்படுத்தியும் சில இடங்களில் அதே சொற்களை எழுத்துப்பெயர்ப்புச் செய்தும் மொழிபெயர்க்கப் பெற்றுள்ளன.

ஆங்கிலச் சொல் பயன்பாடு

முட்டை ஓடுகள் நாடகத்தில் சில இடங்களில் மோகன் ராகேஷ் ஆங்கிலச் சொற்களைக் கையாண்டுள்ளார். அவ்வாறு ஆங்கிலச் சொற்கள் இடம் பெற்றுள்ள நிலையில் சூழல் கருதிச் சில இடங்களில் முழுமையாகத் தமிழ்ப்படுத்தியும் சில இடங்களில் எழுத்துப்பெயர்ப்புச் செய்தும் பயன்படுத்தப் பெற்றுள்ளன. தமிழ் மொழியில் ஆங்கிலச் சொற்களைக் கலந்து பேசும் வழக்கம் தற்பொழுது பயன்பாட்டு வழக்கில் உள்ளதனால் நடை ஓட்டத்தில் தோய்வு ஏற்படாத முறையில் இடத்திற்கு ஏற்றாற் போன்று மொழிபெயர்ப்புச் செய்யப் பெற்றுள்ளன. அதாவது, கீழ்வரும் வாக்கியங்களில் ஆங்கிலச் சொற்கள் இடம்பெற்று வரும் இடங்கள் முழுமையாகத் தமிழ்ப்படுத்தப் பெற்றுள்ளன. பிஜ்லீ கா ஸ்டவ் (மின்சார அடுப்பு), பெட் டீ (படுக்கைத் தேநீர்), ஓகே (சரி), இண்டர்ஸ்டிங் (சுவையான) ஸ்விச் (பொத்தன்) முதலான சொற்கள் அடைப்புக் குறிக்குள் உள்ளவாறு தமிழ்ப்படுத்தப்பெற்றுள்ளன.

சான்றாக:

तुम्हारे भाई साहब ने यह बिजली का स्टोव किसलिए ला कर रखा है ? मां जी से तो कहा था कि सुबह बेड-टी लेनी होती है. कोई इनसे पूछे कि, स्टोव तो बेड-टी के लिए लाए हैं।

உன்னுடைய அண்ணா இந்த மின்சார அடுப்பை வேறு எதற்காக வாங்கிக்கொண்டு வந்திருக்கிறார்? அம்மாவிடம் சொல்லியிருக்கிறார். காலையில் படுக்கையில் இருந்து எழுந்ததும் தேநீர் போட்டுக்குடிப்பதற்காக வாங்கிக்கொண்டு வந்திருக்கிறேன்.

श्याम: ओ०के०। तुम इस बीच चाय का पानी रख दो।

சியாம்: சரி. நீ அதற்குள்ள தேநீருக்கான தண்ணீர் சூடு செய்.

वीना: यह तो मैं भी कहती हूं, जीजी, कि जरूर पढ़ो। बहुत ही इंट्रेस्टिंग किताब है। जरा बचकाना टेस्ट की जरूर है।

வீனா: நீங்கள் கட்டாயம் படிக்க வேண்டும் என்று நானும் சொல்கிறேன் அக்கா, இது மிகவும் சுவையான புத்தகம் கொஞ்சம் சிறு பிள்ளைத்தனமாக இருக்கும்.

(केतली स्टोव पर रखकर स्विच ऑन कर देती है।

(கேத்லீ பாத்திரத்தை அடுப்பின்மீது வைத்துப் பொத்தனைப் போடுகிறாள்.

மேற்கண்ட வாக்கியங்களில் இடம் பெற்றுள்ள ஆங்கிலச்சொற்களை முழுமையாகத் தமிழ்ப்படுத்தியுள்ளதைப் போன்று கீழ்வரும் வாக்கியங்களில் புதிதாக பாலிஷ், பால் டம்ளரை, அரை டஜன், சன்ஸ் அண்ட் லவர்ஸ் புதினம் ஆகிய சொற்கள் முழுமையாகத் தமிழ்ப்படுத்தாமல் மொழிப்பயன்பாட்டு ஓட்டம் கருதி ஆங்கில எழுத்துப் பெயர்ப்பு மட்டும் செய்துள்ளன.

சான்றாக:

जैसे नई-नई पालिश होकर आई हो।

இப்போது புதிதாக பாலிஷ் செய்து வந்தது போல மின்னுகிறது.

वीना: देख लेना, कल से तुम्हारा दूध का गलिास अलग न रखवा दयिा तो...।

வீனா: பார்த்துக்கொள் நாளையிலிருந்து உன்னுடைய பால் டம்ளரைத் தனியே வைக்கவில்லை என்றால்...

श्याम: मैं अभी जाकर आधी दर्जन वह जो तुम कह रही थी, लाए देता हूं।

சியாம்: நான் இப்பொழுது சென்று நீ சொன்னாயே அதை அரை டஜன் வாங்கிக் கொண்டு வருகிறேன்.

तुम तो दिन-भर बैठी 'सन्ज ऐंड लवर्ज' पढ़ती रहती हो और भाभी पढ़ती हैं रामायण, महाभारत।

நீ பகல் முழுதும் உட்கார்ந்து 'சன்ஸ் அண்ட் லவர்ஸ்' புதினம் படிக்கிறாய். அண்ணி இராமாயணம், மகாபாரதம் படிக்கிறார்.

இந்தி - ஆங்கிலம், தமிழ் - ஆங்கிலம் என்று இரு மொழியிலும் ஆங்கிலம் கலந்து பேசும் வழக்கம் காணப்படுவதனால் மொழிபெயர்ப்பின் போது முழுமையாகத் தமிழ்ப் படுத்த முடியாத நிலையினை இந்த மொழிபெயர்ப்பின் வழி அறிந்து கொள்ள முடிகின்றது. இந்தி - ஆங்கிலம் என்று இரு மொழிச் சொற்கள் இணைந்து வந்துள்ள சொற்களைத் தமிழ்ப்படுத்தப் பெற்றுள்ள முறையை ஆங்கிலச் சொல் பயன்பாட்டு அட்டவணை விளக்குகிறது.

அட்டவணை: 1. ஆங்கிலச் சொல் பயன்பாடு

இந்தி - ஆங்கிலம்	தமிழ்-ஆங்கிலம்	தமிழ் மொழிபெயர்ப்பு
बिजली का स्टोव		மின்சார அடுப்பு
आधी दर्जन	அரை டஜன்	

இந்திச் சொல்லுடன் ஆங்கிலச் சொல் இணைத்துப் பயன்படுத்தும் வழக்கம் இந்தி மொழியில் உள்ளது போன்று தமிழ் மொழியிலும் காணமுடிகின்றது. ஆங்கிலச் சொல்லைத் தவிர்த்து முழுமையான தமிழ்ச் சொல்லாக மொழிபெயர்ப்பின் நடை ஓட்டத்தில் தோய்வு ஏற்படுகின்றது. ஆகையினால், அட்டவணையில் உள்ளவாறு ஆங்கிலச் சொற்கள் தமிழில் மொழிபெயர்க்கப்பட்டுள்ளன.

வட மொழிச் சொற்களின் பயன்பாடு

இந்நாடகத்தில் சில இடங்களில் வடமொழிச் சொற்களையும் ஆசிரியர் பயன்படுத்தியுள்ளார். வடமொழிச் சொற்கள் தமிழ்மொழிப் பயன்பாட்டு வழக்கில் காணப்படுவதனால் அச்சொற்கள் எவ்வகை மாற்றமும் இன்றித் தமிழ் அமைப்பிற்கு ஏற்றவாறு எழுத்துப்பெயர்ப்புச் செய்யப் பெற்றுள்ளன. சமஸ்கிருதச் சொற்கள் பயின்று வந்துள்ள இடங்களைத் தமிழ்ப்படுத்தும் போது எந்த வகை மாற்றமும் இன்றித் தமிழாக்கம் செய்தும் சில இடங்களில் தமிழ்ப்படுத்தியும் கீழ்வருமாறு மொழிபெயர்ப்புச் செய்யப்பெற்றுள்ளன.

சான்றாக:

मैंने तो चंद्रकांता, चंद्रकांता संतति और भूतनाथ सब पढ़ रखी है। जब हम मडिलि में थी तो स्कूल की लाइब्रेरी से लेकर पढ़ी थी।

நான் சந்திரகாந்தா, சந்திரகாந்தா சந்ததி மேலும் பூத்நாத் எல்லாம் படித்திருக்கிறேன். நாங்கள் இடைநிலைப் பள்ளியில் இருக்கும் பொழுது பள்ளிக்கூட நூலகத்திலிருந்து எடுத்துப் படித்திருக்கிறேன்.

गोपाल: मन में भावना होनी चाहिए।

கோபால்: மனதிலே நல்ல பாவனை இருக்க வேண்டும்.

மேற்கண்ட வாக்கியங்களில் பயின்று வந்துள்ள சந்திரகாந்தா, சந்திரகாந்தா சந்ததி, பூத்நாத், மனம், பாவனை, வனகண்யா முதலான சமஸ்கிருதச் சொற்கள் தமிழ் மொழியிலும் பயன்படுத்தப் பெறுகின்றன. ஆகையால், இச்சொற்கள் எந்த வகை மாற்றமும் இன்றித் தமிழில் எழுத்துப் பெயர்ப்புச் செய்யப் பெற்றுள்ளன. மேலும் நாடகத்தில் பயின்று வந்துள்ள வடமொழிச் சொற்களில் சிலவற்றைச் சூழல் கருதித் தமிழ் அமைப்பிற்கு ஏற்றவாறு கீழ்வருமாறு தமிழ்ப்படுத்தப் பெற்றுள்ளன.

சான்றாக:

वीना: मैं इनसे समुद्र-लंघन की कथा सुन रही थी।

வீனா: நான் இவரிடம் கடல் கடக்கும் கதையைக் கேட்டுக் கொண்டிருந்தேன்.

இந்தி மொழியிலும் தமிழ் மொழியிலும் வட மொழிச் சொற்கள் பயன்படுத்துகின்ற முறையை விளக்கும் வகையில் கீழ்வரும் வடமொழிச் சொல் பயன்பாட்டு அட்டவணை அமைகிறது.

அட்டவணை: 2. வடமொழிச் சொல் பயன்பாடு

இந்தி, சமஸ்கிருதம்	தமிழ், சமஸ்கிருதம்	தமிழ் மொழி பெயர்ப்பு
समुद्र-लंघन		கடல் கடக்கும்
मन में भावना	மனதிலே நல்ல பாவனை	

இந்தி மொழியில் சமஸ்கிருதச் சொற்களை இணைத்துப் பேசுவது போன்று தமிழ் மொழியிலும் பயன்படுத்தப்

பெறுகின்றன. அவ்வாறு சமஸ்கிருத சொற்கள் பயின்று வரும் இடங்களைத் தமிழ்ப்படுத்தும் போது ஏற்படும் சிக்கல்களை மேற்கண்ட அட்டவணையின் மூலம் விளங்கிக் கொள்ள முடிகின்றது.

பால் பாகுபாடுகள்

இந்தி, தமிழ் மொழிகளின் பால் பாகுபாட்டு அமைப்பு முறையில் மிகுந்த வேறுபாடுகள் காணப்படுகின்றன. உயர்திணையில் ஆண்பால், பெண்பால், பலர் பால் என்றும் அஃறிணையில் ஒன்றன் பால், பலவின் பால் என்றும் இரு திணை, ஐம்பால் அமைப்பு முறையில் தமிழ் மொழியும் உயிருள்ள, உயிரற்ற பொருள்களின் ஆண்பால், பெண்பால், உயிரற்ற பொருள்களின் ஆண்பால், பெண்பால் அதாவது உயர்திணைப் பெயர்ச்சொற்களுக்கு மட்டுமின்றி அஃறிணைப் பெயர்ச் சொற்களுக்கும் பால் வேறுபாட்டு அமைப்பு முறையில் இந்தி மொழியும் அமைந்திருக்கின்றன. இவ்வாறு பால் அமைப்பு முறையில் வேறுபாடுகள் கொண்டு திகழும் இவ்விரு மொழிகளுக்கிடையில் மொழிபெயர்ப்புச் செய்யும் போது ஏற்படும் சிக்கல்கள் குறித்துச் சௌரி வரதராஜன் மொழிவதாவது:

இந்தி மொழியின் சிறப்பு அம்சங்களுள் தலையாயது ‘பால் அமைப்பு’... திணையைக் கொண்டு பாகுபாடு காட்டாமல் எல்லாவற்றிற்கும் ‘பால்’ அமைப்பைப் படைத்துக் காட்டி இருக்கிறார்கள். எழுத்தாளர்கள்கூட சிற்சில இடங்களில் ‘பாலின அணுகுமுறையில்’ இடறி விழுவது இயல்புதான். மற்ற மொழிகளிலே பொருளைமட்டும் அறிந்து கொள்வதற்கு அகராதியைப் புரட்டுவார்கள். ஆனால் இந்தியில் பொருளோடு ‘பாலின் வரையறையை’ அறிந்து கொள்ள அகராதியை அதிகமாகப் புரட்டுகிறார்கள்.184

இந்தி மொழியின் பால் அமைப்பு முறை தமிழ் மொழியின் பால் அமைப்பு முறையிலிருந்து வேறுபட்டுக் காணப்படுகின்ற நிலையில் முட்டை ஓடுகள் நாடகத்தைத் தமிழில் மொழிபெயர்க்கும் போது மேற்குறித்த பால் அமைப்பு முறை வேறுபாட்டினைக் கருத்திற்கொள்ள வேண்டியது அவசியமாகின்றது. அதாவது கீழ்வரும் வாக்கியங்களில் இந்தி மொழியின் தன்மைக்கேற்ப அஃறிணை எழுவாய்களான

184 சௌரி வரதராஜன், *தமிழ் மூலம் இந்தி இலக்கணம்*, 1995, ப.45.

தர்வாஜா(கதவு), பர்தா(திரை), பானீ(தண்ணீர்) முதலான சொற்கள் ஆண்பால் ஒருமை என்பதால் முறையே தேதா, ரஹா, ஆதா வடிவிலேயே அமைந்துள்ளன. ஆனால் தமிழ் இலக்கண மரபின்படி அஃறிணை எழுவாய் கொண்ட வாக்கியங்களின் வினைச்சொல் பால் பொருத்தத்துடன் அமைவதில்லை.

சான்றாக:

परदा उठने पर गैलरी वाला दरवाजा खुला दखिाई देता है।

திரை உயர்ந்ததும் சாளரக் கதவு திறந்திருப்பது தெரிகிறது.

बायीं ओर के दरवाजे के आगे परदा लटक रहा है

இடது பக்க கதவுக்கு முன்னால் திரை தொங்கிக் கொண்டிருக்கின்றது.

श्याम शीटी बजाता गैलरी से आता है,

சியாம் விசில் அடித்துக் கொண்டு சாளரம் வழியே வருகிறான்.

बरसाती से पानी नचिुड़ रहा है।

மழைக்கோட்டிலிருந்து தண்ணீர் சொட்டிக் கொண்டிருக்கிறது.

ஆண்பால் சொற்கள் ஆ ஒலியில் முடிந்துள்ளதைப் போன்று கீழ்வரும் வாக்கியங்களில் இடம்பெற்றுள்ள வீனா, ஆவாஜ்(சத்தம்), சாய்(தேனீர்), ஸூகீ(வாசனை) முதலான சொற்கள் பெண்பால் என்பதனால் ஆதீ, பட்தீ, தேதீ, சக்தீ என்ற வினைச்சொற்கள் ஈ ஒலியிலும் முடிந்துள்ளன.

சான்றாக:

(वीना उधर से आती है।)

(வீனா அங்கிருந்து வருகிறாள்)

वीना: तुम्हें भी आकर इस तरह आवाज देने की जरूरत पड़ती है?

வீனா: உனக்கும் இங்கே வந்து இப்படிக் கூப்பிட வேண்டிய அவசியம் இருக்கிறதா?

तुम्हें चाय बना देती हूं।

உனக்கு தேநீர் போட்டுத் தருகிறேன்.

அட்டவணை: 3. இந்திச் சொல் பால் பாகுபாடு

திணை	ஆண்பால்	பெண்பால்
உயர்திணை	श्याम *(சியாம்)*	वीना *(வீனா)*
அஃறிணை	पानी *(தண்ணீர்)*	चाय *(தேநீர்)*

இந்தி மொழிச் சொற்கள் அனைத்தும் ஆண்பால், பெண்பால் என்ற அமைப்பு முறையில் அமைந்துள்ளதனால் அதனைப் பயன்படுத்தும் போது ஆண், பெண் சொற்களுக்கு ஏற்றவாறு வினைச் சொற்களும் பயன்படுத்தப்படுகின்றன. ஆனால், தமிழில் இவ்வாறு இல்லாமல் இரு திணை ஐம்பாலுக்கு ஏற்றவாறு வாக்கியம் அமைந்துள்ளதைக் கீழ்வரும் அட்டவணை விளக்குகின்றது.

அட்டவணை: 4. பால் பாகுபாட்டு வாக்கியம்

திணை	இந்தி வாக்கியம்	தமிழ் நேர் மொழி பெயர்ப்பு வாக்கியம்	தமிழ் இலக்கண
உயர்திணை ஆண்பால்	श्याम गैलरी से आता है।	சியாம் சாளரம் வழியே வருகிறான்.	சியாம் சாளரம் வழியே வருகிறான்.
அஃறிணை ஆண்பால்	अभी तक इससे पानी टपक रहा है।	இப்ப வரையிலும் இதிலிருந்து தண்ணீர் சொட்டிக் கொண்டி ருக்கிறான்.	இப்ப வரையிலும் இதிலிருந்து தண்ணீர் சொட்டிக் கொண்டி ருக்கிறது.
உயர்திணை பெண்பால்	वीना उधर से आती है।	வீனா அங்கிருந்து வருகிறாள்.	வீனா அங்கிருந்து வருகிறாள்.
அஃறிணை பெண்பால்	दूर जमुना देवी की आवाज सुनाई देती है।	தூரத்தில் ஜமுனா தேவியின் குரல் கேட்கிறாள்.	தூரத்தில் ஜமுனா தேவியின் குரல் கேட்கிறது.

இந்தி மொழியில் பால் அமைப்பு முறை தமிழ் பால் அமைப்பு முறையிலிருந்து வேறுபட்டுக் காணப்படுவதனால் இந்தி வாக்கியத்தை நேர் மொழிபெயர்ப்புச் செய்யின் தமிழில் தெளிவு பெற முடியாத நிலை உருவாகின்றது. இதனால், இந்தி வாக்கியங்கள் தமிழ் இலக்கண அமைப்புக்கு ஏற்றவாறு மொழிபெயர்ப்புச் செய்யப் பெற்றுள்ளன.

எண் அமைப்பு முறை

ஒருமை, பன்மை என்ற எண்ணிக்கை அமைப்பு முறையில் இந்தி, தமிழ் என்ற இரு மொழிகளும் ஒத்துள்ளதாகத் திகழ்கின்றன. எனினும், இந்நாடகத்தில் பயின்று வந்துள்ள எண் வாக்கிய அமைப்புகளைத் தமிழில் மொழிபெயர்க்கும் போது சில இடங்களில் ஒருமை, பன்மையை அறிந்து கொள்வதில் தெளிவின்மை ஏற்படுகின்றது. அண்டா (முட்டை) என்ற சொல் பயின்று வந்துள்ள வாக்கியங்கள் இடத்திற்கு ஏற்றவாறு முட்டை என்றும் முட்டைகள் என்றும் கீழ்வருமாறு மொழிபெயர்க்கப் பெற்றுள்ளன.

சான்றாக:

उसके एक-एक हाथ में तीन-तीन अण्डे हैं। वीना अण्डे उससे ले लेती है।

அவனுடைய ஒவ்வொரு கையிலும் மூன்று மூன்று முட்டைகள் இருக்கின்றன. வீனா முட்டைகளை அவனிடமிருந்து வாங்கிக் கொள்கிறாள்.

वीना: (श्याम से) तुम क्यों काठ से वहां खड़े हो? अण्डे मुझे दे दो, और बरसाती उतारकर बाहर रख दो (गोपाल से) आपको जब दीदी से सगिरेट का छपाव नहीं है, तो अण्डे का छपाव रखने की क्या जरूरत है? (श्याम से) लाओ श्याम, दो मुझे।

வீனா: (சியாமிடம்) நீ ஏன் மரம்மாதிரி நிற்கிறாய்? முட்டையை என்னிடம் கொடு. பிறகு மழைக் கோட்டை அவிழ்த்து வெளியே வை (கோபாலிடம்) உங்களுக்கு அக்காவிடம் சிகரெட் மறைக்க வேண்டிய அவசியம் எப்படி இல்லையோ முட்டையை மறைக்க வேண்டிய தேவை ஏன் இருக்கிறது. (சியாமிடம்) கொடு சியாம் என்னிடம்.

இந்தி மொழியில் ஒருமை, பன்மையைக் குறிக்கும் வகையில் வாக்கியங்களின் இறுதி வடிவமான ஹைங், ஹை,

ஹோ முதலான துணை வினைகள் தமிழ் அமைப்புக்கு ஏற்றவாறு மொழிபெயர்க்கப் பெற்றுள்ளன. அதாவது கீழ்வரும் வாக்கியங்களில் உள்ள ரஹே ஹைங், கர்தே ஹைங், கௌன் ஹைங் முதலான சொற்கள் தமிழ் அமைப்பு முறைக்கு ஏற்றவாறு உயர்திணை மரியாதை பன்மையாகவும் அஃறிணை பன்மையாகவும் மொழிபெயர்க்கப் பெற்றுள்ளன.

சான்றாக:

वर्षा की फुहार से उसके कपड़े जरा-जरा भीग रहे हैं।

மழைத் தூறலினால் அவனுடைய உடைகள் கொஞ்சம் - கொஞ்சம் நனைந்திருக்கின்றன.

वीना: (हंसती हुई) और जसि तरह भगवान राम समुद्र लांघकर सीता का उद्धार करते हैं, उसी तरह कुंअर वीरेन्द्र सहि तलिस्मि तोड़कर चंद्रकांता का उद्धार करते हैं। तलिस्मि तोडना बल्कि समुद्र लांघने से ज्यादा मुश्कलि काम है।

வீனா: (சிரித்துக் கொண்டு) மேலும் எப்படி இராமன் கடலைக் கடந்து சீதையை மீட்கிறாரோ அதுபோல அரசகுமாரன் வீரேந்திர சிங் மாயா ஜாலத்தை உடைத்து சந்திரகாந்தாவை மீட்கிறான். மந்திர ஜாலத்தை உடைப்பது கடலைக் கடப்பதை விட கடினமான செயல் .

राधा: अच्छा वीना, ये बाबाजी महाराज कौन हैं?

ராதா: நல்லது வீனா, இந்த பாபாஜி மகாராஜ் யாரு?

राधा: वही जो वीरेन्द्र सहि को आत्महत्या से रोकते हैं।

ராதா: வீரேந்திர சிங்கைத் தற்கொலையிலிருந்து தடுக்கிறாரே அவர்.

இந்நாடகத்துள் ஒருமை, பன்மை மயக்கத்தை ஏற்படுத்தும் வாக்கியங்கள் தமிழ் அமைப்பிற்கு ஏற்றவாறு மொழிபெயர்க்கப் பெற்றுள்ளன.

வேற்றுமைத் தொடர்

பெயர்ச்சொல்லுக்கும் செயப்படுபொருளுக்கும் இடையிலான பொருளை வேறுபடுத்திக் காட்டுவது வேற்றுமையாகும். பெயர்ச்சொல்லை வேறுபடுத்திக் காட்டும் வேற்றுமை உருபுகள்

கொண்ட இந்தி வாக்கியங்களைத் தமிழில் மொழிபெயர்க்கும் போது தமிழ் அமைப்பு முறை சார்ந்து மொழி பெயர்க்கப்பட்டுள்ளன.

கா, கே, கீ - உடைய என்ற பொருள் தரும் வேற்றுமை உருபுகள்

இந்தி மொழியில் கா உருபுடன் ஆண்பால் ஒருமையும் கே உருபுடன் ஆண்பால் பன்மையும் கீ உருபுடன் பெண்பால் ஒருமை, பன்மை பெயர்ச் சொற்களும் பயன்படுத்தப்பெறுகின்றன. வேற்றுமை உருபுகள் ஏற்ற வாக்கியங்களைத் தமிழில் மொழி பெயர்க்கையில் சில இடங்களில் கா உருபு வெளிப்படையாகவும் சில இடங்களில் மறைந்தும் பொருள் தரும் வகையில் மொழி பெயர்க்கப்பட்டுள்ளதைக் கீழ்வரும் சான்றுகள் விளக்குகின்றன.

சான்றாக:

கா – உருபு

वीना: मैं तुम्हें अण्डे का हलुआ बना देती हूं।

வீனா: நான் உனக்கு முட்டை அல்வா செய்து தருகிறேன்.

श्याम: इस घर में अण्डे का नाम ले रही हो?

சியாம்: இந்த வீட்டில் முட்டையின் பெயரைச் சொல்கிறாயா?

முதல் வாக்கியத்தில் நான் உனக்கு முட்டையினுடைய அல்வா செய்து தருகிறேன் என்று மொழி பெயர்க்காமல் தமிழ் அமைப்புக் கருதி வேற்றுமை உருபு மறைந்து பொருள் தரும் வகையில் மொழி பெயர்க்கப்பெற்றுள்ளது. அடுத்த வாக்கியத்தில் முட்டையின் பெயரைச் சொல்கிறாயா என்று வெளிப்படையாக மொழி பெயர்க்கப் பெற்றுள்ளது. இந்தி மொழியில் கா உருபு இரண்டு இடத்திலும் வெளிப்படையாக உள்ளவற்றைத் தமிழ் மொழி அமைப்புக் கருதி வெளிப்படையாகவும் மறைத்தும் மொழிபெயர்க்கப் பெற்றுள்ளன.

கீ - உருபு

இந்நாடகத்தில் பயின்று வந்துள்ள கீ உருபுகள் தமிழ் அமைப்புச் சார்ந்து மொழிபெயர்க்கப் பெற்றுள்ளன. கீழ்வரும் வாக்கியங்களில் அறையினுடைய என்பதில் உடைய உருபு வெளிப்படையாகவும், உங்களுடைய விஷயம் என்பதில் உங்க விஷயம் என்று உடைய உருபுகள் மறைந்தும் மொழிபெயர்க்கப் பெற்றுள்ளன.

சான்றாக:

पहले तो इस कमरे की वही हालत रहती थी जो आजकल मेरे कमरे की है।

முன்னாடி இந்த அறையினுடைய நிலைமை இப்பொழுது என்னுடைய அறை இருப்பது போல இருந்தது.

वीना: भई, तुम लोगों की यह बात मेरी समझ में बिलकुल नहीं आती।

வீனா: தம்பி, உங்க விஷயம் எல்லாம் எனக்குப் புரிகிறதில்லை.

இந்தி வேற்றுமை உருபுகள் பல பொருள் கொண்டவையாக விளங்குவதால் தமிழ் இலக்கண அமைப்பிற்கு ஏற்றவாறு மொழிபெயர்க்கப்பெற்றுள்ளன.

ஸே – உருபின் பயன்பாடு

இந்தி மொழியில் ஸே உருபு ஆல், ஓடு, விட, இருந்து, ஆக, இடம் முதலான பொருண்மைகளில் பயன்படுத்தப்படுகின்றது. இந்நிலையில் நாடகத்தில் ஸே உருபு பயின்று வந்துள்ள இடங்களைச் சூழலுக்கு ஏற்றவாறு ஆக, இடம், இருந்து முதலான பொருண்மைகளில் தமிழ்ப்படுத்தப் பெற்றுள்ளதைக் கீழ்வரும் சான்றுகள் விளக்குகின்றன.

சான்றாக:

मां जी से तो कहा था कि सुबह बेड-टी लेनी होती है, रसोईघर से बनाकर लाने मे ठंडी हो जाती है, इसलिए ये सोलह रूपए खर्च किए है।

அம்மாவிடம் சொல்லியிருக்கிறார். காலையில் படுக்கையில் எழுந்ததும் தேநீர் போட்டுக் குடிப்பதற்காக வாங்கிக் கொண்டு வந்திருக்கிறேன். அடுக்களையிலிருந்து போட்டுக் கொண்டு வந்தால் ஆறிப்போய் விடுகிறது அதனால் பதினாறு ரூபாய் செலவாக்கி இருக்கிறேன்.

बरसाती से पानी निचुड़ रहा है।

மழைக்கோட்டிலிருந்து தண்ணீர் சொட்டிக் கொண்டிருக்கிறது.

वीना उधर से आती है।

வீனா அங்கிருந்து வருகிறாள்.

फिर जोर से बरसने लगेगा।

பிறகு மிகுதியாக மழை பெய்ய ஆரம்பிக்கும்.

மேற்கண்டவாறு ஸே உருபு பயின்று வந்துள்ள வாக்கியங்கள் தமிழ் இலக்கண அமைப்பிற்கு ஏற்றவாறு மொழி பெயர்க்கப்பட்டுள்ளன. ஆனால் சில இடங்களில் ஸே உருபு பயின்று வந்துள்ள வாக்கியங்கள் நேர்ப் பொருளில் மொழி பெயர்க்காமல் சூழல் கருதித் தமிழ் இலக்கண அமைப்பு முறைக்கு ஏற்றவாறு மொழிபெயர்க்கப்பெற்றுள்ளன. இதனைக் கீழ்வரும் அட்டவணை விளக்குகின்றது.

அட்டவணை: 5. ஸே – உருபு

இந்தி	இந்தி நேர் மொழிபெயர்ப்பு	தமிழ் இலக்கண மொழிபெயர்ப்பு
फिर बैठकर आराम से बात करो।	பிறகு பொறுமையாக அமர்ந்து பேசு	பிறகு பொறுமையாய் அமர்ந்து பேசு.
श्याम शीटी बजाता गैलरी से आता है,	சியாம் விசில் அடித்துக் கொண்டு சாளரத்திலிருந்து வருகிறான்.	சியாம் விசில் அடித்துக் கொண்டு சாளரம் வழியே வருகிறான்.
बरसाती तुमने फरि से पहन ली?	மீண்டும்	மழைக் கோட்டை நீ மீண்டும் அணிகிறாயே?

ஸே – உருபு தமிழ் இலக்கண அமைப்பிற்கு ஏற்றவாறு மொழிபெயர்க்கப் பெற்றுள்ளதை மூன்றாவது காலத்தில் உள்ள இந்தி வாக்கியத் தொடர் தெளிவுறுத்துகிறது.

ஔர் – இணைப்புச் சொல்

இந்தி மொழியில் இரு வாக்கியங்களை இணைக்கும் ஔர் என்ற இணைப்புச் சொல் உம், மற்றும், மேலும், அப்புறம், பிறகு முதலான பொருண்மைகளில் தமிழ்ப்படுத்தப் பெற்றுள்ளன.

சான்றாக:

पतलून और कमीज के ऊपर बरसाती पहने।

பேண்ட்டுக்கும் சட்டைக்கும் மேலே மழைக்கோட்டு அணிந்திருக்கிறான்.

जहां पतलूनें और कोट एक दूसरे के ऊपर टंगे हैं।

பேண்ட்டும் கோட்டும் ஒன்றன் மீதொன்றாக மேலே தொங்குகின்றன.

श्याम: और...और... कहो तो कोई और अच्छी चीज भी मलि सकती है...।

சியாம்: அப்புறம்...அப்புறம்... நீ சொன்னால் இன்னும் நல்ல பொருள் கூட கிடைக்கும்...

ஔர் – என்ற இணைப்புச் சொல்லை மற்றும், பிறகு என்று இந்தி வாக்கியத்தில் உள்ளவாறு மொழிபெயர்ப்பின் முழுமையான பொருள் தெளிவு பெற முடியாத நிலை ஏற்படுகிறது. எனவே, சூழல் கருதித் தமிழ் இலக்கண அமைப்பு முறையில் உம் உருபு பயின்று வருவதாக மொழிபெயர்த்துள்ளதோடு, சில இடங்களில் ஔர் இணைப்புச் சொல் பெறுமொழியில் இடம்பெறாமலும் மொழிபெயர்க்கப்பெற்றுள்ளன. இதனைக் கீழ்வரும் அட்டவணை விளக்குகிறது.

அட்டவணை: 6. ஔர் – இணைப்புச் சொல்

இந்தி மூலம்	இந்தி நேர் மொழிபெயர்ப்பு	தமிழ் இலக்கண மொழிபெயர்ப்பு
वीना: और क्या?	வீனா: பிறகு என்ன?	வீனா: அப்புறம் என்ன?
इस वक्त गर्म-गर्म कचैरी और समोसे भी मिल जाएंगे।	இந்த நேரத்தில் சுடச் சுட க(ச்)சௌரீ மற்றும் சமோஸே கிடைக்கும்.	இந்த நேரத்தில் சுடச் சுட க(ச்)சௌரீயும் சமோஸேவும் கிடைக்கும்.
हमें अपनी अम्मा से भी प्यार है और अपनी खुराक से भी।	நமக்கு அம்மாவிடமும் அன்பு இருக்கிறது அதோடு நாம் சாப்பிடும் உணவிலும் அன்பு இருக்கிறது.	நமக்கு அம்மாவிடமும் அன்பு இருக்கிறது நாம் சாப்பிடும் உணவிலும் அன்பு இருக்கிறது.
किसी और चीज का नाम लो, भाभी!	வேறு ஏதேனும் ஒரு பொருளின் பெயரைச் சொல்லு அண்ணி.	வேறு ஏதேனும் ஒரு பொருளின் பெயரைச் சொல்லு அண்ணி.

இவ்வாறு ஔர் என்னும் இணைப்புச் சொல் தமிழில் மொழிபெயர்க்கும் உம் இடைச் சொல் பயின்று வருவது போன்றும் உம் இல்லாமல் இயல்பாய் வருவது போன்றும் மொழிபெயர்த்துள்ளன.

போல – உவமை உருபு

ஒரு பொருளை அதனுடன் ஒத்த பொருளுடன் பொருத்தி ஒற்றுமை வேற்றுமைகளை விளக்குவதற்கு உவமை உருபுகள் பயன்படுகின்றன. அவ்வாறு உவமை உருபுகள் பயின்று வருகின்ற இந்தி மொழி வாக்கியங்களைத் தமிழ் மொழியில் மொழிபெயர்க்கும் போது போல என்ற உவமை உருபு இடம்பெறுமாறு மொழிபெயர்க்கப் பெற்றுள்ளன.

சான்றாக:

इस तरह पुकार रहे थे जैसे कसिी पराए घर में आए हो।

இப்படிக் கூப்பிடுகிறாயே ஏதோ அந்நியர் வீட்டிற்கு வந்தது போல.

श्याम: पराया घर तो लगता ही है, भाभी!

சியாம்: அந்நியர் வீடு போலத்தான் தெரியுது அண்ணி!

पहले तो इस कमरे की वही हालत रहती थी जो आजकल मेरे कमरे की है।

முன்னாடி இந்த அறையினுடைய நிலைமை இப்பொழுது என்னுடைய அறை இருப்பது போல இருந்தது.

श्याम, उतारते-उतारते जैसे कुछ ध्यान आ जाने से फरि बरसाती पहन लेता है।

சியாம், கழட்டும் பொழுது ஏதோ நினைவு வந்தது போல மீண்டும் மாட்டிக் கொள்கிறான்.

जैसे दूध, वैसे अण्डा।

பால் எப்படியோ, அது போலவே முட்டையும்.

वीना: मैं भी इस घर में आकर बस यहां की-सी हुई जा रही हूं।

வீனா: நானும் இந்த வீட்டிற்கு வந்து இந்த விட்டிற்கு ஏற்றாற் போல ஆகிக் கொண்டிருக்கிறேன்.

பல்வேறு சொற்களில் இச்சொற்கள் வருவதால் சூழல் கருதி மொழிபெயர்க்க வேண்டியதாகிறது.

கட்டளை வாக்கியம்

நாடகத்தில் பயின்றுள்ள கட்டளை வாக்கியங்களைத் தமிழ்ப்படுத்தும் போது சில இடங்களில் எந்த வகை மாற்றமும் இன்றித் தமிழ்ப்படுத்தியும் சில இடங்களில் தமிழ் அமைப்பிற்கு ஏற்றவாறும் தமிழ்ப்படுத்தப்பெற்றுள்ளன.

சான்றாக:

श्याम: भाभी, बात तो सुन लो

சியாம்: அண்ணி, விஷயத்தைக் கேளு.

...अच्छा जाओ

...சரி போ

अच्छी चीज ही लाओ।

நல்ல பொருளேதான் வாங்கி வா.

जाओ, जल्दी से जाकर कुल्ला कर लो।

போ, வேகமாய்ச் சென்று வாய் கழுவு.

மேற்கண்ட வாக்கியங்களைக் காணுகையில் அவை எந்தவகை மாற்றமும் இன்றி இயல்பாய்த் தமிழ்ப்படுத்தப் பெற்றுள்ளன என்பது புரியும். ஆனால், கீழ்வருகின்ற 'கொடு' என்ற வழங்கல் பொருளில் அமைந்துள்ள வாக்கியத்தைக் காணுகையில் மேற்கண்ட வாக்கியத்திலிருந்து வேறுபடுவது புலப்படுகின்றது.

உதாரணம்:

लाओ, उतार दो बरसाती। मैं ही बाहर रख आती हूं।

கொடு, மழைக் கோட்டைக் கழட்டிக் கொடு. நானே வெளியில் வைத்துவிட்டு வருகிறேன்.

அதாவது, 'கொடு மழைக் கோட்டைக் கழட்டி' என்று மொழி பெயர்க்காமல் மீண்டும் கொடு என்று வாக்கியம் முற்றுப் பெறுமாறு தமிழ் அமைப்பிற்கு ஏற்றவாறு மொழி பெயர்க்கப்பெற்றுள்ளது.

வினா வாக்கியம்

இந்நாடகத்தில் பயின்றுள்ள வினா வாக்கியங்களை நோக்குகையில் இரண்டு வகைகளில் பயின்று வருவதைக் காணமுடிகின்றது. ஒன்று க்யா, கௌன், கைஸே முதலான வினாச் சொற்களைக் கொண்டு அமைந்துள்ள வாக்கியங்கள். இரண்டாவது வினாச் சொற்கள் இல்லாமல் ஹை என்ற துணைவினையின் குரலெழுச்சியினால் வினா எழுப்புகின்ற வாக்கியங்கள் இவற்றைத் தமிழ்ப்படுத்தும் போது அதனதன் தன்மையின் அடிப்படையில் மொழிபெயர்க்கப் பெற்றுள்ளன. அதாவது என்ன, ஏன், யார், எப்படி முதலான வினாச் சொற்கள்

இடம் பெறும் வகையிலும் துணைவினை வரும் இடங்களில் ஆ, ஏ முதலான வினா எழுத்துக்கள் இடம்பெறும் வகையிலும் மொழிபெயர்க்கப் பெற்றுள்ளன.

சான்றாக:

वीना: कौन ? ...श्याम ? ...क्या बात है ?

வீனா: யாரு? ...சியமா? ...என்ன விஷயம்?

वीना: क्या बात? बरसाती तुमने फरि से पहन ली? मै कहती हूं, तुम तो बस...।

வீனா: என்ன விஷயம்? மழைக் கோட்டை நீ மீண்டும் அணிகிறாயே வெளியே... நான் சொல்றேன், நீ ஒரு...

वीना: और क्या?

வீனா: அப்புறம் என்ன?

ஆ - வினா எழுத்துக் கொண்டு அமைந்துள்ள வாக்கியங்கள்

वीना: बरसते पानी में जाओगे तो अच्छी चीज ही लाओ। समोसे कचैरी क्या खाओगे?

வீனா: கொட்டுகிற மழையில் போனால் நல்ல பொருளே வாங்கிக் கொண்டு வா. சமோஸே, கச்சௌரீயா சாப்பிடப் போற?

वीना: तुम्हें भी आकर इस तरह आवाज देने की जरूरत पड़ती है?

வீனா: உனக்கும் இங்கே வந்து இப்படிக் கூப்பிட வேண்டிய அவசியம் இருக்கிறதா?

இந்த வீட்டில் முட்டையின் பெயரைச் சொல்கிறாயா?

இந்நாடகத்தில் பயின்று வந்துள்ள வினா வாக்கியங்கள் மேற்சொன்னவாறு இரு வகைகளில் மொழி பெயர்க்கும் பொழுது சில இடங்களில் என்ன, ஏன் என்ற சொற்கள் பயின்று வந்துள்ள இடங்களைத் தமிழில் நேர் மொழிபெயர்ப்புச் செய்தும் சில வாக்கியங்கள் மூல வாக்கியத்திலிருந்து வேறுபடுத்தித் தமிழ் இலக்கண அமைப்பு முறைக்கு ஏற்றவாறும் மொழிபெயர்க்கப்பட்டுள்ளன. இதனைக் கீழ்வரும் அட்டவணை விளக்குகிறது.

அட்டவணை: 7. வினா வாக்கியம்

இந்தி	தமிழ்
क्या बात करते हो ?	என்ன சொல்கிறாய்?
क्या बात है, वीना? अपने-आप ही हंस रही हो?	என்ன விசயம் வீனா? தானே சிரிக்கிறாயே?
यह लेटने का वक्त थोड़े ही है, बीबी?	இது படுக்கிற நேரமில்லையே அக்கா?

அட்டவணையில் உள்ள வினா வாக்கியங்களில் மூன்றாவது காலத்தில் உள்ள இந்தி வாக்கியம் மேற்கண்ட இரண்டு காலத்திலிருந்து வேறுபட்டுத் திகழ்வதைக் காணமுடிகின்றது.

நீண்ட தொடர் வாக்கியம்

இந்நாடகத்தில் உள்ள कि (கி) இடைச்சொல் பயின்று வந்துள்ள நீண்ட தொடர் வாக்கியங்களை மொழிபெயர்க்கும் போது நேர் மொழிபெயர்ப்புச் செய்ய முடியாமல் தமிழ் வாக்கிய அமைப்புக்கு ஏற்றவாறு என்று, என்பதாக, ஏனென்றால் முதலான பொருண்மைகளில் இந்தி வாக்கிய வடிவங்கள் மாற்றி மொழிபெயர்க்கப் பெற்றுள்ளன. கீழ்வரும் வாக்கியங்களைக் காணின் அண்ணி, விஷயத்தைக் கேளு. நான் சொல்கிறேன். என்று நேரடி வாக்கியமாக மொழிபெயர்ப்பின் பொருள் தெளிவு பெறமுடியவில்லை ஆகையால் பொருள் தெளிவினைக் கருதித் தமிழ் அமைப்பிற்கு ஏற்றவாறு மாற்றிக் கீழ் வருமாறு மொழிபெயர்த்துள்ளன.

சான்றாக:

श्याम: भाभी, बात तो सुन लो। मैं कहता हूं क बिरसाती आकर एक ही बार उतारूं। चाय के साथ खाने के लिए भाग कर कोई चीज ले आऊं। सूखी चाय का मजा नहीं आएगा। इस वक्त पानी जरा थमा है, फरि जोर से बरसने लगेगा।

சியாம்: அண்ணி, விஷயத்தைக் கேளு. இந்த மழைக் கோட்டை ஒரே அடியாய் வந்து கழட்டுகிறேன் என்று நான் சொல்கிறேன். தேநீருடன் சாப்பிடுவதற்கு ஏதாவது கொஞ்சம் பொருள் வாங்கி வருகிறேன். வெறும் தேநீரின் சுவை ஆனந்தம்

தராது. இந்தச் சமயம் மழை கொஞ்சம் தணிந்திருக்கிறது. பிறகு மிகுதியாக மழை பெய்ய ஆரம்பிக்கும்.

இந்த வாக்கியத்தை நேர் மொழிபெயர்ப்புச் செய்யின் அண்ணி, விஷயத்தைக் கேளு. நான் சொல்கிறேன் என்று மழை கோட்டை ஒரே அடியாய் வந்து கழட்டுகிறேன். எனத் தமிழில் பொருள் தெளிவின்மை ஏற்படுகிறது. ஆகையால் இது போன்ற வாக்கியங்கள் தமிழ் இலக்கண அமைப்பிற்கு ஏற்றவாறு கி உருபுவின் பொருளை முன்பின் இடம் மாற்றி மொழிபெயர்க்கப் பெற்றுள்ளன. கீழ்வரும் வாக்கியங்கள் கி உருபு தமிழில் இடம் மாற்றி மொழிபெயர்த்துள்ளதைச் சுட்டிக் காட்டுகின்றன.

சான்றாக:

क्या बात है, जीजी? अभी संझा भी नहीं हुई और तुम दरवाजे बंद करके पड़ गईं। मैने सोचा क किहीं जेठ जी न आ गए हों...।

என்ன விசயம், அக்கா? இன்னும் அந்தி நேரம் ஆகவில்லை நீங்கள் கதவை மூடிக் கொண்டு படுத்து விட்டீர்களே. நான் பெரிய மைத்துனர் வந்திருக்கிறாரோ என்று நினைத்தேன்...!

இவ்வாக்கியத்தை 'நான் நினைத்தேன் என்று பெரிய மைத்துனர் வந்திருக்கிறாரோ' என மொழிபெயர்க்காமல் தமிழ் இலக்கண அமைப்பு முறையில் மேற்கண்டவாறு மொழி பெயர்க்கப் பெற்றுள்ளது.

சாதாரண நிகழ்கால வாக்கியம்

தமிழ் வாக்கியகளின் அமைப்புமுறை போன்று இந்தி வாக்கியங்களின் அமைப்பு முறையும் எழுவாய், செயப்படுபொருள், பயனிலை என்ற முறையில் அமைந்துள்ளன என்றாலும், துணைவினை பெற்று வருவதில் இந்தி வாக்கியங்கள் தமிழ் வாக்கியங்களின் அமைப்பிலிருந்து வேறுபாடு கொண்டதாகத் திகழ்கின்றன. இந்தி மொழியில் தா, தீ, தே, தீங் என்ற சாதாரண நிகழ்கால வாக்கியங்களைத் தமிழ்ப்படுத்தும் போது எந்த வகை மாற்றமும் இன்றி இயல்பாகத் தமிழ்ப்படுத்தப் பெறுகின்றன.

சான்றாக:

श्याम: भाभी, एक बात कहता हूं।

சியாம்: அண்ணி, ஒரு விஷயம் சொல்கிறேன்.

अच्छी चीज भी मलि सकती है...।

நல்ல பொருள்கூட கிடைக்கும்.

मैं तुम्हें अण्डे का हलुआ बना देती हूं।

நான் உனக்கு முட்டை அல்வா செய்து தருகிறேன்.

மேற்கண்ட வாக்கியங்கள் அனைத்தும் சாதாரண நிகழ்கால வாக்கியங்கள் இவ்வாக்கியங்களை மொழிபெயர்க்கும் போது நேர் மொழிபெயர்ப்பில் எந்த வகை மாற்றமும் இன்றி இயல்பாய் அமைகின்றன.

நிகழ்கால எதிர்மறை வாக்கியம்

நஹீங் என்ற எதிர்மறைப் பொருளை உணர்த்தக் கூடிய நிகழ்கால எதிர்மறை வாக்கியங்களை நேர் மொழிபெயப்புச் செய்யாமல் தமிழ் இலக்கண அமைப்பிற்கு ஏற்றாற் போன்று மொழி பெயர்க்கப்பெற்றுள்ளன. அதாவது இந்தி வாக்கியங்களில் எதிர்மறைப் பொருளை உணர்த்தக்கூடிய நஹீங் என்ற சொல் வினைச்சொல்லிற்கு முன் வந்து பொருளைத் தருகிறது. ஆனால், தமிழ் மொழியில் இல்லை என்ற எதிர்மறைப் பொருள் இறுதியில் வந்து பொருள் தருவதாக அமைகிறது.

சான்றாக:

वीना: भई, तुम लोगों की यह बात मेरी समझ में बलिकुल नहीं आती।

வீனா: தம்பி, உங்க விஷயம் எல்லாம் எனக்குப் புரிகிறதில்லை

कमरे में कोई नहीं है।

அறையில் ஒருவருமில்லை.

बायीं ओर के दरवाजे के आगे परदा लटक रहा है जसिसे पता नहीं चलता क दिरवाजा खुला है या बंद।

இடது பக்கக் கதவுக்கு முன்னால் திரை தொங்கிக்கொண்டிருக்கிறது. அதனால் கதவு திறந்து இருக்கிறதா அல்லது மூடி இருக்கிறதா என்பது தெரியவில்லை.

वीना: भई, तुम लोगों की यह बात मेरी समझ में बलिकुल नहीं आती।

வீனா: தம்பி, உங்க விஷயம் எல்லாம் எனக்குப் புரிகிறதில்லை.

மேற்கண்ட வாக்கியங்களில் பயின்று வந்துள்ள இல்லை என்ற சொல் வாக்கியத்தின் இடையிலும் கடையிலும் என இடத்திற்கு ஏற்றாற் போன்று தமிழ்ப்படுத்தப்படுகின்றது.

சாதாரணத் தொடர் நிகழ்கால வாக்கியம்

ரஹா, ரஹே, ரஹீ எனத் தொடர் நிகழ்காலத்தைக் குறிக்கின்ற இந்தி வாக்கியங்கள் தமிழில் நிகழ்காலத்தைக் குறிக்கும் வகையில் கொண்டு என்ற சொல் பயின்று வருமாறு தமிழ் அமைப்பிற்கு ஏற்றமுறையில் மொழிபெயர்க்கப் பெற்றுள்ளன.

சான்றாக:

बायीं ओर के दरवाजे के आगे परदा लटक रहा है

இடது பக்கக் கதவுக்கு முன்னால் திரை தொங்கிக்கொண்டிருக்கிறது.

सारा फर्श गीला कर रहे हो।

தரை முழுதும் நனைத்துக் கொண்டிருக்கிறாய்.

இந்தி நாடகத்தில் பயின்று வந்துள்ள நிகழ்கால வாக்கியங்களைத் தமிழ்ப் படுத்துகையில் சாதாரண நிகழ்கால வாக்கியத்தில் எந்த வகை மாற்றமும் இன்றி இயல்பாய்த் தமிழ்ப்படுத்தப்படுவதையும் தொடர் நிகழ்கால வாக்கியத்தில் கொண்டு என்ற சொல் பயின்று வரினும் வரவில்லை எனினும் பொருள் மாறாமல் தெளிவு பெறுவதனால் சில இடங்களில் கொண்டு என்ற சொல் இடம் பெறுமாறும் சில இடங்களில் கொண்டு என்ற சொல் இடம் பெறாமலும் மொழிபெயர்க்கப் பெற்றுள்ளன. அது போன்று எதிர்மறை நிகழ்கால வாக்கியத்தைத் தமிழில் நேர் மொழிபெயர்ப்புச் செய்யின் பொருள் தெளிவு பெறாததால் தமிழ் இலக்கண அமைப்பு முறையில் மொழிபெயர்க்கப் பெற்றுள்ளன. இதனைக் கீழ்வரும் அட்டவணை விளக்குகின்றது.

அட்டவணை: 8. சாதாரண வாக்கியம்

வாக்கியம்	இந்தி	தமிழ் நேர் மொழிபெயர்ப்பு	தமிழ் இலக்கண மொழிபெயர்ப்பு
சாதாரண நிகழ்காலம்	वीना अंदर चली जाती है।	வீனா உள்ளே போகிறாள்.	வீனா உள்ளே போகிறாள்.
தொடர் நிகழ்காலம்	सारा कमरा भिगो रहे हो।	அறை முழுவதையும் நனைத்துக் கொண்டி ருக்கிறாய்.	அறை முழுதையும் நனைக்கிறாய்
எதிர்மறை நிகழ்காலம்	वह स्कूल-कॉलेजों में नहीं पढ़ायी जाती।	அது பள்ளி, கல்லூரிகளில் இல்லை கற்பித்தல்.	அது பள்ளி, கல்லூரிகளில் கற்பிக்கப் படுவதில்லை.

எதிர்மறை நிகழ்கால வாக்கியங்களைத் தமிழில் நேர் மொழிபெயர்ப்புச் செய்வதனால் ஏற்படுகின்ற சிக்கல்களை விளக்குவதாக இவ்வட்டவணை அமைகிறது.

தமிழ் மொழிபெயர்ப்பில் புதிதாகச் சொற்கள் சேர்த்தல்

இந்நாடகத்தைத் தமிழ்ப்படுத்தும் போது நடை ஓட்டம் கருதியும் சொல்லின் பொருள் தெளிவு பெறும் பொருட்டும் சில இடங்களில் இந்தி நாடக மூலத்தில் பயின்று வராத சொற்கள் இடத்திற்கு ஏற்றாற் போன்று தமிழ் மொழிபெயர்ப்பில் புதிதாகச் சேர்க்கப் பெற்றுள்ளன. கீழ்வரும் வாக்கியங்களில் தமிழ் மொழிபெயர்ப்பில் அடைப்புக் குறிக்குள் உள்ள சொற்கள் இந்தி மூலத்தில் பயின்று வராமல் மொழிபெயர்ப்பாளரால் சேர்க்கப்பட்டனவாகும். இவ்வாறு புதிதாகச் சொற்கள் சேர்க்காமல் வாசிப்பின் பொருள் தெளிவு பெறுவதில் சிக்கல்கள் எழுகின்றன.

சான்றாக:

: तो यह बात है। कल और परसों के छिलके साहब ने मोजे में भर कर यहां लटका रखे हैं। इनको यह कैसी आदत है, यह मेरी समझ में नहीं आता। छिलके नाली में डाल दिए जाएं, गंदगी दूर हो। मगर नहीं।

: அப்படியா விஷயம். நேற்றும் அதற்கு முந்தாநாளும் உள்ள ஓடுகளை அய்யா சாக்ஸில் போட்டு இங்கே மாட்டி இருக்கிறார்.

இது எந்த மாதிரியான பழக்கம் அவருக்கு (என்று) எனக்குப் புரிவதில்லை. (இந்த) ஓடுகளை ஓடையில் போட்டு விட வேண்டும். (அப்போது) அழுக்கு விலகிவிடும். ஆனால் அப்படி (செய்ய) மாட்டாரே.

(केतली उठाकर बायीं ओर के दरवाजे की तरफ जाती है। परदा उठाने पर दरवाजा बंद मिलता है।

(தேநீர் கேத்லீயை) எடுத்து இடது பக்கக் கதவினருகே போகிறாள். திரையைத் தூக்கினதும் கதவு மூடி இருப்பது தெரிகிறது.

राधा दरवाजे से निकलकर अंगड़ाई लेती है,
जैसे सचमुच बिस्तर से उठी हो।

ராதா கதவைத் திறந்து கொண்டு (உண்மையாகவே) படுக்கையிலிருந்து எழுந்த மாதிரி சோம்பல் முறிக்கிறாள்.

நாடகத்தின் முன் பின் நிகழ்வுகளைக் கொண்டு தமிழ் வாக்கியங்களில் அடைப்புக் குறிக்குள் உள்ள சொற்கள் மொழிபெயர்ப்பாளரால் புதிதாகத் தமிழ் மொழிபெயர்ப்பில் சேர்த்து மொழிபெயர்க்கப்பட்டுள்ளன. அடைப்புக் குறிக்குள் உள்ள சொற்களைத் தவிர்த்து நேர் மொழிபெயர்ப்புச் செய்யின் தமிழில் பொருள் தெளிவு பெறுவதில் சிக்கல்கள் எழுகின்றன. இவ்வாறு இந்தி நாடகத்தைத் தமிழில் மொழிபெயர்க்கும் போது இலக்கண மொழியியல் அமைப்பில் ஏற்பட்ட சிக்கல்களை மேற்கண்ட சான்றுகளின் மூலம் விளங்கிக் கொள்ள முடிகின்றது.

பண்பாட்டு மொழியியல் நோக்கில் மொழி பெயர்ப்புச் சிக்கல்கள்

மனிதனால் உருவாக்கப்பட்ட மொழி இடத்திற்கு ஏற்றவாறு ஒலி அமைப்புப் பெற்று ஒரு பகுதியினர் பேசும் மொழிக்கும் மற்றொரு பகுதியினர் பேசும் மொழிக்கும் மிகுந்த வேறுபாடுகள் கொண்டதாகத் திகழ்கின்றது. ஒரு மொழியினைப் பேசுவோர் தமக்குரிய பண்பாடு, பழக்க வழக்கம் முதலானவற்றைத் தாம் பேசும் மொழியுடன் பயன்படுத்தி வருகின்றனர். இதனால் ஒரு மொழியினரின் பண்பாட்டிலிருந்து மற்றொரு மொழியினரின் பண்பாடு, பழக்க வழக்கம் உள்ளிட்டவை இயற்கை அமைப்பு முறையினால் வேறுபட்டுக் காணப்படுகின்றன. இக்காரணங்களினால் ஒரு மொழியினரின் பிரதியை மற்றொரு

மொழியில் மொழிபெயர்க்கும் போது பண்பாட்டுத் தொடர்கள் உள்ளிட்டவற்றைப் புரிந்து கொள்வதில் சிக்கல்கள் எழுவதாக G. ஜெயராமன் கூறுவதாவது:

மொழி என்பது ஓர் இடத்தின் உள்ளூர் நிலப்பண்பின் தன்மையையும், பேச்சு வழக்கையும், வரலாற்றையும், அந்த மொழியைப் பேசும் மக்களின் வாழ்முறையையும், நம்பிக்கைகள், நியமங்கள் முதலிய பலவற்றையும் வெளிப்படுத்துவதாக அமைகிறது. எனவே, ஒரு பிரதியை மொழிபெயர்த்தல் என்பது மேற்குறிப்பிட்ட அம்சங்கள், விவரங்கள் அனைத்தையும் புரிந்துக் கொள்வதையும், அவை முன்வைக்கும் சவால்களையும், பிரச்னைகளையும் கடந்துசெல்வதையும் உள்ளடக்கிய செயல்பாடாகும்.

மனிதச் சமுதாயத்துடன் ஒன்றிப் பண்பாட்டோடு இணைந்து விளங்குகின்ற மொழியைச் சமுதாயத்திலிருந்து தனித்துக் காணமுடியாது என்பதாக ந. முருகேசபாண்டியன் மொழிவதாவது:

மொழி என்பது வெறுமனத் தகவல் தொடர்புக் கருவி மட்டுமல்ல; மனித சமுதாயத்தினை நெறிப்படுத்தி இயங்கச் செய்வதில் முக்கிய வினையாற்றுகிறது. சமுதாயமாகச் சேர்ந்து வாழ்ந்திடும் தனிமனிதர்களின் ஒத்துழைப்பினால் சமுதாய வளர்ச்சி சாத்தியப்படுகின்றது. தனிமனித ஆளுமையானது பண்பாட்டு அடிப்படையில் உருவாகின்றது. தனிமனிதனைச் சமுதாய மனிதனாக மாற்றுவதுடன், அவனைச் சூழலுடன் பொருந்திப் போகிறவனாக மாற்றுவது பண்பாட்டின் சிறப்பாகும். ஒரு மொழி பேசுகின்ற மக்கள் வாழ்கின்ற புவியியல் அமைப்பு, தட்பவெப்பநிலை போன்றன அம்மக்களின் வாழ்நிலையைத் தீர்மானிக்கின்றன.

ஒரு மொழியிலிருந்து பிறிதொரு மொழிக்கு மொழிபெயர்ப்புச் செய்வோர் இரு மொழியறிவோடு இரு மொழி பண்பாட்டையும் அறிந்து மொழிபெயர்ப்புத் துறையில் ஈடுபடின் மொழிபெயர்ப்பு முழுமை பெறுமெனினும் இருமொழி மொழிபெயர்ப்பில் மூலமொழிப் பண்பாட்டுச் சொற்கள் பெறுமொழியில் முழுமையாக மொழிபெயர்க்க முடியாதவை என்பதாக வீ. சந்திரன் கூறுவதாவது:

சமூக/பண்பாட்டு அடிப்படையில் வேறுபட்ட இரு மொழிகளுக்கிடையே மொழிமாற்றம் செய்யும்போது,

மூலமொழியிலுள்ள சமூக/பண்பாட்டுச் சொற்றொடர்களுக்குப் போதிய அளவில் இலக்கு மொழியில் சமூக/பண்பாட்டு நிகரிகள் கிடைக்கா விட்டாலும்கூட, மொழிபெயர்ப்பாளர், மூலமொழிவாசகத்தின் சமூக/பண்பாட்டு கலைச் சொற்களுக்கு நெருக்கமாகவுள்ள இலக்கு மொழி வாசகத்தின் சொற்களால் மொழி மாற்றம் செய்தல் வேண்டும்.185

ஒவ்வொரு மொழியும் தனக்கான பண்பாட்டு மரபுச் சொற்களைக் கொண்டுள்ளன. அந்தச் சொற்கள் அம்மொழியின் சிறப்பையும் அம்மொழி பேசும் மக்களின் பண்பாட்டையும் விளக்குவனவாக அமைந்திருக்கின்ற நிலையில் அதனை மொழிபெயர்க்கும் போது சிக்கல்கள் எழுவதாக ந. முருகேசபாண்டியன் மொழிவதாவது:

மூலமொழி பேசும் மக்களுடன் இயைந்து போன பழக்க வழக்கங்கள் பெறுமொழி பேசும் மக்களுக்கு முற்றிலும் அந்நியமாக இருக்கலாம். இத்தகைய பண்பாட்டு இடைவெளிகள் மொழிபெயர்ப்பில் சிக்கல்களை ஏற்படுத்துகின்றன.186

மூல மொழிப் பண்பாட்டு வழக்காறுகளை மொழிபெயர்ப்பில் முழுமையாகப் பெயர்க்க முடியாத நிலையில் இந்தி மொழிப் பண்பாட்டு வழக்காறுகளைக் கொண்டதாகத் திகழ்கின்ற இந்நாடகத்தைத் தமிழ்ப்படுத்துவதில் சிக்கல்கள் எழுகின்றன. அதாவது இந்தி மொழிப் பண்பாட்டு வழக்காறுகள் பயின்று வந்துள்ள இடங்களைத் தமிழ்ப்படுத்துவதில் முழுமையின்மையே தோன்றுகின்றன என்பதைக் கீழ்வரும் சான்றுகள் விளக்குகின்றன. கீழ்வரும் வாக்கியங்களில் முறையே கேத்லீ, கச்சௌரீ, சமோஸே முதலான பெயர்ச் சொற்கள் தமிழில் எழுத்துப் பெயர்ப்புச் செய்யப்பெற்றுள்ளன.

சான்றாக:

केतली उठाकर बायीं ओर के दरवाजे की तरफ जाती है।

தேநீர் கேத்லீயை எடுத்து இடது பக்கக் கதவினருகே போகிறாள்.

---

185 G. ஜெயராமன், லதா ராமகிருஷ்ணன, (மொ,ஆ), மொழி பெயர்ப்பின் சவால்கள், 2011, ப. 8.

186 ந. முருகேசபாண்டியன், மொழிபெயர்ப்பியல், 2008, ப. 89.

श्याम: इस वक्त गर्म-गर्म कचौरी और समोसे भी मिल जाएंगे और ...।

சியாம்: இந்த நேரத்தில் நல்ல சூடான கச்சௌரீயும் சமோஸேவும் கிடைக்கும் அப்புறம்...

இந்நாடகத்தில் பயின்று வந்துள்ள விடுகதை, பழமொழி முதலான மரபுத் தொடர்ச் சொற்களை நேர் மொழிபெயர்ப்புச் செய்ய முடியாத நிலை உருவானதைக் கீழ்வரும் சான்றுகள் புலப்படுத்துகின்றன. அதாவது, ரொட்டிகிட்டி, ரெண்டு நாலு எழுத்து என்று வரக் கூடிய இடங்களில் சூழல் கருதிக் கீழ் வருமாறு தமிழ்ப்படுத்தப் பெற்றுள்ளன.

சான்றாக:

राधा: आज दोपहर से ही शरीर कुछ टूट-सा रहा था। मैंने कहा कि थोड़ी देर लेट लूं, फिर उठ कर रोटी-वोटी का धंधा करना होगा।

ராதா: இன்று மதியத்திலிருந்தே உடம்பு வலித்துக் கொண்டிருந்தது கொஞ்ச நேரம் படுத்திருப்போம் பிறகு எழுந்து ரொட்டித் தயாரிக்கும் வேலையைச் செய்வோம் என்று நினைத்தேன்.

राधा: भैया, हम किसी को क्या पढ़ाएंगे? हम तो आप ही अनपढ़ हैं। हम तो वीना के पास इसीलिए आ बैठते हैं कि दो-चार अच्छे अक्षर इससे सीख जाएं।

ராதா: தம்பி, நான் யாருக்கு என்ன கற்பிப்பேன்? நானே படிக்காதவள். நான் வீனாவிடம் ஏன் வந்து உட்கார்ந்திருக்கிறேன் என்றால் நாலு எழுத்துப் படிக்கலாமே என்றுதான்.

இந்நாடகத்தில் பயின்று வந்துள்ள ரொட்டி, வொட்டி, ரெண்டு, நாலு எழுத்து என்ற வழக்காறுகளைத் தமிழில் மொழிபெயர்க்கும் போது அவை மூல மொழியின் தன்மையைப் பெற்று விளங்க வில்லை என்பது மேற்கண்ட சான்றுகள் மூலம் புலப்படுகின்றது. அதோடு, இந்நாடகத்தில் சில வாக்கியங்களில் பயின்று வந்துள்ள இந்தி மொழி மரபுத் தொடர்ச் சொற்கள் சூழல் கருதி முழுமையாகத் தமிழ்ப்படுத்தப் பெற்றுள்ளன.

சான்றாக:

वीना: रात को जब सब लोग सो जाएंगे तो मोमबत्ती जला कर पढना। मैं भी कई दिनों से सोचती थी कि रात को तुम मोमबत्ती जला कर क्या करती हो! ... अभी यहां बैठो।

வீனா: இரவில் எல்லோரும் தூங்கும் பொழுது மெழுகு திரி ஏற்றி வைத்து என்ன செய்கிறீர்கள் என்று நானும் பல நாட்களாக நினைத்துக் கொண்டிருந்தேன்... இப்பொழுது இங்கே உட்காருங்கள்.

(कपड़े उतारते हुए मोजे का एक जोड़ा नीचे जा गिरता है।)

(துணிகளைக் கிழே இறக்கும் பொழுது ஒரு காலுறை(சாக்ஸ்) கீழே விழுகிறது)

वीना: साथ थोड़ी किशमिश भी ले आना।

வீனா: அதோடு கூட முந்திரிப் பழமும் வாங்கி வா.

गोपाल: क्या बात है, आजकल श्याम पर बहुत मेहरबान हो रही हो? सुना है, देवर-भाभी का रिश्ता बहुत खतरनाक होता है।

கோபால்: என்ன விசயம், இப்பொழுதெல்லாம் சியாம் மீது மிகவும் அக்கறை காட்டுகிறாயே? மைத்துனன் அண்ணி உறவு மிகவும் அபாயகரமானது என்று கேள்விப்பட்டிருக்கிறேன்.

श्याम: शिव, शिव, शिव! किसी और चीज का नाम लो, भाभी! इस घर में अण्डे का नाम ले रही हो?

சியாம்: சிவ சிவா, வேறு ஏதேனும் ஒரு பொருளின் பெயரைச் சொல்லு, அண்ணி.

श्याम: हरि, हरि, हरि! फिर वही नाम! भाभी, अम्मा मेरे सिर हो जाएंगी कि सब तेरी ही करनी है। तुम खाओ, बनाओ, जो चाहे करो। मगर इस चीज का नाम मुंह पर मत लाओ। कितने ले आऊं - चार कि छह?...

சியாம்: ஹரி ஹரி, ஹரி ஹரி. மீண்டும் அதே பெயரா! அண்ணி, இது எல்லாம் உன்னுடைய வேலை தான் என்று அம்மா என் தலைமேல் ஏறுவாள். எது வேண்டுமானாலும் நீ செய்து சாப்பிடு. ஆனால், இந்தப் பொருளின் பெயரை வாய்க்குள் கொண்டு வராதே... எத்தனை வாங்கி வர வேண்டும் - நாலா ஆறா?...

இந்தியில் சிவ, சிவ, சிவ என்பதும் ஹரி, ஹரி, ஹரி என்பதும் மூன்று முறை சொல்லும் வழக்கம் உள்ளதை மேற்கண்ட கூற்றுக்கள் உறுதிப்படுத்துகின்றன. ஆனால் தமிழில் சிவ சிவா, ஹரி ஹரி என்று அடுக்குத் தொடராக இரண்டு

முறை பயன்படுத்துடுகின்ற வழக்கம் காணப்படுகின்றது. இந்நிலையில் இம்மாதிரியான சொற்களைத் தமிழில் நேர் மொழிபெயர்ப்புச் செய்யின் பொருள் தெளிவில் சிக்கல் எழுகின்றது. அதோடு, தலை மேல் ஏறுவாள், நாலா ஆறா முதலான இந்தி மரபுத் தொடர்கள் தமிழ் நேர் மொழிபெயர்ப்பில் மூல நூலின் மையக் கருத்தினைக் கொண்டு வரமுடியாத நிலை ஏற்படுகிறது. இந்நாடகத்தில் பயின்று வந்துள்ள உறவு, உணவு, இயற்கை முதலான பெயர்கள் தமிழில் மொழிபெயர்ப்புச் செய்யப்பட்டுள்ள முறையைக் கீழ்வரும் அட்டவணை விளக்குகிறது.

அட்டவணை: 9. பண்பாட்டுத் தொடர்கள்

பண்பாட்டுச் சொற்கள்	இந்தி	தமிழ்
உறவுப் பெயர்	देवर, भाभी, भैया, बहू, जेठ जी	மைத்துனன், அண்ணி, அண்ணன், மருமகள், பெரிய மைத்துனர்
உணவுப் பெயர்	किशमिश, रोटी, चाय	முந்திரிப்பழம், ரொட்டி(சப்பாத்தி), தேநீர்
மரபுத் தொடர்கள்	अम्मा के काम में भनक भी पड़ गई तो सारे घर का गंगा-इश्नान हो जाएगा।	இந்த வீட்டில் அம்மாவின் காதில் சற்று விழுந்தால் கூட வீடு முழுதும் கங்கை நீராட்டு நடந்து விடும்.

இந்நாடகத்தில் பயின்று வந்துள்ள உணவுப் பெயர், உறவுப் பெயர், தொழில் பெயர் முதலான மரபுச் சொற்களைத் தமிழ்ப்படுத்துவதில் உள்ள சிக்கல்களை மேற்கண்ட சான்றுகள் விளக்குகின்றன. அதோடுகூட இந்திப் பண்பாட்டு வழக்குகளைத் தமிழ்ப் பண்பாட்டினர் அறிந்து கொள்வதற்கும் இந்நாடக மொழிபெயர்ப்புத் துணைச் செய்கிறது.

மெய்ப்பாட்டியல் நோக்கில் மொழிபெயர்ப்புச் சிக்கல்கள்

நாடக நூல்கள் பெரும்பாலும் நடிப்பதற்கும் படிப்பதற்கும் என இரு தன்மை கொண்டதாகத் திகழ்கின்றன. நடிப்பிற்கான கூறுகள் மிகுதியாகப் பெற்றுள்ள நாடக நூல்களில் வெளிப்படுகின்ற நகை, அழுகை, அச்சம், வெகுளி முதலான சுவைகள் பெறுமொழியில் கொண்டு வருவது என்பது சற்றுக்

கடினமாகவே திகழ்கின்றது. மொழிபெயர்ப்பு நூல்கள் உணர்ச்சியை வெளிப்படுத்த வேண்டும் என்பதாக நீ கந்தசாமிப் பிள்ளை கூறுவதாவது:

மொழி பெயர்க்கும் பொழுது மூல மொழியிலுள்ள சொற்களை மொழிபெயர்த்து, அவ்வாறு மொழிபெயர்த்த சொற்கள், மூலமொழியின் சொற்கள் எந்தப் பொருளை உணர்த்துகின்றனவோ அதே பொருளை உணர்த்துகின்றனவா என்பதையும் கருதவேண்டும். பொருளளவில் நின்று விடும் நூல்களை மட்டும் இவ்வளவில் கருதலாம். உணர்ச்சியூட்டும் நூல்களுக்கோ வென்றால் இதன்மேலும் கருதவேண்டும்.187

மூல மொழியில் உள்ள உணர்வு தரும் சொற்களைப் பெறுமொழியில் அதே உணர்வுடன் மொழிபெயர்ப்பதில் சிக்கல் எழுவதாக ந. முருகேசபாண்டியன் பகர்வதாவது:

சில சொற்கள் நேர்ப்பொருளைச் சுட்டுவதைக் காட்டிலும் அச்சம், ஆர்வம், வெறுப்புப் போன்ற உணர்வுகளைக் குறித்தால், அவை உணர்வு தரும் சொற்கள் எனப்படுகின்றன.188

நடிப்பதற்கும் படிப்பதற்கும் என இரு தன்மையில் அமைந்து நகை, அச்சம், வெகுளி, பெருமிதம் முதலான சுவைகளைக் கொண்டதாக அமைந்துள்ள முட்டை ஓடுகள் நாடகத்தைத் தமிழில் மொழிபெயர்க்கும் போது மூல மொழியில் உள்ள சுவைகளைத் தமிழ் மொழியில் கொண்டுவருவதில் முழுமையின்மையே வெளிப்படுகின்றன. இந்நாடகத்தில் பயின்று வரும் சியாம், கோபால் முதலான பாத்திரங்களின் மெய்ப்பாடுகளைத் தமிழ்ப்படுத்தும் போது ஏற்படும் சிக்கல்களைக் கீழ் வரும் வாக்கியங்கள் விளக்குகின்றன. அ...அ..., அல்ல்..., ஓ... முதலான இடங்களை மொழிபெயர்க்கும் போது முழுமையாக மொழிபெயர்ப்பில் கொண்டு வர முடியாத நிலையினைக் கீழ் வரும் சான்றுகள் விளக்குகின்றன.

சான்றாக:

गोपाल: अललललल, क्या बक रही हो? कुछ होश की दवा करो....।

கோபால்: அல்ல்ல்ல், என்ன உளறுகிறாய். கொஞ்சம் புத்தித் தெளிவுபெற மருந்து சாப்பிடு.

---

187 நீ.கந்தசாமிப் பிள்ளை, (த.ஆ), தாமஸ் கிரேயின் இரங்கற்பா(நாட்டுப்புற இடுகாட்டில் எழுதியது), 1961, பக்.165-166.

188 ந.முருகேசபாண்டியன், மொழிபெயர்ப்பியல், 2008, ப.104.

गोपाल: कु-कुछ नहीं, मां! तु-तुम अ-आओ, आओ। दरवाजा खुला ही था। श्याम तो ऐसे ही वहां खड़ा था। आओ, बैठो।

கோபால்: ஓ..ஒன்றும் இல்லை அம்மா, நீ- நீங்கள், வா-வாங்க, வாங்க,. வாயில் கதவு திறந்துதான் இருந்தது சியாம் சும்மாதான் அப்படி நின்றிருந்தான். வாங்க உட்காருங்க.

गोपाल: कु-कुछ न-नहीं, मां, यह ...वह ..वह वहां पर... क्या नाम है उसका... वह .... वह ... वीना का हाथ जरा जल गया था। मैं इसके लिए मरहम ढूंढ रहा था।

கோபால்: ஓ-ஒன்றும் இ-இல்லை, அம்மா, இது...அது... அது வந்து அங்கே அதன் பெயரென்ன அதுதான் வீனாவின் கையில் கொஞ்சம் சுட்டுவிட்டது. நான் அதற்காக களிம்பு தேடிக் கொண்டிருந்தேன்.

गोपाल: हां, हां, जल्दी कुछ इंतजाम करो। यह छिलके... यह हलुआ...।

கோபால்: ஆமாம், ஆமாம், விரைவில் ஏதாவது ஏற்பாடு செய். இந்த ஓடுகள்... இந்த அல்வா...

மேற்கண்ட தொடர்களில் இடம் பெற்றுள்ள அல்ல்ல்ல், ஓ- ஒன்றும் ஆமாம் ஆமாம் முதலான சொற்களின் மூலம் உடல் மொழியினை அறிந்து கொள்ள முடிகின்றது என்றாலும், மூல மொழியில் வெளிப்படுகின்ற பாவனை மொழிபெயர்ப்பில் முழுவதுமாகக் கொண்டு வரமுடியவில்லை எனலாம். அதாவது, இந்நாடகத்தில் பயின்று வருகின்ற நகை, அச்சம் முதலான சுவைகள் வெளிப்படுகின்ற உரையாடல்கள் தமிழ் மொழிபெயர்ப்பில் முழுவதுமாக வெளிப்படாததைக் கீழ்வரும் சான்றுகள் புலப்படுத்துகின்றன.

சான்றாக:

राधा: (खिसियायी-सी) भई, हम नहीं कुछ भी पढ़ते। हमें दिन-भर काम से फुरसत मिलती है जो पढ़ें-पढ़ाएं? कभी दस मिनट मिल गए तो चार अक्षर बांच लिए।

ராதா: (குறுகிய படி) நான் எதையும் படிக்கிறதில்லப்பா ஏதாவது படிப்பதற்குப் பகல் முழுதும் வேலையிலிருந்து ஓய்வு கிடைக்கிறதா? எப்பொழுதாவது பத்து நிமிடம் கிடைத்தால் நான்கு எழுத்துப் படிக்கிறேன்.

वीना: आज जीजी की गुटका रामायण मैं इधर उठा लायी हूं। जीजी तो लाने ही न देती थीं। अभी-अभी आपके आने से पहले मैं इनसे समुद्र-लंघन की कथा सुन रही थी।

வீனா: இன்று அக்காவினுடைய குட்டி இராமாயணத்தை இங்குக் கொண்டு வைத்திருக்கிறேன். அக்கா இதைக் கொண்டுவர விடவில்லை. இப்பொழுதுதான் நீங்க வருவதற்கு முன்னால் நான் இவரிடம் கடல் கடக்கும் கதையைக் கேட்டுக் கொண்டிருந்தேன்.

மேற்கண்ட வாக்கியங்களின் பொருள்களை முன்பின் உள்ள நிகழ்வுகளைக் கொண்டு புரிந்து கொள்வதன் மூலம் தமிழ் மொழிபெயர்ப்பில் உடல் மொழியை அறிந்து கொள்ள முடிகிறது. அவ்வாறு இல்லாமல் மொழிபெயர்ப்பினை வாசிப்பின் மூல மொழியில் வெளிப்படுகின்ற சுவை உணர்வுகள் பெறுமொழியில் வெளிப்படவில்லை எனலாம். நாடகத்தில் இடம் பெற்றுள்ள சுவை உணர்வு வெளிப்படுகின்ற தொடர்கள் தமிழில் மொழிபெயர்ப்புச் செய்த முறையை விளக்குவதாகக் கீழ்வரும் அட்டவணை திகழ்கிறது.

அட்டவணை: 10. உடல் மொழி வெளிப்பாட்டுத் தொடர்கள்

சுவை	**இந்தி**	**தமிழ்**
நகை	वीना: (शरारत के लहजे में) सच?	வீனா: (குறும்புத் தனமாக) உண்மையாகவா?
அச்சம்	गोपाल: (जैसे आसमान से गरिकर) भाभी!	கோபால்: (ஆகாயத்தில் இருந்து விழுந்தது போல்) அண்ணி.
பெருமிதம்	राधा: वह बात तो है ही। ... मगर सच कहें, वीना, तो इसमें भी तो शूरवीरता की ही कहानी है।	ராதா: அது சரிதான்!... ஆனால் உண்மையைச் சொன்னால் வீனா, இதிலும் சூர வீரத்தனங்கள் நிறைந்த கதை இருக்கு.
வெகுளி	राधा: (चढ़िकर) हां भई, हम तुम्हारी तरह पढ़े-लखि तो हैं नहीं...।	ராதா: (எரிச்சலுடன்) ஆமாம்ப்பா, நான் உன்னை மாதிரி படித்தவள் இல்லையே.

நிறைவாக

இந்தி மொழி நாடகத்தைத் தமிழில் மொழிபெயர்த்ததின் மூலம் எழுத்து வகை, ஒலிப்பு முறை, சொல் பாகுபாடு, வாக்கிய அமைப்பு முறை எனப் பல வகைகளில் இந்தி, தமிழ் என இரு மொழிகளும் வேறுபாடுகள் கொண்டுள்ளதை அறிந்து கொள்வதோடு, வடமொழி, ஆங்கிலச் சொல் பயன்பாடு, சாதாரண வாக்கிய அமைப்பு முறை முதலானவற்றில் இவ்விரு மொழிகளும் பல நிலைகளில் ஒத்துக் காணப்படுவதையும் அறிந்து கொள்ள முடிகின்றது. இருந்தும் ஒற்றுமையினும் வேற்றுமைகளே மிகுதியாகக் காணப்படுவதை இவ்வியலின் மூலம் அறிந்து கொள்ள முடிகின்றது. இந்தி மொழியும் தமிழ் மொழியும் இவ்வாறு வேறுபட்டுக் காணப்படுவதற்கு இவ்விரு மொழியும் இருவேறு மொழிக்குடும்பங்களைச் சேர்ந்த மொழிகள் என்பது புலப்படுகின்றது. இந்தி நாடகத்தைத் தமிழில் மொழி பெயர்த்ததின் மூலம் இரு மொழிகளுக்குள்ளும் உள்ள மொழியியல் நுட்பங்கள், இலக்கண அமைப்பு முறைகள், சமூகப் பண்பாட்டுக் கூறுகள் முதலானவற்றை அறிந்து கொள்ள முடிகின்றது. இந்தி நாடகத்தைத் தமிழில் மொழி பெயர்த்ததின் மூலமாக இரு மொழியினருக்குள்ளும் பண்பாட்டுக் கலப்பினை ஏற்படுத்தி அவர்களுக்குள் ஒற்றுமையைப் பேணுவதற்கு இவ்வாய்வு துணை புரிவதோடு, ஒரு மொழிலிருந்து பிறிதொரு மொழிக்கு மொழிபெயர்க்கும் போது மூலமொழிக் கருத்துக்களைப் பெறுமொழியினர் சரியாக அறிந்து கொள்ளும் வகையில் உயிரோட்டமான மொழிபெயர்ப்புக்குத் துணை செய்வதாகவும் இவ்வாய்வு அமைகிறது.

நிறைவுறுதல்

இந்தியாவில் பேசும் மொழிகளில் தமிழ் மொழி நீண்ட செழுமையான மரபைப் பெற்றதாகவும் இந்தி மொழி மிகுதியான மக்களால் பேசப்படுவதாகவும் திகழ்கின்றன. இவ்விரு மொழியினரும் மொழி, பண்பாடு உள்ளிட்ட காரணங்களால் வேறுபாடுகள் உடையவர்களாகத் திகழ்கின்றனர். இந்நிலையில் இவ்விரு மொழியினர்களுக்குள்ளும் பண்பாட்டு உறவினை ஏற்படுத்தி ஒற்றுமைக்கு வழி வகுக்கும் முறையில் இது போன்ற இலக்கிய ஆய்வுகள் நிகழ்த்தப்பெறுகின்றன. கி.பி. பத்தொன்பது இருபதாம் நூற்றாண்டுகளில் திறனாய்வு துறை என்பது வளர்ந்து வரும் துறைகளில் ஒன்றாகத் திகழ்கின்றது. இந்தியாவில் ஐரோப்பியர் வருகையின் ஊடாகத் தபால்துறை, போக்குவரத்துத் துறை முதலான துறைகளில் மாற்றங்கள் ஏற்பட்டன போன்று கல்வித் துறையிலும் புதிய சிந்தனைகள் ஏற்படலாயின. அதனடிப்படையில் இந்தியாவில் ஆங்கிலக் கல்வி அறிமுகப்படுத்தபட்டதன் மூலம் சிறுகதை, புதினம், நாடகம் முதலான உரைநடை இலக்கியங்கள் தோற்றம் பெற்றன போன்றே ஐரோப்பியத் திறனாய்வு முறைகளும் அறிமுகப்படுத்தப்பட்டன. இதன் மூலம் இலக்கியத்தின் வடிவம், பாடுபொருள், அழகியல் முதலானவை ஆராயப்பட்டுக் கலை கலைக்காகவே, கலை மக்களுக்காகவே என்ற முறைகளில் திறனாய்வுக் கொள்கைகள் வலுப்பெற்று இலக்கியங்கள் ஆராயப்பெறலாயின.

நவீன மயமாதல், நகரமயமாதல், உலகமயமாதல் முதலான காரணங்களினால் பழமையிலிருந்து புதிய வரவுகளை ஏற்றுக் கொண்டு பயன்பெறும் வகையில் இலக்கியக் கருத்துகள் அமையலாயின. அதனடிப்படையில் நவீன இலக்கியங்கள் என்று கூறப்படுகின்ற நாடக இலக்கியங்களில் மரபின் கூறுகள் இடம்பெற்றுள்ள முறையினைக் கண்டுணர்ந்து ஆராய்ந்து விளக்கும் வகையில் இந்தி மொழியில் மோகன் ராகேஷ் எழுதிய ‘ஆடி மாதத்தில் ஒரு நாள்’ தமிழ் மொழியில் இந்திரா

பார்த்த சாரதி எழுதிய 'ராமாநுஜர்' ஆகிய இரு நாடக நூல்களையும் தமிழ், வடமொழி, ஆங்கிலம் முதலான நாடக இலக்கியங்களின் அடிப்படையில் எழுதியுள்ள 'நாடகவியல்' என்ற நாடக இலக்கண நூலைக் கொண்டு தமிழ், இந்தி என்ற இரு மொழி நவீன நாடகங்களையும் நாடக இலக்கண அமைப்பு முறையில் ஒப்பிட்டாராய்ந்ததில் இரு மொழி நாடகங்களும் மொழி, இடம், காலம் முதலானவற்றால் வேறுபாடுகள் உடையதாக விளங்கினும் நாடகவியல் கூறுகின்ற நாடகப் பொருள், விருத்தி, நாடகச் சந்தி அமைப்பு முறை முதலானவற்றில் இவ்விரண்டும் பெரும்பாலும் ஒத்துள்ளதைக் கண்டறிய முடிகின்றது. இலக்கணத்தை இலக்கியத்தில் பொருத்திப் பார்ப்பதன் ஊடாக அதன் தன்மையினை அறிந்து கொள்வதோடு அவ்விலக்கணத்தை அக்கால இலக்கியங்கள் எவ்வளவிற்கு உட்கொண்டு வெளிப்படுகின்றன என்பதையும் கண்டுணர முடிகிறது. அதன் அடிப்படையில் நவீனம் என்று கூறப்படுகின்ற மரபின் கட்டமைப்பிலிருந்து வேறுபடுகின்ற ஒன்று அதன் வடிவமைப்பில் மரபின் தாக்கத்தை எவ்வாறெல்லாம் உள்வாங்கிக் கொண்டு மாற்று வடிவில் வெளிப்படுத்துகின்றன என்பவற்றைக் கண்டறியும் நோக்கில் இந்திய நவீன நாடக ஆசிரியர்களின் நாடகங்களைச் சோதனைக்குட்படுத்தியதில் அதனுடைய தாக்கம் வெளிப்படுவதைக் கண்டறிய முடிகின்றது. இது போன்று பிற நாடக இலக்கியங்களையும் பொருத்திப் பார்த்து ஆராயின் இந்தி மொழி நாடகங்கள் மைய நீரோட்டத்தில் பொருந்திப் போவதாகவும் தமிழ் மொழியில் நாடக இலக்கண நூல் கிடைக்கவில்லை என்ற குறையைப் போக்கிக் கொள்வதாகவும் திகழ்கின்றதை இந்த மாதிரியான ஆய்வுகள் உறுதிப்படுத்துகின்றன.

இந்திய தேசம் பல மொழிகளையும் பல்வேறு பண்பாடுகளையும் கொண்டதாகத் திகழ்கின்றது. தமிழ் மொழியினரும் இந்தி மொழியினரும் கி.பி. இருபதாம் நூற்றாண்டு தொடங்கி மொழிப் பிளவு கொண்டவர்களாகத் திகழ்கின்றனர். இந்நிலையில் இந்தி, தமிழ் ஆகிய இரு மொழியினரிடையில் பண்பாட்டு உறவினை ஏற்படுத்தும் வகையில் இது போன்ற ஆய்வுகள் மேற்கொள்ளப் பெறுகின்றன. தமிழ், இந்தி மொழி இலக்கியங்களை ஒப்பிட்டாய்தல், இந்தி மொழியிலிருந்து தமிழ் மொழிக்கு மொழிபெயர்ப்புச் செய்துள்ள

இலக்கியங்களைத் திறனாய்வு செய்தல் முதலானவற்றின் மூலம் தமிழ், இந்தி மொழியினர்களுக்குள் நல்ல உறவினை ஏற்படுத்தக்கூடும் மேலும் இந்த மாதிரியான ஆய்வுகள் செய்வதன் மூலம் தமிழ் மொழியினரிடையில் பண்பாட்டு மொழி உறவினை ஏற்படுத்துவதுடன் தமிழ் இலக்கியங்களையும் வளப்படுத்திக் கொள்ள முடியும். அந்த வகையிலேயே மோகன் ராகேஷின் மூன்று ஓரங்க நாடகங்களையும் இந்திரா பார்த்த சாரதியின் மூன்று ஓரங்க நாடகங்களையும் ஒப்பிட்டாராய்ந்ததில் மொழி, பண்பாடு, காலம், இடம் முதலானவற்றில் இவ்விருவரும் வேறுபாடுகள் உடையவர்களாகத் திகழினும் நாடகக் கதைப் பொருள் தேர்வு, பாத்திர வார்ப்பு, நாடக வடிவம் முதலான கூறுகளில் இவ்விரு ஆசிரியர்களின் நாடகங்களும் ஒத்துப் போவதைக் காணமுடிகின்றது. இவ்விரு மொழி நாடக நூல்களை முன்மாதிரியாகக் கொண்டு ஆராய்ந்ததின் மூலம் இந்திய நாடகங்களை ஒரு வகைப்பாட்டிற்குள் கொண்டு வந்து இந்திய நாடக இலக்கணத்தைக் கட்டமைப்பதற்கு இந்த மாதிரியான ஆய்வுகள் துணைபுரிவதாகத் திகழ்கின்றன. இந்தி, தமிழ் ஓரங்க நாடக மரபினைக் காணுகையில் தமிழ் நாடகம் நீண்ட மரபினை உடையதாகக் காணப்படினும் அதனுடைய வளர்ச்சி என்பது தற்பொழுது இந்தி மொழியினும் இலகுவானதாகவே காணப்படுகிறது. அதாவது, இந்தி மொழியில் தற்பொழுதும் ஓரங்க நாடகங்கள் எழுதி இயக்கி வருகின்றதைக் காணமுடிகின்றது. ஆனால் தமிழில் தற்பொழுது ஓரங்க நாடகம் நிகழ்த்தப்பெறுகிறதா? என்று காணின் அது கேள்விக்குறியாகவே காட்சிப் பெறுகிறது. ஆகையினால், தமிழ் மொழியில் கவனம் செலுத்தப்படாமல் இருக்கும் ஓரங்க நாடகங்களின் மீது கவனம் செலுத்தி அதனை மீட்டுருவாக்கம் செய்து அதன் வளர்ச்சிக்கு வழி வகுப்பதற்கு இது போன்ற ஆய்வுகள் துணை செய்கின்றன. தமிழ் மொழியில் இந்திரா பார்த்த சாரதி, சுஜாதா முதலானோர்கள் தற்காலத்திலும் ஓரங்க நாடகங்கள் எழுதியுள்ளமை போற்றத்தக்கது என்றாலும் அதன் வளர்ச்சி என்பது தொடர்ந்து நடைபெறவில்லை என்பது கவனிக்கத்தக்கதாகும்.

இந்தி மொழியில் மோகன் ராகேஷின் முழு நீள நாடகங்கள் மூன்றும் வெவ்வேறு சூழலில் எழுதப்பட்டுள்ள நிலையில் அதனுடைய நாடகப் பாத்திரச் சித்திரிப்புகள் ஒரு

பொருண்மை கொண்டதாய்த் திகழ்கின்றன. தலைமைப் பாத்திரங்களின் பண்பு நலனை விளக்கும் வகையில் அமைந்துள்ள மூன்று நாடகங்களும் முறையே தன்னிலைக் கூற்று, முன்னிலைக் கூற்று, படர்க்கைக் கூற்று என்ற முறையில் தலைமைப் பாத்திரங்களின் பண்பு நலனை விளக்கும் முறையில் அமைந்திருப்பவை நோக்கத்தக்கதாகும். மோகன் ராகேஷின் ஓரங்க நாடகப் பாத்திர வளர்த்தெடுப்புகள் வேறுபாடுகள் கொண்டதாகத் திகழ்கின்ற நிலையில் முழு நீள நாடகங்களின் பாத்திர வளர்த்தெடுப்பென்பது ஒத்த தன்மை உடையதாக அமைந்திருப்பதின் மூலம் அவருடைய நாடகப் பாத்திர வளர்த்தெடுப்பு முறை புலப்படுகின்றது. மோகன் ராகேஷ் தனது பாத்திர வளர்த்தெடுப்பைத் திட்டமிட்டுச் செய்ய வில்லை என்றாலும் அதனுடைய அமைப்பு முறை என்பது மிகவும் கவனிக்கத்தக்கதாகும். கணவன் மனைவி இருவருக்குள் நிகழும் பிரச்சனைகளை விளக்குவதாக அமைந்துள்ள இந்நாடகங்கள் கணவன் மனைவி இருவரும் தங்களுடைய நிறை குறைகளை வெளிப்படுத்திக் கொள்வதன் மூலம் அவர்களுடைய பண்பு நலன் வெளிப்படுகின்றது. தம்முடைய செயல்பாடுகள், எண்ணங்கள், விருப்பு வெறுப்புக்கள் பற்றித் தலைவன், தலைவிப் பாத்திரங்கள் தன்னிலைக் கூற்றாகக் கூறுவது, தலைவியின் நிறை குறைகள் பற்றித் தலைவன் பாத்திரமும் தலைவனின் நிறை குறைகள் பற்றித் தலைவிப் பாத்திரமும் என இரு பாத்திரங்களும் முன்னிலைக் கூற்றாகக் கூறிக் கொள்வது, தலைவி, தலைவனின் பண்பு நலனை வெளிப்படுத்தும் வகையில் இருவரின் தோழன், தோழி உள்ளிட்ட துணைமைப் பாத்திரங்கள் படர்க்கையில் கூறுவன என்ற முறையில் ஆடி மாதத்தில் ஒரு நாள், அலைகளிலே அன்னம், அரையும் குறையும் ஆகிய மூன்று நாடகங்களின் பாத்திரங்கள் அமைக்கப்பட்டிருக்கின்றன. தலைவன், தலைவியின் அன்பு, கருணை என்று நாடகப் பாத்திரங்களை ஆராயாமல், பாத்திரங்களின் கூற்றுகளின் அடிப்படையில் தலைமைப் பாத்திரங்களின் பண்பு நலனை விளக்குவதாக இவ்வியல் அமைகிறது. அதாவது, காளிதாசனின் அன்பு, வீரம், கொடை என்று ஆராயாமல், காளிதாசனைப் பற்றி மல்லிகா கூறுவது; காளிதாசனைப் பற்றிக் காளிதாசன் கூறிக் கொள்வது; காளிதாசனைப் பற்றி விலோம், அம்பிகா உள்ளிட்ட துணைமைப் பாத்திரங்கள் கூறுவன என்ற முறையில் காளிதாசனின் பண்பு

நலன் ஆராய்வது போன்று ஏனைய நாடகத் தலைமைப் பாத்திரங்களான நந்தன், மகேந்திரன், மல்லிகா முதலான பாத்திரங்களையும் ஆராய்ந்ததின் மூலம் பாத்திர வளர்த்தெடுப்பில் மூன்று நாடகங்களும் ஒத்துள்ளனவற்றை இவ்வியலின் மூலம் அறிந்து கொள்ள முடிகின்றது.

தமிழில் மொழிபெயர்ப்பாகியுள்ள மோகன் ராகேஷின் ஆடி மாதத்தில் ஒரு நாள், அலைகளிலே அன்னம், அரையும் குறையும் ஆகிய மூன்று நாடகங்களையும் சமூகவியல் அணுகுமுறையில் ஆராய்ந்ததின் மூலம் அக்காலச் சமூகச் சூழலை உள்ளது உள்ளவாறு எதார்த்தமாகச் சித்திரித்திருப்பதில் மூன்று நாடகங்களும் ஒத்துள்ளதைக் கண்டறிய முடிகின்றது. அரசியல், சமயம், பொருளாதாரம் முதலான காரணங்களால் குடும்பத்தில் ஏற்படுகின்ற பிரச்சனைகளைச் சித்திரிப்பதாக அமைந்துள்ள மூன்று நாடகங்களும் உறவுகளுக்குள் பிளவுகள் ஏற்படுவதற்கு மூலக் காரணமாக விளங்குகின்ற சமூகக் காரணங்களை உள்ளது உள்ளவாறு சித்திரித்துக் காட்டுவதாக திகழ்கின்றன. உறவுகளுக்குள் பிளவுகள் ஏற்படுவதற்கு அரசு மூலக் காரணமாகத் திகழ்வதைச் சித்திரிப்பதாக அமைந்துள்ள ஆடி மாதத்தில் ஒரு நாள் என்ற நாடகம் காளிதாசன், மல்லிகாவின் உறவு பிளவுருவதற்கு உஜ்ஜைனி அரசு எவ்வாறு மூலக் காரணமாகத் திகழ்கிறது என்பதை விளக்கிக் காட்டியிருப்பதின் மூலம் சமூகத்தில் அரசுவினால் ஏற்படுகின்ற பாதிப்புக்களை இந்நாடகத்தின் மூலம் கண்டுணரமுடிகின்றது. கணவன், மனைவி உறவுகளுக்குள் பிளவுகள் ஏற்படுவதற்குச் சமயம் எவ்வாறு மூலக் காரணமாகத் திகழ்கிறது என்பதை நந்தன், சுந்தரி வாழ்க்கை மூலம் அலைகளிலே அன்னம் என்ற நாடகம் சித்திரித்துக் காட்டுகிறது. பௌத்தக் கொள்கையில் ஈடுபட்டு நந்தன் துறவறம் செல்வதனால் சுந்தரி மன வேதனைகளுக்கு ஆளாகிறாள் என்பதை விளக்குவதாக இந்நாடகம் திகழ்கிறது. பொருளாதாரத்தினால் குடும்ப உறவுகளுக்குள் ஏற்படுகின்ற பிளவுகளை விளக்குவதாக அரையும் குறையும் என்ற நாடகம் திகழ்கிறது. மகேந்திரன், சாவித்திரி என்ற கணவன் மனைவியின் வாழ்வில் பொருள் எவ்வளவு மூலக்காரணமாகத் திகழ்கிறது என்பதை விளக்குவதாக இந்நாடகம் அமைகிறது. நடுத்தரக் குடும்ப அமைப்பு முறையைச் சித்திரிக்கும் வகையில் வேலையின்மை, தொழிலில்

நட்டம், புதிய ஆடை உடுத்த முடியாத வறுமை, அருகில் வசிப்பவர்களுக்கு அஞ்சி வாழ்தல், உடன் இருப்பவர்களால் மன வேதனைகளுக்குள்ளாதல் முதலான வகைகளில் பொருளாதாரத்தினால் ஏற்படுகின்ற சிக்கல்களை விளக்குவதாக இந்நாடகம் திகழ்கிறது. மோகன் ராகேஷின் ஆடி மாதத்தில் ஒரு நாள் உள்ளிட்ட மூன்று நாடகங்களும் முறையே அரசியல், சமயம், பொருளாதாரம் என்ற முறையில் சமூகப் பிரச்சனைகளைச் சித்திரித்துக் காட்டும் வகையில் அமைந்திருப்பதை இவ்வியலின் மூலம் அறிந்து கொள்ள முடிகின்றது. தமிழில் வெளிவந்துள்ள மோகன் ராகேஷின் நாடகங்களைத் திறனாய்வு செய்ததின் வழி அவருடைய நாடகங்கள் அனைத்தும் சமூகப் பிரச்சனைகளை உள்ளது உள்ளவாறு சித்திரித்துக் காட்டுவனவாகத் திகழ்கின்றனவே தவிர, மாறாக அப்பிரச்சனைகள் தீர்ப்பதற்கான தீர்வுகள் பற்றி நேரடியாகக் கருத்துக் கூறுவதாகப் புலப்படவில்லை என்பது கவனிக்கத்தக்கது. மோகன் ராகேஷ் அவர் காலச் சமூகப் பதிவுகளை உள்ளது உள்ளவாறு எதார்த்தமாகச் சித்திரித்துள்ளதனால் அவருடைய நாடகங்கள் என்றும் பேசக்கூடிய முக்கியமான நாடகங்களாகத் திகழ்கின்றன. ஏனெனில் அவர் சித்திரித்துள்ள பிரச்சனைகள் இன்றும் பல்வேறு குடும்பங்களில் தீர்க்கமுடியாத பிரச்சனைகளாக நடைபெற்றுக் கொண்டிருப்பனவாகும்.

இந்தி மொழியும் தமிழ் மொழியும் இருவேறு மொழிக் குடும்பத்தைச் சேர்ந்த மொழிகள் என்பதனால் இரு மொழி இலக்கணங்களும் வேறுபாடுகள் கொண்டதாகத் திகழ்கின்றன. எழுத்துக்களின் எண்ணிக்கை, பிறப்பு, புணர்ச்சி என்ற முறையில் இவ்விரண்டும் வேறுபட்டுக் காணப்படுவதோடு, சொற்கள் அமைப்பு முறையிலும் வேறுபட்டுக் காணப்படுகின்றன. வாக்கிய அமைப்பு முறையைக் காணுகையில் எழுவாய், செயப்படுபொருள், பயனிலை என்ற முறையில் இவ்விரண்டும் ஒன்று போல் காணப்படினும் ஹை, ஹைங் முதலான துணைவினைகள் இந்தி மொழியில் பயின்று வரும் இடங்களில் இவ்விரண்டும் வேற்றுமை உடையதாகத் திகழ்கின்றன. ஒவ்வொரு மொழியும் தனக்கான சிறப்புக் கூறுகளைப் பெற்றிருப்பதனால், அம்மொழி இலக்கியங்களைப் பிறிதொரு மொழியில் மொழிபெயர்க்கும் போது சிக்கல்கள் எழுவது என்பது இயல்பு. இந்நிலையில் இந்தி மொழியில் மோகன்

ராகேஷ் எழுதிய முட்டை ஓடுகள் என்ற நாடக நூலினைத் தமிழ் மொழியில் மொழிபெயர்க்கும் போது சிக்கல்கள் எழுகின்றன. சொல் பயன்பாடு, வாக்கிய அமைப்பு, பால் அமைப்பு முறை முதலானவற்றில் இந்தி மொழி, தமிழ் மொழி அமைப்பிலிருந்து வேறுபாடுகள் கொண்டதாகத் திகழ்வதனால் மொழிபெயர்க்கும் போது சிக்கல்கள் எழுவதை அறிந்து கொள்ள முடிகின்றது. இந்நிலையில் இது போன்ற ஆய்வுகள் செய்வதன் மூலம் உயிரோட்டமான மொழிபெயர்ப்புக்கு வழி வகுப்பதோடு, பிற மொழி இலக்கியங்களைத் தமிழில் மொழிபெயர்ப்பதின் மூலம் தமிழ் இலக்கிய வளத்தை மேலும் வளப்படுத்திக் கொள்ளவும் கூடும். அதன் அடிப்படையிலேயே இந்த மாதிரியான ஆய்வுகள் நிகழ்த்தப்பெறுகின்றன.

இந்தி எழுத்துக்களைத் தமிழில் அறிந்து கொள்ளும் வகையில் இந்தி எழுத்துகள் தமிழில் கொடுக்கப் பெற்றுள்ளன. அவற்றின் மூலம் இந்தி, தமிழ் எழுத்துக்களின் எண்ணிக்கை, பிறப்பு, ஒலிப்பு முறை முதலானவற்றை அறிந்து கொள்ள முடிகின்றது. அதோடு, இந்தி, தமிழ் நாடகங்களின் வரலாற்றினை அறிந்து கொள்ளும் வகையில் இந்தி, தமிழ் நாடக வரலாறு சுருக்கமாகக் கொடுக்கப் பெற்றுள்ளது. இவற்றின் மூலம் இந்தி, தமிழ் நாடக வரலாற்றினை விளங்கிக் கொள்ள முடிகின்றது. இந்திச் சொற்களைத் தமிழ் மொழியினர் அறிந்து கொள்ளும் வகையில் மோகன் ராகேஷ் நாடகங்களில் பயின்று வந்துள்ள 250 பெயர்ச்சொற்கள் சொல்லடைவு செய்யப் பெற்றுள்ளன. இந்த ஆய்வாளரால் மொழிபெயர்ப்புச் செய்த முட்டை ஓடுகள் என்ற நாடகத்தின் இந்தி மூலமும் தமிழ் மொழிபெயர்ப்பும் கொடுக்கப்பட்டுள்ளதனால் மொழிபெயர்ப்புச் சிக்கலைப் பற்றி விவாதிக்கும் போது காட்டுகளுடன் அறிந்து கொள்ள முடிகின்றது. தமிழ், இந்தி என்ற முறையில் அமைகின்ற இந்த மாதிரியான ஆய்வுகளினால் இந்தி, தமிழ் என இரு மொழியினர்களிடையில் பண்பாட்டு உறவினை ஏற்படுத்தி ஒற்றுமைக்கு வழிவகுப்பதோடு இலக்கிய வளர்ச்சிக்கும் வழி வகுக்கக்கூடும். தமிழ் மொழியில் இந்தி மொழி இலக்கியங்களை மொழிபெயர்ப்புச் செய்து திறனாய்வது போன்று இந்தி மொழியினரும் தமிழ் மொழி இலக்கியங்களை இந்தி மொழியில் மொழிபெயர்க்கத் தொடங்கின் இன்னும் பல்வேறு நன்மைகள் நடைபெறுவதற்கு இது போன்ற ஆய்வுகள் துணை செய்யக்கூடும்.

துணை நூற்பட்டியல்

முதன்மைத் தரவுகள்

- *இந்திரா பார்த்த சாரதி, (2007), இந்திரா பார்த்த சாரதி நாடகங்கள், சென்னை: கிழக்குப் பதிப்பகம்.*
- *காமாட்சி தரணிசங்கர், (மொ.ஆ), (2009), இந்திய நாடக பனுவல் (ஆடி மாதத்தில் ஒரு நாள்), சென்னை: உலகத்தமிழராய்ச்சி நிறுவனம்.*
- *சரஸ்வதி ராம்நாத், (மொ.ஆ), (1974), மோகன் ராகேஷ் எழுதிய மூன்று நாடகங்கள்: அரையும் குறையும், சென்னை: வாசகர் வட்டம்.*
- *ரெங்கராஜன், (மொ.ஆ), (1991), (ஜனவரி-பிப்ரவரி), ஒருவேளை..., சென்னை: (வெளி நாடக இதழ் – 3).*
- नेमिचंद्र जैन (संपादक), (2010), मोहन राकेश के सम्पूर्ण नाटक, दिल्ली : राजपाल एंड संस.
- मोहन राकेश, (2010), आषाढ़ का एक दिन, नई दिल्ली : राजपाल एंड संस.
- मोहन राकेश, (2014), अंडे के छिलके अन्य एकांकी तथा बीज नाटक, दिल्ली : राधाकृष्ण प्रकाशन.

துணைமைத் தரவுகள்

- *அகிலா சிவராமன், (மொ.ஆ), (1999), இந்திய இலக்கியச் சிற்பிகள்: மோகன் ராகேஷ், புதுதில்லி: சாகித்ய அக்காதெமி.*
- *அழகப்பன் ஆறு., (2011), தமிழ் நாடகத்தின் தோற்றமும் வளர்ச்சியும், சென்னை: பாரி நிலையம்.*
- *அறிவுடை நம்பி பு., (2010) சிலப்பதிகாரம் காட்டும் அரசியல், சென்னை: காவ்யா.*
- *அஸ்வகோஷ், (1998), அரங்க ஆட்டம், சென்னை: மங்கை பதிப்பகம்.*
- *ஆறுமுகம் ந., (மொ.ஆ), (2017), முட்டை ஓடுகள்,*

பின்னிணைப்புப் பகுதி-3, முனைவர் பட்ட ஆய்வேடு.

- இந்திரா பார்த்த சாரதி, (2007), இந்திரா பார்த்த சாரதி நாடகங்கள், சென்னை: கிழக்குப் பதிப்பகம்.
- இரவீந்திரன் க., (2008), தமிழ் நாடக வெளிப்பாட்டுக் களங்கள், சென்னை: உலகத் தமிழாராய்ச்சி நிறுவனம்.
- இராசேந்திரன் ரா., (2000), சமூகப் பிரச்சனைகள், சிதம்பரம்: அண்ணாமலைப் பல்கலைக்கழகம்.
- இராமர் இளங்கோ ச.சு., (1990), பாரதிதாசன் நாடகங்கள் ஓர் ஆய்வு, சென்னை: ஐந்திணைப் பதிப்பகம்.
- உ.வே. சா., (ப.ஆ), (2008), சிலப்பதிகார மூலமும் அரும்பத உரையும் அடியார்க்கு நல்லாருரையும், சென்னை: உ.வே.சா. நூல்நிலையம்.
- உலகநாதன் செ., (1993), சங்கரதாஸ் சுவாமிகள் நாடகங்கள் – ஆய்வு, சென்னை: பாரி நிலையம்.
- கந்தசாமிப் பிள்ளை நீ., (த.ஆ), (1961), தாமஸ் கிரேயின் இரங்கற்பா (நாட்டுப்புற இடுகாட்டில் எழுதியது), திருநெல்வேலி: திருநெல்வேலித் தென்னிந்திய சைவ சித்தாந்த நூற்பதிப்புக் கழகம், லிமிடெட்.
- கருப்பசாமி சோ., (1990), கா. நமச்சிவாயரின் நாடகங்கள் – ஓர் ஆய்வு, திருவில்லிபுத்தூர்: க. சோமசுந்தரம், சோ. முத்தம்மாள் அறம்.
- கல்பகம் இரா., (1973), சமூகவியல், சென்னை: தமிழ் நாட்டுப் பாடநூல்.
- காமாட்சி என்., (2008), தமிழ் நாடகம் இந்தி நாடகம் ஓர் ஒப்பாய்வு, சென்னை: சர்வஷ்ரேஸ்ட பிரகாஷன்.
- காமாட்சி தரணிசங்கர், (2009), இந்திய நாடக பனுவல்(ஆடி மாதத்தில் ஒரு நாள்), சென்னை: உலகத்தமிழராய்ச்சி நிறுவனம்.
- சந்திரன் வீ., (2000), மொழி பெயர்ப்புச் சிக்கல்களும் தீர்வுகளும், சென்னை: ராஜகுமாரி பப்ளிகேஷன்.
- சம்பந்த முதலியார் ப., (1933), நாடகத் தமிழ், சென்னை: சென்னை இந்தியா அச்சுக்கூட்டத்தில் அச்சிடப்பட்டது.

- சரஸ்வதி ராம்நாத், (மொ.ஆ), (1974), மோகன் ராகேஷ் எழுதிய மூன்று நாடகங்கள்: அரையும் குறையும், சென்னை: வாசகர் வட்டம்.
- சிவகாமி ச., (2004), மொழிபெயர்ப்புத் தமிழ், சென்னை: உலகத் தமிழாராய்ச்சி நிறுவனம்.
- சுப்பிரமணியன் ச.வே., (2006), தொல்காப்பியம் தெளிவுரை, சென்னை: மணிவாசகர் பதிப்பகம்.
- சுப்பையா அரங்க., (2014), இலக்கியத் திறனாய்வு இசங்கள், கொள்கைகள், சென்னை: பாவை பப்ளிகேஷன்ஸ்.
- சூரியநாராயண சாஸ்திரியார் வி.கோ., (1934), நாடகவியல், மதுரை – திருநெல்வேலி: வி.சூ. சுவாமிநாதன் புஸ்தக வியாபாரி.
- சேரன் மு., (1996), இந்திய நாடகம் ஒரு கூர்ந்த கண்ணோட்டம், சென்னை: கீர்த்திகா கிராபிக்ஸ்.
- துரைசாமி நாயுடு எஸ்., (1967), இந்திய வரலாறு, கோயமுத்தூர்: தி புக் சென்டர்.
- தேவநேயப் பாவாணர் ஞா., (2011), இந்தியால் தமிழ் எவ்வாறு கெடும், சென்னை: பூம்புகார் பதிப்பகம்.
- நடராசன் தி.சு., (2012), திறனாய்வுக் கலை, சென்னை: நியூ செஞ்சுரி புக் ஹவுஸ் (பி) லிட்.
- நடராஜன் நவாலியூர், (1988), வடமொழி இலக்கிய வரலாறு, சென்னை: கலைஞன் பதிப்பகம்.
- பஞ்சாங்கம் க., (2011), இலக்கியமும் திறனாய்வுக் கோட்பாடுகளும், தஞ்சாவூர்: அன்னம்.
- பயனியப்பன் மு., (2003), பெண்ணிய வாசிப்பு, சென்னை: காவ்யா.
- பழனி ஆ., (1983), பண்டிதமணியின் நாடகத் தமிழ், மேலைச் சிவபுரி: பண்டிதமணி நூற்றாண்டு விழா வெளியீடு.
- பிச்சைமுத்து ந., (1983), திறனாய்வும் தமிழ் இலக்கியக்

கொள்கைகளும், சென்னை: சக்தி வெளியீடு.

- பிரின்ஸ் அ., (ப.ஆ), (2008), சி. அருள் மைக்கேல் செல்வி, (க.ஆ), அண்ணா ஒரு சமுதாய சிற்பி (அண்ணாவின் இலக்கியப் பணிகள்), சென்னை: காவ்யா.
- பெருமாள் ஏ.என்., (1979), தமிழ் நாடகம் ஓர் ஆய்வு, சென்னை: தமிழ்ப் பதிப்பகம்.
- பெருமாள் ஏ.என்., (1988), இருபதாம் நூற்றாண்டில் தமிழ் நாடகம், சென்னை: ஐந்திணைப் பதிப்பகம்.
- மறைமலையடிகள், (1934), சாகுந்தல நாடக அராய்ச்சி, பல்லாவரம்: திருமுருகன் அச்சுக் கூடம்.
- மறைமலையடிகள், (2007), இந்தி பொது மொழியா?, சென்னை: பூம்புகார் பதிப்பகம்.
- மீனாட்சி சுந்தரம் கா., (1976), சிலம்பில் துணைப் பாத்திரங்கள்,
- முத்துச்சண்முகன், (மொ.ஆ), (1986), இந்திய இலக்கியச் சிற்பிகள்: பாரதேந்து அரிச்சந்திரர், புது தில்லி: சாகித்திய அக்காதெமி.
- முருகேசபாண்டியன் ந., (2008), மொழிபெயர்ப்பியல், திருச்சி: உயிர் எழுத்து பதிப்பகம்.
- ராஜதுரை எஸ்.வி., (1993), இந்து இந்தி இந்தியா, சென்னை: அறிவகம்.
- வரதராசன் மு., (1963), மனச்சான்று (ஓரங்க நாடகங்கள்), சென்னை: பாரிநிலையம்.
- வரதராசன் மு., (1978), தமிழ் இலக்கிய வரலாறு, புது தில்லி: சாகித்திய அக்காதெமி.
- வரதராஜன் சௌரி., (1995), தமிழ் மூலம் ஹிந்தி இலக்கணம், சென்னை: மணிமேகலைப் பிரசுரம்.
- விபுலானந்தசுவாமிகள், (1926), மதங்க சூளாமணி என்னும் ஒரு நாடகத் தமிழ் நூல், மதுரை: செந்தமிழ்ப் பிரசுரம் – ருக.

- வெங்கட் சாமிநாதன், (1985), அன்றைய வறட்சியிலிருந்து இன்றைய முயற்சி வரை, சிவகங்கை: அன்னம் (பி) லிட்.
- வெங்கட்ராம் எம்.வி., (த.ஆ), (1978), ஹிந்தி ஓரங்க நாடகங்கள், புது டில்லி: நேஷனல் புக் டிரஸ்ட்.
- வேங்கடராகவாசார்யர் வே. ஸ்ரீ., (உ.ஆ), (1986), கவிஸார்வபௌமரான காளிதாஸர் இயற்றிய மேகஸந்தேச காவ்யம், சென்னை: தி லிட்டில் ப்ளவர் கம்பெனி.
- ஜீவா மு., (2006), தமிழகத்தில் நவீன நாடக இயக்கங்கள், சென்னை: தி பார்க்கர்.
- ஜெயராமன், லதா ராமகிருஷ்ணன், (மொ.ஆ), (2011), மொழிபெயர்ப்பின் சவால்கள், சென்னை: சந்தியா பதிப்பகம்.
- ஸ்ரீராம தேசிகன் எஸ்.என்., (மொ.ஆ), (2001), பரத நாட்டிய சாஸ்திரம், சென்னை: உலகத் தமிழாராய்ச்சி நிறுவனம்.

இதழ்கள்

- ரெங்கராஜன் (மொ.ஆ), (1991), ஒரு வேளை, (ஜனவரி – பிப்ரவரி) வெளி நாடக இதழ் – 3.
- சரஸ்வதி ராம்நாத், (க.ஆ), (1991), சமகால இந்தி நாடகங்கள், (ஜூலை-ஆகஸ்ட்) வெளி நாடக இதழ் – 6.

பார்வை நூல்கள்

- அண்ணாமலை சி., (2003), நாடகப் பதிவும் பார்வையும், சென்னை: காவ்யா.
- அம்மன்கிளி முருகதாஸ், (மொ.ஆ), (2004), பண்டைய தமிழ்ச் சமூகத்தில் நாடகம், கொழும்பு: குமரன் புத்தக நிலையம்.
- அமரந்த்தா (தொ.ஆ), (2008), மொழிபெயர்ப்பியல் இக்காலப் பார்வைகள், சென்னை: நியூ செஞ்சுரி புக் ஹவுஸ் (பி) லிட்..
- அரவிந்தன் மு.வை., (1974), இளங்கோ அடிகளின் நாடகத் திறன், சிதம்பரம்: மணிவாசகர் நூலகம்.

- அருளானந்தம் ச.பா., (2006), நாடகத்திறன் மனோன்மணீயம், சென்னை: வள்ளுவன் பதிப்பகம்.
- அறிவுநம்பி அ., (1986), தமிழகத்தில் தெருக்கூத்து, காரைக்குடி: அமுதன் நூலகம்.
- ஆதித்தர் அ.கு., (1981), கம்பரும் நாடகக் கலையும், சென்னை: வானதி பதிப்பகம்.
- ஆலடி அருணா, (2005), இந்தி ஏகாதிபத்தியம், சென்னை: மதிவாணன் வெளியீடு (பி) லிமிடெட்.
- இரத்தின மனுவேல், (1992), தமிழ் இலக்கியத் திறனாய்வு போக்குகள், திருப்பதி: சாரோன் பதிப்பகம்.
- இராசா கி., (1984), இலக்கிய வகைமை ஒப்பாய்வு, மதுரை: பார்த்திபன் பதிப்பகம்.
- இராசு இரா., (2003), நெறியாளுகை நோக்கில் தெருக் கூத்து, புதுவை: அபிநய வர்ஷினி கலைக்கூடம்.
- இராமகிருஷ்ணன் எஸ்., (1964), இளங்கோவின் பாத்திரப்படைப்பு, மதுரை: மீனாட்சி புத்தக நிலையம்.
- இராமசாமி பி.வி., (1970), நடிப்பது எப்படி, சென்னை: குறள் வண்ணப் பதிப்பகம்.
- இராமசாமி மு., (மற்றும் சிலர்), (1999), இருபதாம் நூற்றாண்டுத் தமிழ் நாடகங்கள், சென்னை: உலகத் தமிழாராய்ச்சி நிறுவனம்.
- இராமசாமிப் புலவர் சு.அ., (1968), காளிதாசரின் நாடகக் கதைகள், சென்னை: திருநெல்வேலித் தென்னிந்திய சைவசித்தாந்த நூற்பதிப்புக் கழகம்.
- இலட்சுமி ப.சு., (2007), நாடக நன்னூல், மதுரை: மீனாட்சி புத்தக நிலையம்.
- இன்னாசி சூ., கோவிந்தசாமி பெ., (ப.ஆ), (1988), கிறித்துவ நாடக இலக்கியம், சென்னை: சென்னைப் பல்கலைக் கழகம்.
- உலகத் தமிழாராய்ச்சி நிறுவனம், (1995), தமிழ் நாடக மலர், சென்னை: உலகத் தமிழாராய்ச்சி நிறுவனம்.

- எத்திராஜீலு ஏ.ஜி., (2013), மனித சமுதாயம், சென்னை: நியூ செஞ்சுரி புக் ஹவுஸ் (பி) லிட்.
- கந்தசாமி குருநாத, (1954), காளிதாச மஹாகவியின் சரித்திரம் என்னும் கவிரத்ன சிந்தாமணி, சென்னை: இரத்தின நாயகர் & சன்ஸ்.
- கல்யாணி க., (2003), நாவலும் தோள் சீலைப் போராட்டமும், சென்னை: காவ்யா.
- கலைக்கோவன் இரா., (2004), தலைக்கோல், சென்னை: சேகர் பதிப்பகம்.
- கனகசுந்தரம் வெ., (1985), ஜெகசிற்பியன் சமூகப் புதினங்கள், சென்னை: வானதி பதிப்பகம்.
- காஞ்சனா இரா., (2001), ஒப்பிலக்கிய மரபும் திறனும், மதுரை: மதுரை காமராசர் பல்கலைக் கழகம்.
- கார்த்திகேயன் பா., (1991), மொழிபெயர்ப்புத் திறனாய்வு, எட்வின் அர்னால்டும் கவிமணியும், சென்னை: தமிழியல் நிலையம்.
- கிருபாகரன் சாமுவேல், (2000), சமூக ஆராய்ச்சி முறைகள், சிதம்பரம்: அண்ணாமலைப் பல்கலைக்கழகம்.
- கிருஷ்ணமூர்த்தி மற்றும் பலர் (தொ.ஆ), இந்தி இலக்கிய வரலாறு, எட்டாவது ஆண்டு விழா வெளியீடு, சென்னை: மயிலை இந்தி வித்யாலயா.
- கிருஷ்ணமூர்த்தி ஜெ., (2000), சமூகவியல் கோட்பாடுகள், சிதம்பரம்: அண்ணாமலைப் பல்கலைக்கழகம்.
- கிருஷ்ணன் என்., (2012), மொழிபெயர்ப்பியல், சென்னை: செம்மூதாய் பதிப்பகம்.
- குணசேகரன் கே.ஏ., (2005), ஒடுக்கப்பட்டோர் அரங்கியல், சென்னை: நியூ செஞ்சுரி புக் ஹவுஸ் பிரைவேட் லிமிடெட்.
- குமரவேலன் இரா., (1978), தமிழ் நாடக ஆய்வு, சென்னை: அரசு பதிப்பகம்.
- ...., (1992), தமிழ் நாடக வளர்ச்சி

விடுதலை இயக்கமும் திராவிட இயக்கமும், சென்னை: தமிழரசி.

- குமாரசாமி த.நா., (மொ.ஆ), *(1947)*, புலைச்சி *(சண்டாளிகா)*, சென்னை: அல்லயன்ஸ் கம்பெனி.
- கேசவன் மு.சி., (மொ.ஆ), *(1985)*, இந்திய இலக்கியச் சிற்பிகள்: ஜெயசங்கர் பிரசாத், புது தில்லி: சாகித்திய அக்காதெமி.
- கைலாசபதி க., *(1968)*, தமிழ் நாவல் இலக்கியம், சென்னை: பாரி நிலையம்.
- ...., *(1990)*, இலக்கியமும் திறனாய்வும், சென்னை: குமரன் பப்ளிஷர்ஸ்.
- கோவிந்தசாமி வெ., நடராஜ், (மொ.ஆ), *(2006)*, மார்க்சியம் பெண்ணியம் உறவும் – முரணும், கோவை: விடியல் பதிப்பகம்.
- சச்சிதானந்தன் வை., *(1985)*, ஒப்பிலக்கியம் (ஓர் அறிமுகம்), சென்னை: ஆக்ஸ்போர்டு யூனிவர்சிடி பிரஸ்.
- ...., *(1999)*, மேலை இலக்கியத் திறனாய்வு, மதுரை: மதுரை காமராசர் பல்கலைக் கழகம்.
- சண்முக சுந்தரம் சு., *(2008)*, தமிழ் நாடகச் சரித்திரம் மரபிலிருந்து நவீனத்துக்கு, சென்னை: காவ்யா.
- சண்முகம் தி.க., *(2009)*, நாடகக் கலை, சென்னை: பாரி நிலையம்.
- சந்திரன் வீ., *(2003)*, மொழிபெயர்ப்பியல் அணுகுமுறைகள், சென்னை: அமுத நிலையம்.
- ...., *(2002)*, மொழிபெயப்பியல் கொள்கைகள், சென்னை: பாரி நிலையம்.
- சாலன் ஏ.எம்., *(2011)*, படைப்பு – படைப்பாளி – விமர்சனம், சென்னை: நியூ செஞ்சுரி புக் ஹவுஸ் (பி) லிட்.

- சிசுபாலன் இரா., (மொ.ஆ), (2013), மதமும் சமூகமும், சென்னை: நியூ செஞ்சுரி புக் ஹவுஸ் (பி) லிட்.
- சிவகாமி ச., (ப.ஆ), (2008), *Bibliography on Translations*, சென்னை: உலகத் தமிழாராய்ச்சி நிறுவனம்.
- சிவகாமி, (2007), உடலரசியல், சென்னை: பனிக்குடம் பதிப்பகம்.
- சிவகுமாரன் கே.எஸ்., (2004), திறனாய்வு என்றால் என்ன?, சென்னை: மணிமேகலைப் பிரசுரம்.
- சிவசங்கரி, (2009), இலக்கியம் மூலம் இந்திய இணைப்பு (நான்காம் தொகுப்பு), சென்னை: கங்கை புத்தக நிலையம்.
- சிவத்தம்பி கார்த்திகேசு, (2010), நவீனத்துவம் – தமிழ் – பின்நவீனத்துவம், சென்னை: நியூ செஞ்சுரி புக் ஹவுஸ் (பி) லிட்.
- சுப்பிரமணியன் ச.வே., (1984), இளங்கோவின் இலக்கிய உத்திகள், சென்னை: உலகத் தமிழாராய்ச்சி.
- ...., (2004), திராவிட மொழி இலக்கியங்கள் – அறிமுகம், சென்னை: உலகத் தமிழாராய்ச்சி நிறுவனம்.
- சேதுமணி மணியன், (2009), மொழிபெயர்ப்பியல் கோட்பாடுகளும் உத்திகளும், மதுரை: செண்பகம் வெளியீடு.
- ஞானமூர்த்தி தா.ஏ., (2002), இலக்கியத் திறனாய்வியல், சென்னை: யாழ் வெளியீடு.
- ...., (2006), நடிப்புக் கலை, தஞ்சாவூர்: தமிழ்ப் பல்கலைக்கழகம்.
- தமிழ்ச் செல்வி பெ., (1979), டாக்டர் மு.வ. அவர்களின் நாடகங்கள், சென்னை: அருள் ஒளி பதிப்பகம்.
- தமிழண்ணல், (1995), கம்ப நாடகம் (அமரர் ஏவிளம் நினைவு அறக்கட்டளைச் சொற்பொழிவு), சென்னை: வானதி பதிப்பகம்.

- தமிழண்ணல், *(2007)*, குறிஞ்சிப் பாட்டு இலக்கியத் திறனாய்வு விளக்கம், மதுரை: மீனாட்சி புத்தக நிலையம்.
- தர்மராஜன் நா., (மொ.ஆ), *(2010)*, சுதந்திரத்திற்குப் பிறகு இந்தியா, சென்னை: நியூ செஞ்சுரி புக் ஹவுஸ் (பி) லிட்.
- திருநாவுக்கரசு க.த., *(1982)*, திருக்குறளில் கற்பனைத் திறனும் நாடக நலனும், சென்னை: சென்னைப் பல்கலைக் கழகம்.
- நுஃமான் எம்.ஏ., *(2014)*, மார்க்சியமும் இலக்கியத் திறனாய்வும், நாகர்கோவில்: காலச்சுவடு பதிப்பகம்.
- பகவதி கு., (ப.ஆ), *(2000)*, தமிழ் நாடகம் நேற்றும் இன்றும், சென்னை: உலகத் தமிழாராய்ச்சி நிறுவனம்.
- பஞ்சம்மணியன், *(2004)*, ஸ்டாலின் மொழிபெயர்ப்பில் சோபக்ளிஸ் நாடகங்கள் – ஒரு கண்ணோட்டம், உடுமலைப்பேட்டை: என்னெஸ் பப்ளிகேஷன்ஸ், பாடநூல் நிறுவனம்.
- பஞ்சாங்கம் க., *(2010)*, சிலப்பதிகாரத் திறானய்வுகளின் வரலாறு, தஞ்சாவூர்: அன்னம்.
- பட்டாபிராமன் துரை., (மற்றும் பலர்), (ப.ஆ), *(2008)*, நாடகத் தேன், அண்ணாமலை நகர்: தமிழியல் துறை அண்ணாமலைப் பல்கலைக் கழகம்.
- பாரதி புத்தகாலயம், (மொ.ஆ), *(2008)*, பி. எங்கெல்ஸ் குடும்பம், தனிச்சொத்து, அரசு ஆகியவற்றின் தோற்றம், சென்னை: பாரதி புத்தகாலயம்.
- பாலச்சந்திரன் சு., *(2012)*, இலக்கியத் திறனாய்வு, சென்னை: நியூ செஞ்சுரி புக் ஹவுஸ் (பி) லிட்.
- புரட்சிதாசன், *(1991)*, சிலப்பதிகாரக் கூத்து, சென்னை: பாண்டியன் பாசறை.
- பெருமாள் ஏ.என்., *(1979)*, தமிழ் நாடகம் ஓர் ஆய்வு, சென்னை: தமிழ்ப் பதிப்பகம்.

- ...., *(1978)*, உலக அரங்கில் நாடகம், சென்னை: பூம்புகார் பிரசுரம்.
- மங்கை அ., *(2001)*, பெண் – அரங்கம் – தமிழ்ச் சூழல் கட்டுரைகள், சென்னை: ஸ்நேகா.
- ...., *(2010)*, அரங்கம்: அரசியல் – அழகியல் – அரங்கக் கோட்பாடுகள், சென்னை: மாற்று வெளியீட்டகம்.
- மணவாளன் அ.அ., (மொ.ஆ), *(2001)*, அரிஸ்டாடிலின் கவிதை இயல், சென்னை: நியூ செஞ்சுரி புக் ஹவுஸ் (பி) லிட்.
- மணி சாஸ்திரி எம்.கே., *(1993)*, உலக நாடக இலக்கியம், சென்னை: நியூ செஞ்சுரி புக் ஹவுஸ் (பி) லிட்.
- மதியழகன் மா., *(2003)*, வ.சுப. மாணிக்கத்தின் திறனாய்வு நெறி, சென்னை: அறிவனகம்.
- மரியசூசை அ., (ப.ஆ), *(2013)*, தமிழில் நாடகம்: வரலாறும் வளர்ச்சியும், திருப்பத்தூர்: தூய நெஞ்சக் கல்லூரி (தன்னியல்).
- மறைமலையடிகள், *(1907)*, சாகுந்தல நாடக மொழிபெயர்ப்பும் அதன் ஆராய்ச்சியும, சென்னை: தமிழ் அச்சகம்.
- மீனாகுமாரி க., *(1990)*, ந. பிச்சைமூர்த்தி படைப்புகள் ஓர் ஆய்வு, சென்னை: ஐந்திணைப் பதிப்பகம்.
- முகமது செரீபு நா., *(1975)*, நாடகத் தமிழ், மானாமதுரை: முன்னேற்றம் வெளியீடு.
- முத்துச்சண்முகன், பெரியக் கருப்பன் இராம., (ப.ஆ), *(1975)*, நாடகக் கலையின் வரலாறு, மதுரை: தமிழ்த் துறை மதுரைப் பல்கலைக் கழகம்.
- முத்துமோகன் ந., *(1998)*, அமைப்பியல் பின் அமைப்பியல், சென்னை: காவ்யா.
- முருகேசபாண்டியன் ந., *(2004)*, தமிழ் மொழிபெயர்ப்பில் உலக இலக்கியம், சென்னை: தி பார்க்கர்.

- முஹமதலி சேமுமு., (1985), தமிழ்க் கவிதை நாடகங்களில் பாத்திரப் படைப்பு, சென்னை: சம்மிட் பதிப்பகம்.
- மைதிலி சிவராமன், (2000), சமூகம் – ஒரு மறுபார்வை, சென்னை: தமிழ்ப் புத்தகாலயம்.
- மௌனகுரு சி.,(1980), நாடகம் நான்கு, கொழும்பு: நடிகர் ஒன்றிய வெளியீடு.
- யோகியார் ச.து.சு., (1968), சாத்தனார் அருளிச் செய்த கூத்த நூல், சென்னை: தமிழ் நாட்டுச் சங்கீத நாடக சங்கம், மத்திய சங்கீத நாடக அகாடமி.
- ரவி ந.ம.வீ., (2010), தமிழ் நாடகங்களும் ஊடகங்களும், சென்னை: உலகத் தமிழாராய்ச்சி நிறுவனம்.
- ராமகிருஷ்ணன் எஸ்., (1964), இளங்கோவின் பாத்திரப் படைப்பு, மதுரை: மீனாட்சி புத்தக நிலையம்.
- லட்சுமி கா., (2009), நாடகத்தமிழ், தஞ்சாவூர்: ஸ்ரீ முருகன் பப்ளிகேசன்ஸ்.
- வரதராசன் மு., (2004), இலக்கிய ஆராய்ச்சி, சென்னை: பாரி நிலையம்.
- வளர்மதி மு., (2003), மொழிபெயர்ப்புக்கலை, சென்னை: திருமகள் நிலையம்.
- ...., (2010), தமிழ் மொழிபெயர்ப்பு முன்னோடிகள், சென்னை: உலகத் தமிழாராய்ச்சி நிறுவனம்.
- வேங்கடசாமி மயிலை சீனி., (2010), மறைந்துபோன தமிழ்நூல்கள், சென்னை: சாரதா மாணிக்கம் பதிப்பகம்.
- ஜெயமோகன், (2011), நவீனத் தமிழிலக்கிய அறிமுகம், சென்னை: கிழக்கு.
- ஸ்ரீதரன் என்., (2011), இந்தியச் சமுதாயம், புது தில்லி: நேஷனல் புக் டிரஸ்ட், இந்தியா.
- ஸ்ரீநிவாச ஸர்மா, (1989), வடமொழி நாடக இலக்கிய வரலாறு, அண்ணாமலை நகர்: அண்ணாமலைப் பல்கலைக் கழகம்.

அகராதிகள்

- இரவீந்திரன் க., (ப.ஆ), (2010), நாடகக் களஞ்சியம் (தொகுதி இரண்டு), தஞ்சாவூர்: தமிழ்ப் பல்கலைக் கழகம்.
- கேந்த்ரீய ஹிந்தீ நிதேஷால்ய, (2000), ஹிந்தீ – தமிழ் வ்யாவ்ஹாரிக் லகு கோஷ், நஈ தில்லி: கேந்த்ரீய ஹிந்தீ நிதேஷால்ய.
- சண்முகம் பிள்ளை மு., (1984), தமிழ் – தமிழ் அகரமுதலி, சென்னை: தமிழ் நாட்டுப் பாடநூல் கழகம்.
- நயினார் முகம்மது சி., (ப.ஆ), (1994), நாடகக் களஞ்சியம்(தொகுதி ஒன்று), தஞ்சாவூர்: தமிழ்ப் பல்கலைக் கழகம்.
- முருகன் வெ., (ப.ஆ), (2013), ஆக்ஸ்போர்டு ஆங்கிலம் – ஆங்கிலம் – தமிழ் அகராதி, புது தில்லி: ஆக்ஸ்போர்டு பல்கலைக் கழகம் பிரஸ்.
- ராமகிருஷ்ணன எஸ்., (ப.ஆ), (2009), க்ரியாவின் தற்காலத் தமிழ் அகராதி விரிவாக்கியத் திருத்திய புதிய பதிப்பு தமிழ் – தமிழ் – ஆங்கிலம், சென்னை: க்ரியா.
- *Hindi – Tamil – English Trilingual Dictionary (volume: 1), (1986), New Delhi: Central Hindi Directorate.*
- *Kamaraj C.S., (2011), Hindi Grammar Part – 1 & 2, Salem: GMV Publications.*

இந்தி நூல்கள்

- आचार्य रामचन्द्र शुक्ल, (2014), हिंदी साहित्य का इतिहास, नई दिल्ली : प्रकाशन संस्थान.
- चन्द्रगुप्त विद्यालंकार (संपादक), (2014), हिंदी एकांकी, नई दिल्ली : राष्ट्रिय पुस्तक न्यास, भारत.
- जयदेव तनेजा (संपादक), (2000), पुनश्च (मोहन राकेश और अश्क दम्पति का पत्राचार) [1951-1969], दिल्ली : राधाकृष्ण प्रकाशन.

- जयदेव तनेजा (संपादक), (2003), मोहन राकेश, नाट्य विमर्श, नई दिल्ली : राष्ट्रिय नाट्य विद्यालय.
- डॉ. द्विजराम यादव, (1980), मोहन राकेश के नाटक, कानपुर : साहित्यालोक प्रकाशन.
- डॉ. रामचंद्र तिवारी, (2004), हिंदी का गद्य-साहित्य, वाराणसी : विश्वविद्यालय प्रकाशन.
- डॉ. रामशरण गौड़ (संपादक), (1998), राष्ट्रभाषा हिंदी का स्वरुप, विकास तथा समस्याएं, दिल्ली : हिंदी अकादमी.
- डॉ. शारदा प्रसाद, (2008), मोहन राकेश के नाटक विषय और विधान, दिल्ली : पंकज बुक्स.
- डॉ. सुरेन्द्र यादव, (2002), नाटक रंगमंच और मोहन राकेश, नई दिल्ली : तक्षशिला प्रकाशन.
- दशरथ ओझा, (2014) हिंदी नाटक उद्भव और विकास, दिल्ली : राजपाल एंड संस.
- नेमिचंद्र जैन (संपादक), (2010), मोहन राकेश के सम्पूर्ण नाटक, दिल्ली : राजपाल एंड संस.
- प्रो. मदन लाल, (1990), नाटककार मोहन राकेश : संवाद-शिल्प, दिल्ली : दिनमान प्रकाशन.
- मोहन राकेश की डायरी, (1985), दिल्ली : राजपाल एंड संस.
- मोहन राकेश की संपूर्ण कहानियां (2015), दिल्ली : राजपाल एंड संस.
- मोहन राकेश, (2010), आषाढ़ का एक दिन, नई दिल्ली : राजपाल एंड संस.
- मोहन राकेश, (2011), नए बादल, नई दिल्ली : भारतीय ज्ञानपीठ.
- मोहन राकेश, (2011), परिवेश, नई दिल्ली : भारतीय ज्ञानपीठ.
- मोहन राकेश, (2014), अंडे के छिलके अन्य एकांकी तथा बीज नाटक, दिल्ली : राधाकृष्ण प्रकाशन.
- मोहन राकेश, (2015), आखिरी चट्टान तक, नई दिल्ली : भारतीय ज्ञानपीठ.

- रविन्द्र कालिया (संपादक), (2012), मोहन राकेश संचयन, नई दिल्ली : भारतीय ज्ञानपीठ .
- रामविलास शर्मा, (2010) भारतेंदु-युग और हिंदी भाषा की विकास परम्परा, दिल्ली : राजकमल प्रकाशन.
- विजयेन्द्र स्नातक, (2015), हिंदी साहित्य का इतिहास, नई दिल्ली : साहित्य अकादमी.

ஆங்கில நூல்கள்

- *Adya Rangacharya, (1971), The Indian Theatre, New Delhi: National Book Trust, India.*
- *Anjala Maharishi, (2000), A Comparative Study Of Brechtian And Classical Indian Theatre, New Delhi: National School of Drama.*
- *Anne Ridler, (Ed), (1970), Shakespeare Criticism, London: Oxford University Press.*
- *Chaman Ahuja, (2012), Contemporary Theatre of India an Overview, New Delhi: National Book Trust, India.*
- *Dominic Raj M., (2013), Indian Criticism in English (1919-1982), Chennai: New Century Book House (P) Ltd.*
- *Hemendra Nath Das Gupta, (2009), The Indian Theatre, Delhi: Gyan Publishing House.*
- *Jayant Kastuar, (2007), Indian Drama in Retrospect, New Delhi: Sangeet Natak Akademi Hope India Publications.*
- *Kapila Vatsyayan, (2005), Traditional Indian Theatre, Multiple Streams, New Delhi: National Book Trust, India.*
- *Nemichandra Jain, (2012), Indian Theatre Tradition, Continuity and Change, New Delhi: National School of Drama.*
- *Nemichndra Jain, (2012), Asides Themes in Contemporary Indian Theatre, New Delhi: National School of Drama.*

- *Rajinder Paul, (Ed), (2006), Contemporary Indian Theatre, Interviews with Play Wrights and Directors, New Delhi: Sangeet Natak Akademi Hope India Publications.*
- *Ronald Hayman, (1977), How to Read A Play, New York: Grove Press.*
- *Sarah K. Ensley, (Translated), One Day in Ashadha, (Ashadh Ka Ek Din), New Delhi: National School of Drama.*
- *Sharma H.V., (1987), The Theatres of the Buddhists, Delhi: Rajalakshmi Publisher.*
- *Shivaprakash H.S., (Ed), (2011), Theatre Business and Management of Men Indian Theatre in 2000, New Delhi: Sahitya Akademi.*
- *Suresh Awasthi, (2001), Performance Tradition in India, New Delhi: National Book Trust, India.*
- *Valarmathi M., (Ed), (1994), Socio – Cultural Aspects, Chennai: International Institute of Tamil Studies.*
- *Valrmathi M., (Ed), (2001), Translation Theory and Application, Chennai: International Institute of Tamil Studies.*

ஆய்வேடுகள்

- அண்ணாமலை சி., (2004), 'நாடகவெளி' இதழியல் பணி, இளமுனைவர் பட்ட ஆய்வேடு, மதுரை: மதுரை காமராசர் பல்கலைக் கழகம்.
- ஆறுமுகம் என்., (2012), தமிழ் இந்தி நாடகங்கள்: மொழிபெயர்ப்புச் சிக்கல்கள் மோகன் ராகேஷ் நாடகங்கள் ஒரு சிறப்புப் பார்வை, இளமுனைவர் பட்ட ஆய்வேடு, புது தில்லி: ஜவர்கலால் நேரு பல்கலைக் கழகம்.
- இராவணன் இ., (2012), பாவாணர் பார்வையில் இந்திய மொழிகள், ஆய்வு நிறைஞர் பட்ட ஆய்வேடு, சென்னை: சென்னைக் கிறித்துவக் கல்லூரி.

❖ கலைச் செல்வன் எம்., *(1999)*, டி. பத்மநாபனின் ஐந்து சிறுகதைகள் மொழிபெயர்ப்பும் – ஒரு கதையின் சொல்லடைவும், ஆய்வு நிறைஞர் பட்ட ஆய்வேடு, திருவனந்தபுரம்: கேரளப் பல்கலைக்கழகம்.

❖ கோகிலா அ., *(2008)*, தமிழக நாடக வரலாறு – அச்சு நாடகப் பிரதிகள் *(1835 – 1922)*, ஆய்வு நிறைஞர் பட்ட ஆய்வேடு, சென்னை: சென்னைப் பல்கலைக் கழகம்.

❖ தேவதாஸ் தே., *(1993)*, தமிழ் மொழிபெயர்ப்புகள்: மலயாலத்திலிருந்து தமிழுக்குச் செய்யப்பட்ட மொழிபெயர்ப்புகள் பற்றிய சிறப்பாய்வு (அச்சிடப்படாதது), ஆய்வு நிறைஞர் பட்ட ஆய்வேடு, காரியவட்டம்: கேரளப் பல்கலைக் கழகம்.

பின்னிணைப்பு -1

அட்டவணை: -1 இந்தி – தமிழ் எழுத்துப் பெயர்ப்புகள்

உயிர் எழுத்துக்கள்

வ. எண்	இந்தி	தமிழ்	ரோமன்ஒலி (ஆங்கிலம்)
1	अ	அ	A
2	आ	ஆ	a:
3	इ	இ	I
4	ई	ஈ	i:
5	उ	உ	U
6	ऊ	ஊ	u:
7	ऋ	ரி	R
8	ए	ஏ	e:
9	ऐ	ஐ	a:
10	ओ	ஓ	O
11	औ	ஔ	Au
12	अं	அம்	Am
13	अः	அஹ	Ah

மெய் எழுத்துக்கள்

வ. எண்	இந்தி	தமிழ்	ரோமன்ஒலி (ஆங்கிலம்)
1	क	க	Ka
2	ख	க²	Kha
3	ग	க³	Ga
4	घ	க⁴	Gha
5	ङ	ங	N̄a
6	च	ச	Ca
7	छ	ச²	Cha
8	ज	ச³	Ja
9	झ	ச⁴	Jha
10	ञ	ஞ	N̄a
11	ट	ட	Ta
12	ठ	ட²	Tha

13	ड	ட^{3}	Da
14	ढ	ட^{4}	Dha
15	ण	ண	Na
16	त	த	Ta
17	थ	த^{2}	Ta
18	द	த^{3}	Da
19	ध	த^{4}	Dha
20	न	ந / ன	Na
21	प	ப	Pa
22	फ	ப^{2}	Pha
23	ब	ப^{3}	Ba
24	भ	ப^{4}	Bha
25	म	ம	Ma
26	य	ய	Ya
27	र	ர	Ra
28	ल	ல	La
29	व	வ	Va
30	श	ச	Sha
31	प	ஷ	Sha
32	स	ஸ	Sa
33	ह	ஹ	Ha
34	ड़	∴ட^{3}	Ra
35	ढ़	∴ட^{4}	Rha
36	क़	∴க	Ka
37	ख़	∴க^{2}	Xa
38	ग़	∴क^{3}	Gha
39	ज़	∴ஜ	Za
40	फ़	∴ப^{2}	Fa

பின்னிணைப்பு – 2

இந்தி, தமிழ் நாடகக் கலைச் சொல்லடைவு

ஆஷாட் கா ஏக் தின் (ஆடி மாதத்தில் ஒரு நாள்), அண்டே கே சில்கே (முட்டை ஓடுகள்) நாடகங்களில் பயின்று வந்துள்ள பெயர்ச் சொற்களும் நாடகம் பற்றிய பொதுவான கலைச் சொற்களும் அவற்றின் தமிழ்ப் பொருளுடன் 250 பெயர்ச் சொற்கள் சொல்லடைவு செய்யப் பெற்றுள்ளன.

இந்தி மூலம்	எழுத்துப் பெயர்ப்பு	பாலினம்	தமிழ் மொழிபெயர்ப்பு
अंशुक	அன்ஷுக்	ஆண்	தாவணி
अक्षर	அக்ஷர்	ஆண்	எழுத்து
अण्डा	அண்டா^{4}	ஆண்	முட்டை
घोल	கோ^{4}ல்	ஆண்	திரவம்
अभिनय	அபி^{4}நய்	ஆண்	அபிநயம்
अभिनेता	அபி^{4}நேதா	ஆண்	நடிகன்
अलमारी	அல்மாரி	பெண்	அலமாரி
आँख	ஆங்க்^{2}	பெண்	கண்
अंग	அங்க்^{3}	ஆண்	அங்கம்
आदमी	ஆத்^{3}மீ	ஆண்	மனிதன்
आराम-कुरसी	ஆராம் – குர்ஸீ	பெண்	சாய்வு நாற்காலி
आवाज	ஆவாஜ	பெண்	காற்று, குரல்
आषाढ़	ஆஷாட^{4}	ஆண்	ஆடி மாதம்
आसन	ஆஸன்	ஆண்	இருக்கை
आसमान	ஆஸ்மான்	ஆண்	வானம்
उंगली	உங்க்^{3}லீ	பெண்	விரல்
उपरूपक	உபரூபக்	ஆண்	சிறு நாடகம்
उपलयका	உபலயகா	பெண்	மலைச்சாரல்
एकांकी	ஏகாங்கீ	ஆண்	ஓரங்க நாடகம்
कंधा	கந்தா^{4}	ஆண்	தோள்
कचौरी	க(ச்)சௌரீ	பெண்	க(ச்)சௌரீ / தின்பண்டம்
कथन	கத^{2}ன்	ஆண்	கூற்று
कथा	கதா^{2}	பெண்	கதை
कपडा	கப்டா^{4}	ஆண்	துணி
कमरा	கம்ரா	ஆண்	அறை
कमल	கமல்	ஆண்	தாமரை
कमीज	கமீஜ்	பெண்	சட்டை

मारना	மார்னா	ஆண்	அடித்தல்
कला	கலா	பெண்	கலை
कसम	கஸம்	பெண்	ஆணை
कहानी	கஹானீ	பெண்	கதை
काई	காஈ	பெண்	பாசி
कान	கான்	ஆண்	காது
कालखि	காலிக்^{2}	பெண்	கருமை
कतिाब	கிதாப்^{3}	பெண்	புத்தகம்
कविाड़	கிவாட்^{3}	ஆண்	கதவு
कशिमशि	கிஷ்மிஷ்	ஆண்	முந்திரிப் பழம்
कुंडी	கு~டீ	பெண்	தாழ்ப்பாள்
कुम्भ	கும்ப்^{4}	ஆண்	குடம்
कुरसी	குர்ஸீ	பெண்	நாற்காலி
कुशा	குஷா	ஆண்	புல்
केतली	கேத்லீ	பெண்	தேநீர்பாத்திரம்/ கெட்டில்
केश	கேஷ்	ஆண்	தலைமுடி
कोना	கோனா	ஆண்	மூலை
खयाल	க^{2}யால்	ஆண்	எண்ணம்
खाना	கா^{2}னா	ஆண்	உணவு
खुशबू	கு^{2}ஷ்பூ^{3}	பெண்	வாசனை
खुशी	கு^{2}ஷீ	பெண்	மகிழ்ச்சி
खूटी	கூடீ	பெண்	ஆணி
खेल	கே^{2}ல்	ஆண்	விளையாட்டு
गरजन	க^{3}ர்ஜன்	ஆண்	கர்ஜனை
गरभ	க^{3}ர்ப்^{4}	ஆண்	கர்ப்பம்
गलत	க^{3}லத்	பெண்	தவறு
गला	க^{3}லா	ஆண்	தொண்டை
गांव	கா~வ்	ஆண்	கிராமம்
गायक	கா^{3}யக்	ஆண்	பாடகர்
गीत	கீ^{3}த்	ஆண்	பாடல்
गुटका रामायण	கு^{3}ட்கா ராமாயண்	பெண்	சிறிய இராமாயணம்
गेंद	கேந்த்^{3}	பெண்	பந்து
गेरू	கே^{3}ரூ	ஆண்	காவி
घर	க^{4}ர்	ஆண்	வீடு
घाटी	கா^{4}டீ	பெண்	பள்ளத்தாக்கு
घी	கீ^{4}	ஆண்	நெய்
घुटना	கு^{4}ட்னா	ஆண்	கால்மூட்டு
घूम	கூ^{4}ம்	ஆண்	சுற்றுதல்

चम्मच	சம்மச்	பெண்	தேக்கரண்டி
चाय	சாய்	பெண்	தேநீர்
चारपाई	சார்பாஈ	பெண்	கட்டில்
चह्निन	சிஹ்ன்	ஆண்	குறி
चीज	சீஜ	பெண்	பொருள்
चीनी	சீனி	பெண்	சர்க்கரை
चूल्हा	சூல்ஹா	ஆண்	அடுப்பு
चौकी	சௌகீ	பெண்	மணை
चोट	சோட்	பெண்	காயம்
चोरी	சோரீ	பெண்	திருட்டு
छाज	சா^{2}ஜ்	ஆண்	முறம்
छलिका	சி^{2}ல்கா	ஆண்	ஓடு
जंपर	ஜம்பர்	ஆண்	ரவிக்கை
जीव	ஜீவ்	ஆண்	உயிர்
जूता	ஜூ(த்)தா	ஆண்	காலணி
जेठ जी	ஜேட்^{2} ஜீ	ஆண்	மைத்துனர்
जेब	ஜேப்^{3}	பெண்	பாக்கெட் (சட்டைப் பை)
रोखा	ஜ^{2}ரோகா^{2}	ஆண்	சாளரம்
खना	டக்^{2}னா	ஆண்	குதிக்கால்
ड्डी	டிட்^{3}டி^{3}	பெண்	பூச்சி
ोप	டோ^{3} ப்	ஆண்	தொப்பி
ण्ड	ட^{2}ண்ட^{3}	பெண்	குளிர்
र	ட^{3}ர்	ஆண்	பயம்
ब्बिा	டி^{3}ப்^{3}பா^{3}	ஆண்	குடுவை
योढ़ी	ட்^{3}யோடீ^{4}	பணெ்	நிலைப்படி
न	தன்	ஆண்	உடல்
लना	தல்னா	ஆண்	வறுத்தல்
ल्प	தல்ப்	ஆண்	கட்டில்
ाक	தாக்	ஆண்	மாடம்
ारीफ	தாரீப்^{2}	பெண்	புகழ்
क्षणि	த^{3}ஷிண்	ஆண்	தெற்கு
फ्तर	த^{3}ப்^{2}தர்	ஆண்	அலுவலகம்
रवाजा	த^{3}ர்வாஜா	ஆண்	கதவு
र्द	த^{3}ர்த்^{3}	பெண்	வலி
र्शक	த^{3}ர்சக்	ஆண்	பார்வையாளன்
वा	த^{3}வா	பெண்	மருந்து
न	தி^{3}ன்	ஆண்	நாள்
ल	தி^{3}ல்	ஆண்	இதயம்
या	தீ^{3}யா	ஆண்	தீபம்

दीवार	தீ^{3}வார	பெண்	சுவர்
दुनिया	து^{3}னியா	பெண்	உலகம்
दूध	தூ^{3}த்^{4}	ஆண்	பால்
दृश्य	த்^{3}ருசய்	ஆண்	காட்சி
दृष्टि	த்^{3}ருஷ்டி	பெண்	பார்வை
देर	தே^{3}ர்	பெண்	நேரம்
दोपहर	தோ^{3}ப்ஹர்	ஆண்	மதியம்
द्वार	த்^{3}வார்	ஆண்	வாயில்
धंधा	தா^{4}ந்தா^{4}	ஆண்	தொழில்
धान	தா^{4}ன்	ஆண்	தானியம்
धोती	தோ^{4}(த்)தீ	பெண்	வேட்டி
नक्शा	நக் ஷா	ஆண்	வரைபடம்
नल	நல்	ஆண்	குழாய்
नाक	நாக்	பெண்	மூக்கு
नाटक	நாடக்	ஆண்	நாடகம்
नाटक का प्रकार	நாடக் கா ப்ரகார்	ஆண	நாடகவகை
नाटक समीक्षक	நாடக் ஸமீக்ஷக்	ஆண்	நாடகத் திறனாய்வாளர்
नाटककार	நாடக்கார்	ஆண்	நாடகாசிரியர்
नाम	நாம்	ஆண்	பெயர்
नायक	நாயக்	ஆண்	நாயகன்
नायिका	நாயிகா	பெண்	நடிகை
नाली	நாலீ	பெண்	ஓடை
नाश्ता	நாஷ்தா	ஆண்	சிற்றுண்டி/ காலைஉணவு
नृत्य	ந்ருத்ய	ஆண்	நடனம்
पंक्ति	பங்க்தி	பெண்	வரிசை
पगडंडी	பக்^{3}ட^{3}ண்டீ^{3}	பெண்	ஒற்றையடிப் பாதை
पतलून	பத்லூன்	பெண்	பேண்ட்
पत्थर	பத்த^{2}ர்	ஆண்	கல்
परदा	பர்தா^{3}	ஆண்	திரை
पराया घर	பராயா க^{4}ர்	ஆண்	அந்நியர் வீடு
पलंग	பலங்க்	பெண்	கட்டில்
पाँव	பா~வ்	ஆண்	கால்
पात्र	பாத்ர	ஆண்	பாத்திரம்
पानी	பானீ	ஆண்	தண்ணீர்
पूर्वरंग	பூர்வரங்க்^{3}	ஆண்	நாடகத்துவக்கம்
पृष्टभूमि	ப்ருஷ்ட்பூமி	பெண்	பின்னணி

पैसा	பைஸா	ஆண்	பணம், காசு
प्यार	ப்யார்	ஆண்	அன்பு
प्रकरण	ப்ரகரண்	ஆண்	நாடக வகை
प्रकोष्ठ	ப்ரகோஷ்ட்^{2}	ஆண்	அறை
प्रतिनायक	ப்ரதிநாயக்	ஆண்	முரணன்
प्रतिमा	ப்ரதிமா	பெண்	பதுமை
प्रतिमुख	ப்ரதிமுக்^{2}	ஆண்	நாடக உறுப்பு
प्रधान नायक	ப்ரதா^{4}ன் நாயக்	ஆண	தலைமைப் பாத்திரம்
प्रसाधन	ப்ரஸாத^{4}ன்	ஆண்	ஒப்பனை
प्रस्थान	ப்ரஸ்தா^{2}ன	ஆண	புறப்பாடு
प्रहसन	ப்ரஹஸன்	ஆண்	நகைச்சுவை நாடகம்
फर्श	ப^{2}ர்ச்	பெண்	தரை
फुहार	புஹார்	பெண்	மழைத் தூறல்
बंधवाना	ப^{3}ந்த^{4}வானா	ஆண்	கட்டுவித்தல்
बड़ी भाभी	பா^{3}டீ^{3} பா^{4}பீ^{4}	பெண்	பெரிய அண்ணி
बदलना	ப^{3}த^{3}ல்னா	ஆண்	மாற்றுதல்
बरतन	ப^{3}ரதன	ஆண	பாத்திரம்
बरसाती	ப^{3}ரஸாதீ	பெண்	மழைக் கோட்
बल	ப^{3}ல்	ஆண	பலம
बहू	ப^{3}ஹூ	பெண்	மருமகள்
बाँह	பா^{3}~ஹ்	பெண்	தோள்
बाप-छाल	பா^{3}ப் - சா^{2}ல்	பெண்	புலித்தோல்
बिजली	பி^{3}ஜ்லீ	பெண்	மின்சாரம், மின்னல்
बुखार	பு^{3}கா^{2}ர்	ஆண்	காய்ச்சல்
बूँद	பூ^{3}ந்த்^{3}	பெண்	துளி
ब्याह	ப்^{3}யாஹ்	ஆண்	திருமணம்
भगवान	ப^{4}க்^{3}வான்	ஆண்	கடவுள்
भरतवाक्य	ப^{4}ரதவாக்ய	ஆண்	நாடக முடிவு கூற்று
भरोसा	ப^{4}ரோஸா	ஆண்	நம்பிக்கை
भाग	பா^{4}க்^{3}	ஆண்	பகுதி
भावना	பா^{4}வ்னா	பெண்	பாவனை
भूमिका	பூ^{4}மிகா	பெண்	வேடம்
भूल	பூ^{4}ல்	பெண்	மறதி
मंच	மஞ்ச்	ஆண்	அரங்கம்
मजा	மஜா	ஆண்	ஆனந்தம்
मजाक	மஜாக்	ஆண்	கேலி கிண்டல்

मन	மன்	ஆண்	மனம்
मरहम	மரஹம்	ஆண்	களிம்பு
महसूस होना	மஹ்ஸூஸ்ஹோனா	ஆண்	உணர்தல்
माफी	மாபீ²	பெண்	மன்னிப்பு
मटिटी	மிட்டீ	பெண்	மண்
मुँह	முங்ஹ்	ஆண்	வாய்
मुख	முக்²	ஆண்	முகம்
मुस्कान	முஸ்கான்	பெண்	புன்னகை
मेघ	மேக்⁴	ஆண்	மேகம்
मेज	மேஜ்	பெண்	மேசை
महरी	மஹ்ரீ	பெண்	வேலைக்காரி
मोजा	மோஜா	ஆண்	காலுறை
मोमबत्ती	மோம்ப³த்தீ	பெண்	மெழுகுவத்தி
याद	யாத்³	பெண்	ஞாபகம், நினைவு
रसोईघर	ரஸோஈக⁴ர்	ஆண்	அடுக்களை
राजनीति	ராஜ்நீதீ	பெண்	அரசியல்
रात	ராத்	பெண்	இரவு
रूपक	ரூபக்	ஆண்	நாடகம்
रोटी	ரோ(ட்)டீ	பெண்	ரொட்டி
लकड़ी	லக்டீ³	பெண்	மரக்கட்டை
वकुल	ப³குல்	ஆண்	கொக்கு
वक्त	வக்த்	ஆண்	நேரம்
वर्ष	வர்ஷ்	பெண்	வருடம்
वर्षा	வர்ஷா	பெண்	மழை
वस्त्र	வஸ்த்ர	ஆண்	துணி
विट	விட்	ஆண்	விடன்
विदूषक	விதூ³ஷக்	ஆண்	விதூஷகன்
वद्यिा	வித்⁴யா	பெண்	வித்தை
वीथी नाटक	வீதீ² நாடக்	பெண்	வீதி நாடகம்
शंख	சங்க்²	ஆண்	சங்கு
शब्द	சப்த்³	ஆண்	ஓசை
शरीर	ஷரீர்	ஆண்	உடல்
शीशी	ஷீஷீ	பெண்	மருந்து குடுவை
शैली	சைலீ	பெண்	பாணி
संगीत	ஸங்கீ³த்	ஆண்	இசை
संदूक	ஸந்தூ³க்	ஆண்	பெட்டி
संवाद	ஸம்வாத்³	ஆண்	உரையாடல்
संस्कृति	ஸம்ஸ்க்ருதி	பெண்	பண்பாடு
सखी	ஸகீ²	பெண்	தோழி

सच	ஸச்	ஆண்	உண்மை
समवकार	ஸம்வகார்	ஆண்	அற்புதம்
समाज	ஸமாஜ்	ஆண்	சமூகம்
समुद्र	ஸமுத்ர^{3}	ஆண்	கடல்
समोसे	ஸமோஸா	ஆண்	சமோஸா/ (தின்பண்டம்)
सह पात्र	ஸஹ் பாத்ர	ஆண்	துணைமைப் பாத்திரம்
साँस	ஸான்ஸ்	பெண்	மூச்சுக் காற்று
सरि	ஸிர்	ஆண்	தலை
सीख	ஸீக்^{2}	பெண்	கற்றல்
सुबह	ஸௌப^{3}க்	பெண்	காலை
सूघा	ஸௌங்க்னா	பெண்	முகர்தல்
सेहत	ஸேஹத்	பெண்	உடல் நிலை
सौंदर्य बोध	சௌந்த^{3}ர்யபோ^{3}த்^{2}	ஆண்	அழகியல்
सोचना	ஸோச்னா	ஆண்	நினைத்தல்
सौगात	சௌகா^{3}த்	பெண்	பரிசுப் பொருட்கள்
स्वगत / आत्मगत	ஸ்வக^{3}த் / ஆத்மக^{3}த்	ஆண்	தனிமொழி
स्वभाव	ஸ்வபா^{4}வ்	ஆண்	குணம்
हँसना	ஹஸ்னா	ஆண்	சிரிப்பு
हल्दी	ஹல்தீ^{3}	பெண்	மஞ்சள்
हवा	ஹவா	பெண்	காற்று
हाथ	ஹாத்^{2}	ஆண்	கை
हास्य नाटक	ஹாஸ்ய நாடக்	ஆண்	நகைச்சுவை நாடகம்
होश	ஹோஷ்	ஆண்	அறிவு

புகைப்படங்கள்

பரிதிமாற் கலைஞர் (1870 – 1903)
நாடகவியல் ஆசிரியர்

மோகன் ராகேஷ் (1925 – 1972)
இந்தி நாடக ஆசிரியர்

இந்திரா பார்த்தசாரதி (1930)
தமிழ் நாடக ஆசிரியர்

காளிதாஸ்

சாகுந்தலம் நாடக ஆசிரியர்

நந்தன்

பௌத்த அரசன்

www.ingramcontent.com/pod-product-compliance
Lightning Source LLC
LaVergne TN
LVHW060232051026
849517LV00005B/1589